அம்பேத்கர்

**ஆர். முத்துக்குமார்**

இந்திய அரசியல் களத்தைத் தொடர்ந்து ஆய்வு செய்து வருபவர். மயிலாடுதுறையைச் சார்ந்தவர். இவரது முந்தைய நூல்களான பெரியார், இந்திரா மற்றும் எம்.ஜி.ஆர் வாழ்க்கை வரலாறுகள் வாசகர்களின் பரவலான பாராட்டையும் கவனத்தையும் பெற்றவை. குமுதம் ரிப்போர்ட்டர், ஜூனியர் விகடன் இதழ்களில் தற்கால அரசியல் நடப்புகள் குறித்து தொடர்ந்து எழுதி வருகிறார்.

# அம்பேத்கர்

ஆர். முத்துக்குமார்

கிழக்கு

அம்பேத்கர்
Ambedkar
R. Muthukumar ©

First Edition: December 2009
200 Pages
Printed in India.

ISBN 978-81-8493-346-8
Kizhakku - 436

Kizhakku Pathippagam
177/103, First Floor,
Ambal's Building, Lloyds Road
Royapettah, Chennai 600 014.
Ph: +91-44-4200-9601
Email : support@nhm.in
Website : www.nhm.in

Author's Email : writermuthukumar@gmail.com
Cover Image Courtesy : www.ambedkar.org

Kizhakku Pathippagam is an imprint of New Horizon Media Private Limited

This book is sold subject to the condition that it shall not, by way of trade or otherwise, be lent, resold, hired out, or otherwise circulated without the publisher's prior written consent in any form of binding or cover other than that in which it is published and without a similar condition including this the rights under copyright reserved above, no part of this publication may be reproduced, stored in or introduced into a retrieval system, or transmitted in any form or by any means (electronic, mechanical, photocopying, recording or otherwise), without the prior written permission of both the copyright owner and the above-mentioned publisher of this book.

*அன்புடன்*

*அத்தானுக்கும் பிரியாவுக்கும்*

## உள்ளே

1. முரட்டுக் குதிரை / 9
2. பொல்லாத தகுதி! / 18
3. நான் ஒரு இந்து! / 25
4. சௌத்பரோ சாட்சியம் / 33
5. புதிய வாசல் / 41
6. ஆலயம் முதல் ராணுவம் வரை! / 47
7. ஆடுகளல்ல; சிங்கங்கள்! / 54
8. சைமனே வருக! / 62
9. மூடிய கதவுகள் / 71
10. நாலு கோடியே முப்பது லட்சம் / 86
11. வட்டமேஜை எண்: 2 / 95

| | | | |
|---|---|---|---|
| 12. | சிறைக்குள் ஒரு மோதல்! | / | 109 |
| 13. | கடவுளே வந்தாலும்... | / | 120 |
| 14. | வாயில் கடவுள்; அக்குளில் கத்தி! | / | 132 |
| 15. | ஜின்னாவுடன் ஒரு கைகுலுக்கல் | / | 140 |
| 16. | வேண்டும் பிரிவினை! | / | 143 |
| 17. | காந்திக்குக் கடிதம் | / | 148 |
| 18. | சட்டம் என் கையில்! | / | 153 |
| 19. | ஐந்து காரணங்கள் | / | 159 |
| 20. | புத்தம் சரணம் | / | 173 |
| | அம்பேத்கரின் பெயரால்... | / | 183 |
| | பின்னிணைப்புகள் | / | 191 |

# 1

# முரட்டுக்குதிரை

---

பீம். இங்கே வா! கொல்லைப்புறத்தில் இருந்துகொண்டு கூப்பிட்டார் அவனுடைய சகோதரி. படித்துக் கொண்டிருந்த புத்தகத்தை மடக்கி ஓரமாக வைத்துவிட்டு அவரை நோக்கி ஓடிவந்தான் பீம். அவருக்கு எதிரே சம்மணம் போட்டு அமர்ந்து கொண்டான். தலையைக் குனிந்து வாகாகக் காட்டினான்.

சாணை பிடிக்கப்பட்ட கத்தியை லாகவமாகப் பிடித்துக்கொண்டு தலைமயிரை மழிக்கத் தொடங்கினாள் சகோதரி. அவ்வப்போது நடக்கும் காரியம்தான் என்றாலும் அன்று கேட்டுவிடவேண்டும் போல் தோன்றியது.

'அக்கா, நாவிதர் எனக்கு முடித்திருத்தம் செய்துவிட மாட்டாரா? எப்போதுமே நான் மொட்டைத் தலையுடன்தான் திரிய வேண்டுமா?'

பளிச்சென்று சொல்லிவிடத்தான் நினைத்தாள். தீண்டப்படாத சாதியில் பிறந்த காரணத்தால் நம்முடைய வேலைகளை நாம்தான் செய்துகொள்ள வேண்டும். மற்றவர்கள் நமக்குச் சேவை செய்யும் அளவுக்கு நாம் தகுதியானவர்கள் கிடையாது. ஆனால் சொல்லமுடியவில்லை. ஆத்திரத்தை அடக்கிக் கொண்டாள். அவளுடைய கண்ணீர்த்துளி பீமின் மழுமழு மொட்டைத் தலையில் விழுந்து தெறித்தது.

‘இல்லை பீம், நான் செய்தால்தான் உனக்கு நன்றாக இருக்கும். தவிரவும், காயம் படாமல் பார்த்துக்கொள்வேன். சரியா?’

பதில் திருப்திகரமாக இல்லை என்றாலும் அதற்கு மேல் கேட்டு சங்கடப்படவைக்க விருப்பமில்லை பீமுக்கு.

•

மராட்டிய மாநிலம் ரத்னகிரி மாவட்டத்தில் இருக்கும் அம்ப வதே, ஆண் குழந்தைகளைக் கொண்டாடும் கிராமம். ஒரு ஆண் குழந்தை பிறந்துவிட்டது என்றால் ராணுவத்துக்கு ஒரு நபர் கிடைத்துவிட்டார் என்று பொருள். பிள்ளையை ராணுவத்துக்கு அனுப்பி வைப்பதில் பெற்றோருக்கு சந்தோஷம். ராணுவ உடையுடன் அந்தப் பிள்ளை வீட்டுக்கு வரும்போது பெருமிதம் துளிர்க்கும்.

மஹர். தீண்டப்படாத வகுப்பினர் என்று அந்தக் காலத்து சாதி இந்துக்கள் பிரித்துவைத்த கீழ்ச்சாதிகளுள் ஒன்று. அம்பவதே கிராமத்தில் அவர்கள்தான் அதிகம். உடல் உழைப்பை நம்பி வாழக்கூடியவர்கள். திடகாத்திரமான உடல்வாகு. முறுக்கேறிய கைகள். மிடுக்கான மீசை. கம்பீரமான நடை. ஆனாலும் விருப்பம் போல் தெருவில் இறங்கி நடக்க முடியாத நிலை. சாதிக்கட்டுப்பாடு மிகக் கடுமையாக இருந்தது. அடங்கி, ஒடுங்கி இருந்தால்தான் பிழைத்திருக்கமுடியும் என்னும் நிலை.

பீமின் அப்பா ராம்ஜி சக்பால் மஹர் இனத்தைச் சேர்ந்தவர். ராணுவத்தில் பணிபுரிந்து கொண்டிருந்தார். அவருடைய தந்தை மலோஜி சக்பால், ராணுவத்தில் ஹவால்தாராகப் பணியாற்றி யவர். மலோஜிக்கு குழந்தைகள் அதிகம். ஆனால் உயிரோடு இருந்தவர்கள் ராம்ஜியும் மீரா என்கிற பெண் குழந்தையும் மட்டும்தான். பிற குழந்தைகளை காய்ச்சல், அம்மை போன்ற நோய்கள் அபகரித்துக்கொண்டன.

அரசாங்கச் சம்பளம் கணிசமாக வந்ததால் குழந்தைகளை பள்ளிக்கூடத்துக்கு அனுப்பியிருந்தார் மலோஜி. சகோதரி மீராவைவிட ராம்ஜிக்குப் படிப்பில் ஆர்வம் அதிகம். உற்சாகத் துடன் படித்தார். நன்றாகப் படித்ததால் சீக்கிரமே ராணுவத்தில் வேலை கிடைத்துவிட்டது. வேலை, போர்க்களத்தில் அல்ல. பள்ளியில். ராணுவப் பள்ளி ஒன்றில் ஆசிரியர் வேலை.

வேலையில் அவர் காட்டிய சுறுசுறுப்பும் துடிதுடிப்பும் அக்கறை யும் உடன் பணிபுரிந்த லட்சுமண் முர்பட்கர் என்பவரை வெகுவாகக் கவர்ந்துவிட்டன. அலுப்பு தட்டாமல் பேசிக்கொண்டு இருப்பார். இயல்பான பழக்கம் நல்ல நட்பாகக் கனியத் தொடங்கியது. நட்பு, குடும்ப உறவாகவும் வளர்ந்தது. லட்சுமணின் மகள் பிமாபாயை திருமணம் செய்துகொண்டார் ராம்ஜி. பிமாபாய் - ராம்ஜி சக்பால் திருமணம் ஆர்ப்பாட்டங்கள் எதுவும் இல்லாமல் எளிமையாக நடந்துமுடிந்தது.

வாழ்க்கை அத்தனை எளிமையாக இல்லை. அரசாங்க வேலை தான். ஆனாலும் கிடைத்த சம்பளம் அத்தனை அதிகம் இல்லை. வெகு சொற்பம். அதிலும் சொற்ப பகுதியைத் தன்னுடைய செலவுகளுக்கு வைத்துக்கொண்டு பெரும்பகுதியை வீட்டுச் செலவுகளுக்குக் கொடுக்கவேண்டும். அடுத்தடுத்து குழந்தைகள் சில பிறக்க, சவால்களும் அதிகரிக்கத் தொடங்கின.

இந்நிலையில், ராம்ஜியை மத்தியப் பிரதேச மாநிலத்துக்கு பணி மாற்றம் செய்துவிட்டார்கள். ராணுவம், காவல்துறை, கல்வி உள்ளிட்ட அரசாங்க வேலைகளில் இருப்பவர்களுக்கு இதெல்லாம் பழகிப்போன விஷயங்கள். எந்த நேரத்தில் வேண்டுமானாலும் மாற்றல் உத்தரவுகள் வரும். எனவே, மனைவி, குழந்தைகளுடன் புறப்பட்டுவிட்டார் ராம்ஜி. மோ (Mhow) என்ற கிராமத்தில் உள்ள ராணுவ முகாமில் வேலை.

மஹூவில் வசித்தபோது ராம்ஜி - பிமாபாய்க்கு ஆண் குழந்தை ஒன்று பிறந்தது (ஏப்ரல் 14, 1891). பீம் என்று பெயர் வைத்தனர். செல்லமாக, பிவா. பீமோடு சேர்த்து ராம்ஜிக்கு மொத்தம் பதினான்கு குழந்தைகள். பீம் கடைக்குட்டி. செல்லப்பிள்ளை.

பீம் பிறந்த இரண்டு வருடங்களில் ராணுவப் பதவியில் இருந்து ஓய்வு பெற்றுவிட்டார் ராம்ஜி. நிரந்தர வருவாய் நின்று விட்டதால், இடமாற்றம் அவசியம் என்னும் நிலை. பொருளாதார ரீதியில் தனக்கு ஏற்ற பகுதியாக இருக்கும் என்று ராம்ஜி நினைத்தது ரத்னகிரி மாவட்டத்தில் உள்ள தபோலி என்னும் கிராமத்தை.

கிடைக்கும் ஓய்வூதியத்தில் வாழ்க்கையை ஓட்டிவிடலாம் என்றுதான் நினைத்தார். முடியவில்லை. பணப்பிரச்னை. அதை விட மோசமாக, தீண்டப்படாத சாதியைச் சேர்ந்த குழந்தை

களைப் பள்ளியில் அனுமதிக்க முடியாது என்று தபோலி நகராட்சியின் கல்வித்துறை முடிவெடுத்திருந்தது. குழந்தை களின் படிப்பை பறிகொடுத்துவிட்டு எப்படி இங்கே வாழ்வது? எதற்காக வாழ வேண்டும்?

தபோலி வீட்டைக் காலி செய்துவிட்டு பம்பாய்க்குப் புறப் பட்டது ராம்ஜியின் குடும்பம். சதாரா என்னும் பகுதிக்குக் குடி பெயர்ந்தார்கள். நண்பர்கள் சிலரின் உதவியால் பொதுப் பணித்துறை அலுவலகம் ஒன்றில் ஸ்டோர் கீப்பர் வேலை கிடைத்தது. அப்போது பீமுக்கு ஐந்து வயது. பள்ளியில் சேர்த்து விட்டார்கள்.

பீமைப் பள்ளிக்கு அழைத்துச் செல்ல வேண்டும். பள்ளி முடிந்ததும் பத்திரமாக வீட்டுக்கு அழைத்துவர வேண்டும். இவை பீமின் அண்ணன் பலராமுக்கு ஒதுக்கப்பட்ட வேலைகள். அண்ணனுடன் சேர்ந்து பீமும் பள்ளிக்குச் சென்றுவந்தான்.

அது ராணுவப்பள்ளி. தரமான கல்வி என்றாலும் கெடுபிடிகள் அதிகம். கண்டிப்புகள் அதிகம். நண்பர்கள் கொடுத்த சான் றிதழின் அடிப்படையில்தான் அந்தப் பள்ளியில் பிள்ளைகளை சேர்த்திருந்தார் ராம்ஜி. நன்றாகப் படிக்கக்கூடியவன் பீம். ஆனாலும், முரட்டுக் குதிரை.

அக்கம்பக்கத்தில் இருக்கும் மாணவர்களிடம் வம்பு வளர்ப்பது என்றால் அவனுக்குக் கொள்ளைப்பிரியம். அடிக்கடி சண்டை போட்டுவிடுவான். சண்டைகள் ஓய்ந்ததும் ஆசிரியருக்கு முன்னால் பஞ்சாயத்துக்கு வந்து நிற்பான். பாதிக்கப்பட்டவர்கள் சுற்றிலும் நின்று பிராது கொடுப்பார்கள். அந்த ஆசிரியர் வசவுகள் முடியும் வரை காத்திருப்பான். முடிந்ததும் துள்ளிக் கொண்டு வீட்டுக்குக் கிளம்பி விடுவான்.

பீமின் அக்கப்போர்களைச் சமாளிக்க முடியாமல் பிமாபாயும் ராம்ஜியும் திணறிப் போனார்கள். பிமாபாய்க்கு உடல்நிலை கொஞ்சம் மோசமாக இருந்தது. பீமை கவனித்து வளர்க்க முடியவில்லை. பீமின் மூர்க்கத்தனம் நாளுக்கு நாள் அதிகரித்துக் கொண்டே இருந்தது. சண்டைக்கோழி என்று பெயர் எடுத் திருந்தான்.

பீமுக்கு ஆறு வயது ஆனபோது பீமாபாய் மறைந்துவிட்டார். அப்போது உயிருடன் இருந்த குழந்தைகள் ஐந்து மட்டுமே.

பலராம், ஆனந்த் ராவ், மஞ்சுளா, துளசி. இறுதியாக பீம். குழந்தைகளை எப்படி வளர்க்கப் போகிறோம்? நினைத்துப் பார்க்கவே மலைப்பாக இருந்தது ராம்ஜிக்கு. ஒத்தாசைக்கு நான் இருக்கிறேன் என்று தோள் கொடுத்தவர் அவருடைய சகோதரி மீராபாய். அவருக்கும் திடகாத்திரமாக உடல்வாகு கிடையாது. உடல் ஊனமுற்றவர். ஆனால் மனம் உறுதியாக இருந்தது.

கபீர்தாசர் மீது ராம்ஜிக்கு ஈர்ப்பு அதிகம். சாதி வேறுபாடுகளுக்கும் சாதிக் கொடுமைகளுக்கும் எதிராகக் கருத்துச் சொன்னவர் என்பதுதான் காரணம்.

அவருடைய பஜனைகள், பாடல்கள், கருத்துகளை விரும்பிப் படிப்பார் ராம்ஜி. பீமுக்கும் அவற்றைச் சொல்லித்தருவார். ராமாயணத்தையும் மகாபாரதத்தையும் எடுத்துவைத்துக் கொண்டு உரக்கப் படிப்பார். குழந்தைகள் கேட்பதற்காக.

காலை, மாலை இருவேளைகளிலும் வீட்டில் பூஜைகள் நடத்தப் படும். குழந்தைகள் நிச்சயம் கலந்துகொள்ளவேண்டும். தந்தையைப் போலவே பீமும் நன்றாகவே படித்தான். பள்ளியில் பீமுக்கு நல்ல வரவேற்பு. ஆசிரியர்கள் மத்தியில் செல்லப் பிள்ளையாகி விட்டான். குறிப்பாக, அம்பேத்கர் என்ற ஆசிரியருக்கு.

பீமின் மீது அளவுகடந்த பிரியம் அந்த ஆசிரியர் அம்பேத்கருக்கு இருந்தது. பீமுக்கும் அவர் மீது பாசம் அதிகம். மதியம் சாப்பிடும் நேரத்தில் தான் கொண்டுவரும் உணவை பீமுடன் பகிர்ந்து சாப்பிடுவார் அம்பேத்கர். இந்த ஆசிரியர்தான் பீமின் பெயரை அம்பேத்கர் என்று பதிவேடுகளில் மாற்றிவிட்டார். பீமுக்கு ஆசிரியர் அம்பேத்கரைப் பிடிக்கும். ஆகவே, அவர் வைத்த பெயரையும் பிடித்துக்கொண்டார்.

சதாராவில் இருக்கும் மேல்நிலைப் பள்ளியில் சேர்க்கப்பட்டான் பீம். மற்ற மாணவர்கள் தலைமுடியைப் படிய வாரிக்கொண்டு வருவார்கள். ஆனால் பீம் மொட்டையடித்திருப்பான் அல்லது தலை முழுக்க முடியாக இருக்கும். பீம் என்கிற தீண்டப்படாத சாதியைச் சேர்ந்த மாணவனுக்கு முடித்திருத்தம் செய்ய அங்கிருந்த நாவிதர்களுக்கு நாகரிக முதிர்ச்சி இல்லை.

●

பீமுக்கு அப்போது ஒன்பது அல்லது பத்து வயதிருக்கும். ராம்ஜி சக்பால் சத்தாரா மாவட்டம் கடாவ் தாலுகாவில் உள்ள

கார்கோன் என்ற இடத்தில் காசாளராக வேலை பார்த்துக் கொண்டிருந்தார். அவர் அங்கே வேலை பார்த்துக்கொண்டிருந்த சமயத்தில் பீம், பலராம் மற்றும் பீமின் இறந்துபோன சகோதரியின் இரண்டு மகன்கள் மற்றும் அத்தை ஆகியோர் வீட்டில் இருந்தனர்.

தொலைதூரம் என்பதால் அவ்வப்போதுதான் சத்தாராவுக்கு வந்து செல்வார் ராம்ஜி. மாதத்துக்கு ஒருமுறை. மிஞ்சிப் போனால் இரண்டு முறை. குழந்தைகளுக்குத் தந்தையைப் பார்க்க வேண்டும் என்று தோன்றினால் அவர்களாகச் சென்று பார்த்தால்தான் உண்டு. ஆனால் அதற்கும் ராம்ஜி அத்தனை சுலபத்தில் அனுமதிக்க மாட்டார். வீணாகப் பணத்தை விரயம் செய்யக்கூடாது என்பார்.

ஒருநாள் திடீரென பீமுக்கு தந்தையைப் பார்க்கவேண்டும் என்று தோன்றிவிட்டது. சகோதரர் மற்றும் சகோதரியின் மகன்கள் சகிதம் கார்கோன் செல்லத் தயாராகிவிட்டான். பீமின் அத்தை அவர்களுக்குத் தேவையான உணவைத் தயார் செய்து கொடுத்தார். வெளியூர் பயணம். புத்தாடை அணிவதுதான் சரியாக இருக்கும் என்றான் பீம். பலராமும் தலையசைக்க, நால்வரும் மினுமினுப்பாகப் புறப்பட்டனர். வழியில் சாப்பிடத் தேவையான உணவுகளை மூட்டையாகக் கட்டிக் கொண்டனர்.

எதற்கும் இருக்கட்டும் என்று ராம்ஜிக்கு முன்கூட்டியே கடிதம் எழுதிப் போட்டிருந்தனர். எலுமிச்சை பழரசத்துடன் ரயில் பயணம் தொடங்கியது. வழிநெடுக தின்பண்டங்களைக் காலிசெய்துகொண்டே சென்றனர். மாசூர் ரயில் நிலையத்தில் வண்டி நின்றது. மூட்டை முடிச்சுகளுடன் இறங்கியவர்களுக்கு அதிர்ச்சி. ராம்ஜி வரவில்லை.

காத்திருந்தனர். நேரம் கடந்துகொண்டே இருந்தது. அப்பாவுக்கு என்ன ஆயிற்று? ஒருவேளை கடிதம் சென்று சேரவில்லையோ? சரி, மாற்று ஏற்பாடு செய்துகொண்டு கார்கோனுக்குச் செல்லலாம் என்று முடிவுசெய்தனர். நேராக ஸ்டேஷன் மாஸ்டரின் அறைக்குச் சென்றனர்.

'அய்யா, நாங்கள் கார்கோனுக்குச் செல்லவேண்டும். ஒரு மாட்டுவண்டி ஏற்பாடு செய்துதர முடியுமா?'

அவர்கள் பிராமணர்கள் என்று நினைத்து விட்டார் ஸ்டேஷன் மாஸ்டர். அவர்கள் போட்டிருந்த உசத்தியான ஆடைகள் செய்த மாயம். பிறகு அவர்கள் மஹார் சாதி என்று தெரிந்ததும் அவருடைய முகம் சுருங்கிவிட்டது. உடனே அவர்களை அப்புறப் படுத்திவிட முடிவுசெய்தார். வண்டிக்காரர்களிடம் பேசினார்.

ஆனால், வண்டிக்காரர்கள் அவர்களை ஏற்றிக்கொள்ள மறுத்து விட்டனர். தீட்டு ஒட்டிக்கொள்ளும். ஆகவே, முடியாது என்று சொல்லிவிட்டனர். தீட்டு என்ற வார்த்தையைக் கேட்டாலே ஆத்திரம் ஆத்திரமாக வந்தது பீமுக்கு. பலராமுக்கும்தான். ஆனாலும் வண்டிக்காரரிடம் கோபித்துக்கொள்வதில் லாபம் எதுவும் இல்லை. ஆனால் நட்டம் அதிகம். ஊர்போய் சேர வேண்டும். பல்லைக் கடித்துக் கொண்டு இரு பீம். அண்ணனின் வார்த்தைகள் பீமை அடக்கிவைத்தன.

ஸ்டேஷன் மாஸ்டர் வண்டிக்காரனிடம் பேரம் பேசத் தொடங்கினார். 'இதோ பாரப்பா, வண்டியை நீ ஓட்ட வேண்டாம். இவங்க நாலு பேர்ல ஒருத்தர் வண்டியை ஓட்டுவாங்க. நீ வண்டிக்குப் பின்னால நடந்து போ. தீட்டுப்படாது. ரெண்டு பங்கு கூலியும் தரச்சொல்லிடறேன்.'

வேலையே செய்யவேண்டாம். ஆனால் இரட்டைச் சம்பளம். மனத்துக்குள் சந்தோஷமாக இருந்தது. ஒப்புக்கொண்டார். பலராம் வண்டியை ஓட்டினார். பீமும் அவனுடைய சகோதரி மகன்களும் வண்டிக்குள் அமர்ந்துகொண்டனர். வண்டிக்காரர் நடக்கத் தொடங்கினார்.

வழியில் பல இடங்களில் அவர்களுக்கு தாகம் ஏற்பட்டது. ஆனாலும் தண்ணீர் கொடுக்க யாரும் தயாராக இல்லை. தீட்டு. தீட்டு. தீட்டு. தாகத்தோடு சேர்த்து ஆத்திரத்தையும் அடக்கிக் கொள்வதைத் தவிர வேறு வழியில்லை.

இருள் கவிந்துகொண்டிருந்தது. திடீரென சுற்றும்முற்றும் பார்த்த வண்டிக்காரர், சட்டென்று வண்டிக்குள் ஏறி கயிற்றை வாங்கிக்கொண்டார். கால் வலிக்கு முன்னால் சாதிப்பற்று தோற்றுப் போயிருந்தது. தீட்டு தொலைதூரத்துக்குத் துரத்தப் பட்டிருந்தது.

வண்டி நகரத்தொடங்கியபோது இவர்களுக்கு பசி காதை அடைக்கத் தொடங்கியது. ஆனாலும் சாப்பிடத் தயக்கம்.

இத்தனைக்கும் வண்டிக்குள் நிறைய உணவுப் பண்டங்கள். ஆனால், அவற்றைச் சாப்பிட்டால் தண்ணீர் தேவைப்படும். சோற்று மூட்டைகள் பிரிக்கப்படாமலேயே இருந்தன. வண்டிக் காரர் மட்டும் எங்கோ போய் சாப்பிட்டுவிட்டு வந்தார்.

வழியில் தென்பட்ட சுங்கச் சாவடிக்கு சென்று தண்ணீர் கேட்கலாம் என்று சொன்னான் பீம். ஆனால் வண்டிக்காரர் மறுத்தார். நீங்கள் மஹர் சாதி. ஆகவே, அனுமதிக்க மாட்டார் கள். வேண்டுமானால் முஸ்லிம் என்று சொல்லிப்பாருங்கள். சட்டென்று வண்டியில் இருந்து குதித்தான் பீம். அந்த நால்வரில் பீமுக்கு மட்டும் உருது தெரியும்.

மொழி கொடுத்த துணிச்சலில் அங்கிருந்தவர்களிடம் தன்னை முஸ்லிம் என்று உருது மொழியில் அறிமுகம் செய்துகொண் டான். ஆனால் பீமின் உத்தி எடுபடவில்லை. சாதி விஷயத்தில் சுதாரிப்பு நிறைந்தவர்கள் அங்கே இருந்தார்கள். வெறுங்கை யோடு வண்டிக்குத் திரும்பினான்.

தாகமும் பசியுமாக ஒருவழியாக மூவரும் கார்கோனை அடைந் தனர் மூவரும். தந்தையைப் பார்த்த சந்தோஷம், அவர் களுடைய பயணச் சுமைகளை மறக்கச் செய்திருந்தது. அவரும் பிள்ளைகளைத் திட்டவில்லை. எல்லாம் பீமின் ஏற்பாடு. அவன் போட்டுக் கொடுத்த திட்டம்தான் என்று சொன்னார் பல்ராம். ஆர்வத்தோடு பீமைத் திரும்பிப் பார்த்தார் ராம்ஜி.

நல்ல துணிச்சலப்பா உனக்கு!

•

மனைவி இறந்த சோகத்தையும் மீறி குழந்தைகளை வளர்த்துக் கொண்டிருந்தார் ராம்ஜி. மறுமணம் செய்துகொள் என்று உற வினர்கள் வற்புறுத்தியபோது ஒண்டிக்கட்டையாகவே இருக்கப் போகிறேன் என்று சொல்லிவிட்டார். ஆனால் அதிக காலம் அப்படியே வாழ்க்கையைக் கடத்த முடியவில்லை. மறுமண ஆசை வந்தது. உறவினர்களின் உதவியுடன் மறுமணம் செய்து கொண்டார்.

தொடக்கத்தில் பீமுக்கு எதுவும் வித்தியாசமாகத் தெரிய வில்லை. ஆனால் போகப்போக அந்தப் புதிய பெண்ணின் நட வடிக்கைகள் அவனைக் குழப்பின. இது என்னுடைய குடும்பம்.

இங்கே எதற்காக இன்னொரு அந்நியர் வரவேண்டும்? மனத்துக் குள் புலம்பினான். அவரிடம் இருந்து விலகி இருக்கவே விரும்பினான்.

போதாக்குறைக்கு புதிதாக வந்தவர் தன்னுடைய அம்மாவின் ஆடைகளை அணிந்துகொள்வது அவனை உருத்தியது. இரவில் தூக்கம் வரவில்லை. மெல்ல மெல்ல அவர்மீது ஆத்திரம் வேர் பிடிக்கத் தொடங்கியது. வீட்டைவிட்டு ஓடிப்போகும் திட்டம் அவனுடைய மனத்தில் உருப்பெறத் தொடங்கியது அப்போது தான்.

அத்தையின் சுருக்குப் பை நினைவுக்கு வந்தது. கணிசமாகக் காசுகள் தேறும். எடுத்துக்கொண்டு பம்பாய் போய்விடலாம். அங்கே போய் ஏதேனும் ஒரு தொழிற்சாலையில் வேலைக்கு சேர்ந்துகொள்ளலாம். சுருக்குப் பைக்குள் கையைவிட்டான். அரை அணா. தன்னம்பிக்கைச் சிறகுகள் முறிந்து உதிர்வது போல இருந்தது பீமுக்கு.

முடிவை மாற்றிக்கொண்டான். எனக்கு அந்தப் புதிய பெண் மணியைப் பிடிக்கவில்லை. அதனால் என்ன? அப்பாவுக்கு என்னைப் பிடித்திருக்கிறது அல்லவா, எனக்குப் பிடித்ததுபோல நடந்துகொள்கிறார் அல்லவா? போதும். அதுபோதும்.

தீர்மானம் செய்துகொண்டு தன் கவனத்தைப் புத்தகங்கள் மீது குவிக்க ஆரம்பித்தான்.

2

# பொல்லாத தகுதி!

அமைதியாக இருந்தது அந்த வகுப்பறை. கரும்பலகையில் கணக்கு ஒன்றை போட்டுக்கொண்டிருந்தார் ஆசிரியர். பாதியில் நிறுத்திய அவர், பீமை அழைத்து கணக்கைத் தொடரச் சொன்னார். எழுந்தவன் நேரே கரும்பலகையை நோக்கி நடந்தான்.

'அங்கே போகாதே. நில்.'

மாணவர்கள் அத்தனை பேரும் ஒரே குரலில் சத்தம் போட்டனர். நெருப்பில் கால் வைத்தது போல சட்டென்று காலைப் பின்னுக்கு இழுத்துக்கொண்டான் பீம். கரும்பலகைக்குப் பின்னால் மாணவர்களின் சாப்பாட்டுக் கூடைகள் இருந்தன. அந்த இடத்துக்கு பீம் சென்றால் எல்லா பொருள்களும் தீட்டுப்பட்டுவிடும்.

விறுவிறுவென கரும்பலகையை நோக்கி ஓடிவந்த மாணவர்கள் தத்தமது கூடைகளை எடுத்துக்கொண்டு இருக்கைக்குச் சென்றுவிட்டனர். கரும்பலகையை நெருங்கி கணக்குகளைப் போட்டான் பீம். நடந்த அத்தனை கூத்துகளையும் ஆசிரியர் அமைதியாகப் பார்த்துக்கொண்டே இருந்தார்.

இதற்கு முன்பே பல பிரச்னைகளை பீம் எதிர்கொள்ள வேண்டியிருந்தது. முக்கியமாக, சாக்குத்துணி. ஆம். பள்ளிக்குக் கிளம்பும் போது புத்தகங்களை எடுத்துக்கொள்வதைவிட முக்கியமானது

அந்த சாக்குத்துணி. வகுப்பறைக்குள் நுழைந்ததும் ஒரு ஓரத்தில் அந்த சாக்குத்துணியை விரிப்பான். பிறகு அதன்மேலே அமர்ந்து கொண்டு பாடம் கேட்பான். பள்ளி முடிந்ததும் அதை வீட்டுக்குக் கையோடு எடுத்துச் சென்றுவிடவேண்டும். மற்ற மாணவர்கள் அவன் அமர்ந்த இடத்தைத் தொடும்பட்சத்தில் அவர்கள் மீது தீட்டுப்படாமல் இருக்க அந்த ஏற்பாடு.

தாகம் எடுத்தால் தண்ணீர் குடிக்கலாம். எல்லா மாணவர்களும். ஆனால் பீம் உள்ளிட்ட சில தீண்டப்படாத சாதி மாணவர்களுக்கு மட்டும் தடை. அவர்கள் தண்ணீர் ஊற்றுவதற்கென்று பள்ளியில் வேலை பார்க்கும் உயர்சாதிப் பணியாளர் வரும்வரை காத்திருக்கவேண்டும். பிறகு, ஆசிரியரிடம் அனுமதி பெற்று தண்ணீர் குவளைக்கு அருகே செல்லவேண்டும். அப்போது அந்தப் பணியாளர் அங்கே இருந்தால் அவர் தம்ளரில் தண்ணீரை மொண்டு இவர்களுடைய கைகளில் ஊற்றுவார். குடிக்கும் போது தப்பித்தவறி நீர் சிந்திவிட்டால், சாக்குத்துணி கொண்டு துடைத்து விட்டுத்தான் அந்த இடத்தில் இருந்து நகரவேண்டும்.

பீம் நான்காவது வகுப்பில் தேர்ச்சி பெற்றதும் பம்பாயின் பரேல் பகுதிக்குத் தன்னுடைய இருப்பிடத்தை மாற்றிக்கொண்டார் ராம்ஜி. குடிசை வீடு. தொழிலாளர்கள் அதிகம் வசித்த பகுதி. வீடும் அக்கம்பக்கத்துக் குடிசைக் குடியிருப்புகளும் பீமுக்குப் பிடித்தமானவை. சொற்ப இடத்தில் எல்லா பொருள்களையும் கச்சிதமாக வைத்திருக்கிறார்களே என்று அண்ணனிடம் சொல்லிச்சொல்லி பிரமிப்பான்.

ஒவ்வொரு வீட்டிலும் தகப்பன் என்ன செய்கிறார்? தாயின் வேலைகள் என்னென்ன? எப்போது பேசுகிறார்கள்? எந்த சமயங்களில் சாப்பிடுகிறார்கள்? குடும்பத்துக்குள் அடிக்கடி சண்டை சச்சரவுகள் வருகின்றனவே, என்ன காரணம்? எப்போதாவது சிரித்து மகிழ்கிறார்களா? ஒவ்வொரு விஷயத்தையும் நோட்டமிட்டுக்கொண்டே இருப்பான் பீம்.

பரோலில் இவர்கள் தங்கியிருந்த வீட்டில் ஒரே ஒரு அறை. அந்த அறையிலேயே சமைக்க வேண்டும். பொருள்களை ஓரஒதுங்க வைத்துவிட்டுத்தான் இரவில் படுத்துக்கொள்ள வேண்டும். அங்கேதான் குழந்தைகள் அமர்ந்து படிப்பார்கள். அடுப்பு. அதற்குத் தள்ளிக் கொஞ்சம் வெற்றிடம். அடுத்தாற்போல் காய்ந்த விறகுகள். பக்கத்திலேயே தட்டுமுட்டுச் சாமான்கள்.

மிகவும் குறுகலான வீடு. வசதியாக அமர்ந்து படிக்கமுடியாது என்பதால் மாலை கழிந்த உடனேயே பீமைத் தூங்கச் சொல்லி விடுவார் ராம்ஜி. நன்றாகத் தூங்குவான். பிறகு நள்ளிரவில் எழுப்பி விடுவார். அதன்பிறகு பீம் படிக்கத் தொடங்குவான். அவன் தூங்கிய இடத்தில் ராம்ஜி படுத்துக்கொள்வார். மண் ணெண்ணெய் விளக்கு வெளிச்சத்தில் விடிய விடிய படிப்பான். விடிந்ததும் குளித்து, சாப்பிட்டுவிட்டுப் பள்ளிக்குப் புறப் படுவான்.

பரோல் பகுதியில் இருக்கும் மராத்தா உயர்நிலைப் பள்ளியில் பீம் படித்தான். பிறகு பம்பாயில் பிரபலமாக இருக்கும் எல்பின் ஸ்டோன் பள்ளியில் சேர்க்கப்பட்டான். அப்போதுதான் பீமுக்கு கேலூஸ்கர் என்பவரின் அறிமுகம் கிடைத்தது. கொஞ்சம் கொஞ்சமாகநெருங்கிப் பழகத் தொடங்கினான். படித்தவர். நல்ல மனிதர்.

படிக்கவேண்டும் என்ற ஆர்வம் இருந்ததே ஒழிய எதையெல் லாம் படிக்கவேண்டும் என்ற விவரம் பீமுக்குத் தெரியவில்லை. அதை அடையாளம் காட்டுவதற்குச் சரியான நபர் இல்லாமல் பீம் திணறிக்கொண்டிருந்த நேரம் அது. வெற்றிடத்தை நிரப்ப வந்தார் கேலூஸ்கர். தன்னுடைய விருப்பங்களை எல்லாம் அவ்வப்போது பட்டியல் போட்டுக் கொண்டே இருந்தான். எல்லாவற்றையும் அமைதியாகக் கேட்டுக்கொள்வார் கேலூஸ்கர்.

பீமின் ஆர்வம் புரிந்துவிட்டது அவருக்கு. அவனுக்கு உகந்த புத்தகங்களை அவர் சிபாரிசு செய்தார். அவர் சொன்ன புத்தகங் களை எல்லாம் நூலகத்தில் இருந்து எடுத்து படிக்கத் தொடங்கி னான். வழிகாட்டியான கேலூஸ்கரே பீமுக்கு சந்தேக நிவாரணி யாகவும் இருந்தார்.

ஆங்கில வார்த்தைகளை எப்படி உச்சரிப்பது என்பது தொடங்கி ஆங்கிலத்தில் எழுதுவது, மொழிபெயர்ப்பது என்று பல விஷயங்களை உட்கார வைத்துக் கற்றுக்கொடுத்த ராம்ஜி, இப்போது தன்னுடைய மகன் படிக்க ஆசைப்பட்ட புத்தகங்களை பல ஊர்களில் இருந்தும் வாங்கிவந்து கொடுத்தார். பீமுக்கு ஒரு புத்தகம் வேண்டும் என்றால் கடன் வாங்கவும் ராம்ஜி தயார்.

இரண்டாவது மொழிப்பாடமாக சமஸ்கிருதத்தை பீம் தேர்வு செய்தபோது ஆசிரியர் வெடித்தார். என்னது? சமஸ்கிருதமா? உனக்கா? அதெல்லாம் முடியாது. போ! தீண்டப்படாத சாதியைச்

சேர்ந்தவர்கள் புனித மொழியான சமஸ்கிருதத்தைப் படிப்பது பாவம். அது சமஸ்கிருத மொழியின் புனிதத்தைக் கெடுத்து விடும். படிப்பது என்ன? மற்றவர்கள் படிப்பதை அருகில் இருந்து கேட்கவும் அனுமதி இல்லை

தூக்கிவாரிப்போட்டது பீமுக்கு. என்ன இது? நாம் என்ன படிக்க வேண்டும் என்பதை நம்முடைய சாதியா முடிவு செய்யமுடியும்? இவர்கள் யார் முடிவெடுப்பதற்கு? இவர்கள் ஏன் நம்மைக் கட்டுப்படுத்துகிறார்கள்? முனகிக்கொண்டே பாரசீக மொழியை விருப்ப மொழியாகத் தேர்வு செய்தான் பீம். கொஞ்சமும் விருப்பமில்லாமல்.

பீமின் கவனம் விரைவில் வரவிருந்த மெட்ரிகுலேஷன் தேர்வு களின் மீது குவிந்திருந்தது. தயாரிப்புப் பணிகளில் மகன் ஈடுபட, ஒத்தாசைக்கு தந்தை ராம்ஜி. உழைப்பு. கூடுதல் உழைப்பு. அதற் கேற்ற பலன் கிடைத்தது. 1907ல் நடந்த மெட்ரிகுலேஷன் தேர்வில் கணிசமான மதிப்பெண்களைப் பெற்று தேர்ச்சி பெற்றான் பீம்.

தீண்டப்படாத வகுப்பைச் சேர்ந்த ஒரு மாணவன் பள்ளிக் கூடத்துக்குள் நுழைவதே சாத்தியம் இல்லை என்று கருதப்பட்ட சமயத்தில் பீம் மெட்ரிகுலேஷன் தேர்ச்சி பெற்றது சந்தேக மில்லாமல் ஓர் அதிசய நிகழ்வு.

மஹர் மக்கள் தங்கள் வீட்டுப் பிள்ளை வெற்றி பெற்றதைப் போல கொண்டாடித் தீர்த்தனர். இத்தனைக்கும் பீம் 750 மொத்த மதிப்பெண்களுக்கு 282 மதிப்பெண்களே பெற்றிருந்தார். எனினும், அந்த மகிழ்ச்சியைக் கொண்டாட விரும்பினார்கள் மஹர் மக்கள். பாராட்டு விழா ஒன்றுக்கும் ஏற்பாடு செய்யப் பட்டது.

விழா தொடங்கியது. நேற்றுவரை பீம் என்ற சிறுவனாக அறிமுகம் ஆகியிருந்தவனை அந்த விழாவில் கலந்துகொண்ட கேலூஸ்கர் உள்ளிட்ட பிரமுகர்களும் பெரியவர்களும் பாராட்டிப் பேசினர். கேலூஸ்கர் விழா மேடையில் பீமுக்குப் புத்தகம் ஒன்றைப் பரிசாகக் கொடுத்தார். அது, கௌதம புத்தரின் வாழ்க்கை வரலாறு.

மெட்ரிகுலேஷன் தேர்வில் வெற்றிபெற்றுவிட்ட பீம் இனி மேல் அவருடைய ஆசிரியர் சூட்டியபடி அம்பேத்கர்.

தன்னுடைய பதினேழு வயது மகனுக்குத் திருமணம் செய்து வைக்க முடிவுசெய்தார் ராம்ஜி. பால்ய விவாகம் வழக்கத்தில் இருந்த காலம் அது.

பல்வேறு வரன்களைப் பார்த்தபிறகு, இறுதியாக, பிக்கு வலங்கர் என்ற சுமைதூக்கும் தொழிலாளியின் மகள் ராமியைத் தேர்வு செய்தார். தந்தை இல்லாத அந்தப் பெண்ணே தன்னுடைய செல்ல மகனுக்குப் பொருத்தமாக இருப்பாள் என்று அவருடைய உள்மனம் சொல்லிவிட்டது.

பார்த்த மாத்திரத்திலேயே அம்பேத்கருக்கு ராமியைப் பிடித்து விட்டது. தலையசைத்து விட்டார். திருமண ஏற்பாடுகள் தொடங்கின. பெண் பார்த்ததைக் காட்டிலும் மண்டபம் பிடிப்பதுதான் பெரிய சவாலாக இருந்தது ராம்ஜிக்கு. ஊரில் இருக்கும் எல்லாத் திருமணக் கூடங்களிலும் தீண்டப்படாத வகுப்பைச் சேர்ந்தவர்கள் திருமணம் செய்துகொள்ள முடியாது. ஓரிரு மண்டப நிர்வாகிகளே பரந்த மனத்துடன் இருந்தார்கள்.

வேறு வழியில்லாமல் வீட்டுக்கு அருகில் உள்ள பைகுல்லா மீன் மார்க்கெட்டைத் திருமணக் கூடமாக மாற்றிவிட முடிவுசெய்தார் ராம்ஜி. பகல் நேரத்து வர்த்தகம் முடிந்ததும் இரவு நேரத்தில் திருமணத்தை வைத்துக் கொள்ளலாம் என்று முடிவானது. மாலை நெருங்கத் தொடங்கியதும் மாப்பிள்ளை மற்றும் பெண் வீட்டுக்காரர்கள் மார்கெட்டுக்குள் நுழையத் தொடங்கினர். ஒரு பக்கம், பெண் வீட்டுக்காரர்கள். இன்னொரு பக்கம், மாப் பிள்ளை வீட்டார்.

தரையில் சாக்கடை நீர் ஓடிக் கொண்டிருந்தது. ஆங்காங்கே போடப்பட்டிருந்த கற்களில் உறவினர்கள் அமர்ந்து கொண் டனர். மண அரங்கமாக மாறிய மீன்மார்கெட்டில் திருமணம் நல்லபடியாக நடந்துமுடிந்தது. மணமகள் ராமியின் பெயர் ராமாபாய் என்று மாற்றப்பட்டது.

தொடர்ந்து மேல்படிப்பு படிக்க விரும்பினார் அம்பேத்கர். ஆனால், பணம் இல்லை. அவர் நம்பியிருந்தது கேலூஸ்கரை. அவருக்கு பரோடா மன்னர் சாயாஜிராவ் கெய்க்வாட்டுடன் நல்ல பழக்கம் இருந்தது. கேலூஸ்கர் கைநீட்டும் நபருக்கு உதவி செய்யத் தயங்காதவர் மன்னர். அவரை அணுகினார் அம்பேத்கர்.

கண்களை மூடி சில நொடிகள் யோசித்தார் கேலூஸ்கர். மன்னர் கெய்க்வாட் பம்பாய் டவுன்ஹால் கூட்டத்தில் பேசும்போது உயர்கல்வி படிப்பதற்குத் தகுதி கொண்ட தீண்டப்படாத சாதியைச் சேர்ந்த மாணவனுக்கு உதவி செய்வதற்குத் தான் தயாராக இருப்பதாகக் கூறியிருந்தது சட்டென்று நினைவுக்கு வந்தது.

அம்பேத்கரின் தோள்களைத் தட்டிக்கொடுத்த கேலூஸ்கர், 'வா, மன்னரைச் சென்று சந்திக்கலாம்' என்று சொல்லி அவரை அழைத்துக்கொண்டு புறப்பட்டார்.

அம்பேத்கரைப் பற்றியும் அவனுடைய குடும்ப சூழல் பற்றியும் அவனுடைய ஆர்வம் பற்றியும் விரிவாக எடுத்துச் சொன்னார் கேலூஸ்கர். அம்பேத்கரின் மேல் படிப்புக்காக மாதம் ஒன்றுக்கு இருபத்தைந்து ரூபாய் தருவதற்கு ஒப்புக்கொண்டார் மன்னர்.

அப்போது எல்பைன்ஸ்டோன் கல்லூரியில் சேர்ந்து படித்துக் கொண்டிருந்தார் அம்பேத்கர். என்னதான் மன்னரிடம் இருந்து உதவித்தொகை வந்தாலும்கூட அவ்வப்போது கூடுதல் பணம் தேவைப்பட்டது. அப்போதெல்லாம் வீட்டில் இருந்த சின்னச் சின்ன நகைகள் வட்டிக்கடைக்கு வாடகைக்குச் சென்றன.

எல்பைன்ஸ்டோன் கல்லூரியில் இரண்டு பேராசிரியர்கள் அம்பேத்கர் மீது அன்பு செலுத்தினர். இரானி மற்றும் முல்லர். குறிப்பாக முல்லர் கூடுதல் நேசத்தை வெளிப்படுத்தினார். தன்னுடைய ஆடைகளை பீமுடன் பகிர்ந்துகொள்ளும் அளவுக்கு பரஸ்பர நெருக்கம் இருந்தது.

கல்லூரியில் பீம் படித்துக்கொண்டிருக்கும்போது ராம்ஜி சக்பால் தன்னுடைய வீட்டை இன்னொரு பகுதிக்கு மாற்றினார். எதிரெதிரே இருக்கும் இரண்டு அறைகள் கொண்ட வீடு அது. ஒரு அறை வரவேற்பறை, படிப்பறை. மற்றொன்று, பிற உபயோகங்களுக்காக.

ஒரு முறை, கல்லூரி நூலகத்தில் தொடர்ந்து வாசித்துக்கொண்டு இருந்த அம்பேத்கருக்குத் திடீரென பசி எடுத்தது. லேசாகத் தலை வலிப்பது போலவும் தெரிந்தது. சரி, ஒரு தேநீர் குடிக்கலாம். கிளம்பினார். உணவகத்துக்குள் நுழைந்து தேநீர் ஆர்டர் செய்து விட்டு நாற்காலியில் அமர்ந்தார். ஐந்து நிமிடம். பத்து நிமிடம். அவருக்குப் பிறகு வந்தவர்கள் எல்லாம் தேநீர் அருந்திவிட்டுக்

கிளம்பியிருந்தனர். அம்பேத்கர் மட்டும் ஒரு கோப்பை தேநீருக் காகக் காத்துக் கொண்டிருந்தார். வரவே இல்லை. எழுந்துபோய் கேட்டார்.

'உங்களைப் போல ஆசாமிகளுக்கெல்லாம் தேநீர் கொடுக்க முடியாது.'

சுவற்றில் அடித்த பந்துபோல மீண்டும் நூலகத்துக்கு வந்து உட்கார்ந்தார். பசி பறந்து போயிருந்தது. பதிலுக்கு, மன அழுத்தம். தேநீர் இல்லாவிட்டால் படிக்க முடியாதா? இல்லை, உயிர் வாழத்தான் முடியாதா? திடகாத்திரமான மனம் இருந்தால் எதுவும் சாத்தியம். தனக்குள் சொல்லிக்கொண்டே வீட்டுக்கு வந்தவர் படிப்பறைக்குள் தன்னை முடக்கிக் கொண்டார்.

அவருக்கென்றே பிரத்யேகமாக உருவாக்கப்பட்டிருந்த அறை அது. அங்கே அவருக்கும் அவருடைய புத்தகங்களுக்குமே இடம் சரியாக இருந்தது. நள்ளிரவில் மட்டும்தான் படிக்கமுடியும் என்ற சூழ்நிலை இல்லை. எப்போதும் படிக்கலாம். பட்டப்படிப்புக்கான தயாரிப்புகளில் அதிக உழைப்பையும் நேரத்தையும் முதலீடு செய்ய முடிந்தது. அதற்கான பலன் 1912ல் கிடைத்தது. அம்பேத்கர் இப்போது பட்டதாரி அம்பேத்கர்.

பட்டப்படிப்பை முடித்ததும் உடனடியாக வேலைக்குச் செல்லவேண்டும் என்று விரும்பினார். ஆனால் ராம்ஜிக்கோ அதில் துளியும் விருப்பமில்லை. பார்ப்பனர்களின் ஆதிக்கத்துக்கு மத்தியில் வேலை பார்ப்பது அத்தனை சுலபமான காரியம் இல்லை. கொஞ்சம் பொறுமையாக இரு. நல்ல வேலை வேறு கிடைக்கும் என்றார் பழுத்த அனுபவஸ்தரான ராம்ஜி.

அம்பேத்கர் இந்த யோசனையை ஏற்றுக்கொள்ளவில்லை. பரோடா மாகாண அரசிடம் வேலை கேட்டு விண்ணப்பம் அனுப்பினார். உடனடியாக வேலை கிடைத்துவிட்டது. ராணுவத்தில் லெஃப்டினண்ட் வேலை.

உற்சாகம் கொப்பளிக்க பரோடா புறப்பட்டார். சரியாக பதினைந் தாவது நாள். ஊரிலிருந்து தந்தி வந்தது. 'ராம்ஜிக்கு உடல்நிலை சரியில்லை. உடனடியாகப் புறப்பட்டு வரவும்.'

வீட்டுக்குள் நுழைந்தபோது ராம்ஜி படுத்த படுக்கையாகக் கிடந் தார். இவரைப் பார்ப்பதற்காகவே காத்துக்கொண்டு இருந்தவர் போல பிப்ரவரி 2, 1913 அன்று மரணம் அடைந்தார் ராம்ஜி.

# 3

## நான் ஓர் இந்து!

குடும்பத்தைக் காப்பாற்ற வேலைக்குப் போவதா? அல்லது தொடர்ந்து படிப்பதா? குழம்பி தவித்தபோது, பரோடா மன்னர் ஏழை மாணவர்கள் சிலரைத் தன்னுடைய சொந்த செலவில் அமெரிக்காவுக்கு அனுப்பி மேற்படிப்பு படிக்க வைக்க இருக்கும் தகவல் அம்பேத்கரின் கவனத்துக்கு வந்தது. அதுவும், புகழ் பெற்ற கொலம்பியா பல்கலைக் கழகத்தில். எதிர்காலம் குறித்து லேசான நம்பிக்கைக் கீற்று தென்படுவது போல இருந்தது.

மன்னரைச் சந்தித்துப்பேசினார். விண்ணப்பம் ஒன்றையும் கொடுத்தார். மேலும் சிலரும் விண்ணப்பம் கொடுத்திருந்தனர். பலகட்டத் தேர்வுகளுக்குப் பிறகு அம்பேத்கரோடு சேர்த்து மொத்தம் நான்கு மாணவர்களை அமெரிக்காவுக்கு அனுப்புவது என்று பரோடா மன்னர் முடிவுசெய்தார்.

வெறுமனே உதவித்தொகை தருவதோடு எந்த அரசரும் நிறுத்திக்கொள்ள மாட்டார்கள். சில நிபந்தனைகளையும் விதிப்பார்கள். இதுதான் ராஜ வழக்கம். பரோடா மன்னரும் அவ்வண்ணமே. அமெரிக்கா செல்லும் மாணவர்கள் நால்வருக்கு மட்டும் பிரத்யேகமாக ஒப்பந்தம் ஒன்று தயார் செய்யப்பட்டது.

அமெரிக்கப் படிப்பை ஒழுங்கான முறையில் படித்து முடிப்பேன். படிப்பு முடித்ததும் பத்து ஆண்டுகளுக்கு பரோடா

மன்னரிடம் வேலை பார்ப்பேன். பரோடா அரசின் கல்வித்துறை துணை அமைச்சர் முன்னிலையில் ஜூன் 4, 1913 அன்று அந்த ஒப்பந்தத்தில் கையெழுத்திட்டார் அம்பேத்கர். அப்போது அவருக்கு வயது 22.

அமெரிக்காவின் நியூயார்க் நகரில் கால் பதித்தபோது அம்பேத்கர் மனத்துக்குள் பெருமையாக இருந்தது. கொலம்பியா பல்கலைக் கழகத்துக்குச் சொந்தமான ஹார்ட்லே ஹால் ரெஸிடென்ஸியில் சில காலம் தங்கினார். பிறகு தன்னுடைய இருப்பிடத்தை காஸ்மோபாலிடன் கிளப்புக்கு மாற்றிக் கொண்டார். நவேல் பதேனா என்பவரின் நட்பு அங்கேதான் அம்பேத்கருக்குக் கிடைத்தது. அவருடன் சேர்ந்து லிவிங்ஸ்டோன் ஹால் ரெஸிடென்ஸி என்ற இடத்தில் தங்கிக்கொண்டார். அங்கு வந்ததும் தேவால் என்ற நண்பரும் கிடைத்தார். நண்பர்களுடன் பழகிய அம்பேத்கருக்கு ஆரம்பத்தில் பிடிக்காத மாட்டிறைச்சியும் பழகி விட்டது.

மற்றவர்களுடன் பழகுவதில் இதுவரை இல்லாத சுதந்தரத்தை அம்பேத்கரால் அமெரிக்காவில் உணர முடிந்தது. சக மாணவர்கள் சகஜமாகத் தோளில் கைபோட்டு நடந்தனர். துளியும் முகம் சுளிக்காமல் அருகில் அமர்ந்து சாப்பிட்டனர். பேருந்தில் ஒன்றாகப் பயணம் செய்தனர். சாதி வேறுபாட்டுக் கொடுமையை இந்தியாவில் அனுபவித்த அவருக்கு அமெரிக்க அனுபவங்கள் முற்றிலும் புதிது. முழுவதும் வித்தியாசம். எல்லாம் நன்மைக்கே!

நண்பர்கள், சக மாணவர்கள் அத்தனைபேரும் குளிர்பானங்களிலும் புகைப் பழக்கத்திலும் பணத்தை செலவழித்துக் கொண்டிருந்தனர். அம்பேத்கர் தன் பணத்தை பெரும்பாலும் புத்தகங்களில் முதலீடு செய்யத் தொடங்கினார். அநாவசியமாக ஊர் சுற்றுவதில் அவருக்கு நாட்டம் இல்லை. நண்பர்கள் வலியுறுத்துவார்கள். ம்ஹூம். சிரித்துக்கொண்டே நாசூக்காகத் தவிர்த்துவிடுவார்.

அவருடைய சாப்பாடு மிகவும் எளிமையானது. காரணம், தனக்கு வரும் உதவித் தொகையில் பெரும்பாலான பகுதியை வீட்டுக்கு அனுப்பவேண்டிய நிர்பந்தம் இருந்தது. இரண்டு ரொட்டித் துண்டுகள். ஒரு கறித்துண்டு அல்லது மீன்துண்டு. முடிந்ததும் கொஞ்சம் காபி அல்லது தேநீர். அதற்கே ஒரு டாலர் பத்து

செண்ட் செலவாகிவிடும். தேநீரை மட்டுமே தன்னுடைய நிரந்தரத் தோழனாக வைத்துக்கொண்டார். அதிகம் பசி இருந்தால் ரொட்டி, மீன், தேநீர் எல்லாம் கொஞ்சம் கூடுதலாகவே உள்ளே போய்விடும்.

அமெரிக்கா வந்தபிறகு கண்ணாடி அணியத் தொடங்கி இருந்தார் அம்பேத்கர். அமெரிக்கா புறப்பட்டபோது அம்பேத்கரின் மனைவி ராமாபாய் கருவுற்று இருந்தார். சில மாதங்களில் குழந்தை பிறந்தது. ஆண் குழந்தை. ரமேஷ் என்று பெயர். ஆனால் வெகுவிரைவிலேயே அந்தக் குழந்தை இறந்துவிட்டது.

அமெரிக்கப் பேராசிரியர்கள் அம்பேத்கரை வெகுவாகக் கவர்ந்து விட்டனர். அவர்களுடைய பேச்சுகள். பழக்கவழக்கங்கள். அறிவு. தவிரவும், இந்தியாவில் அவர் அனுபவித்த இனப்பாகுபாடு, அவமானம் எதுவுமே அங்கு தென்படவில்லை. நேற்று வரை அவர் அனுபவித்த சாதிக்கொடுமைகளின் வாசனைகூட இந்தப் பகுதியில் இல்லை என்பது ஆச்சரியத்தைக் கொடுத்திருந்தது. புதிய பூமிக்கு வந்திருப்பது போல உணர்ந்தார். உற்சாகமாக இயங்கினார்.

வரலாறு, சமூகவியல், தத்துவம், மனோதத்துவம் உள்ளிட்ட துறைகளில் அதிக ஆர்வம் செலுத்தினார். ஜான் ட்யூ மற்றும் செலிக்மேன் ஆகியோர் அம்பேத்கரின் மனத்தைக் கொள்ளை கொண்ட பேராசிரியர்கள். செலிக்மேன் எந்தப் பாடத்தை எடுத்தாலும் அந்த வகுப்பில் அம்பேத்கர் இருப்பார். அதற்காகவே கல்லூரி நிர்வாகத்திடம் சிறப்பு அனுமதி பெற்றிருந்தார் அம்பேத்கர்.

படித்துக் கொண்டிருந்தது அமெரிக்காவில். ஆனால் சிந்தனையோ முழுக்க முழுக்க இந்தியாவைப் பற்றியே இருந்தது. ஆய்வுக்கு எடுத்துக்கொண்ட தலைப்புகளும் இந்தியப் பிரச்னைகள்தான். முக்கியமாக, இந்தியாவில் இருக்கும் சாதி முறை அவரை அதிகம் சிந்திக்கச் செய்தது. கடந்த காலங்களில் பட்ட வலி. ரணம். ஆகவே, அதையே ஆய்வு செய்யவேண்டும் என்று நினைத்துக் கொண்டிருந்தார்.

கிழக்கிந்திய கம்பெனி பற்றிய ஆய்வுக் கட்டுரை ஒன்றைத் தன்னுடைய முதுகலைப் பட்டத்துக்காக சமர்ப்பித்தார். புராதன இந்தியாவின் வர்த்தகம் என்ற பெயரில் எழுதிய ஆய்வுக் கட்டுரைக்காக அவருக்கு 1915ல் எம்.ஏ பட்டம் கிடைத்தது.

அந்தச் சமயத்தில் இந்தியாவில் சாதிகள், அவற்றின் தோற்றம், வளர்ச்சி ஆகியன பற்றிய புத்தகங்களைத் தேடித்தேடிப் படித்துக் கொண்டிருந்தார் அம்பேத்கர். இரண்டாயிரத்தை தாண்டியது புத்தக எண்ணிக்கை.

அமெரிக்காவில் லாலா லஜபதி ராயை சந்திக்கும் வாய்ப்பு கிடைத்தது. இந்தியா குறித்தும் இந்தியர்களின் போராட்டம் குறித்தும் பேசினார். இந்திய சுதந்தரப் போராட்டத்தில் நீங்கள் ஈடுபடவேண்டும் என்று அம்பேத்கரிடம் சொன்னார் லஜபதி ராய். மறுத்துவிட்டார் அம்பேத்கார். சட்டம், பொருளாதாரம் இரண்டும்தான் இப்போதைக்குப் பிரதானம் என்று நினைத்துக் கொண்டார்.

கொலம்பியா பல்கலைக் கழகத்தில் படிப்பு முடிந்ததும் லண்டனுக்குச் சென்று படிக்க விரும்பினார். 1916 ஜூனில் அமெரிக்காவில் இருந்து புறப்பட்டு லண்டனுக்குச் சென்றார். அக்டோபர் மாதத்தில் கிரேஸ் இன் என்ற சட்டக் கல்லூரில் சேர்ந்தார். சட்டப் படிப்பு தொடங்கியது. கூடவே, லண்டன் பொருளாதாரப் பள்ளியிலும் சேர்ந்துகொண்டார்.

திடீரென ஒரு சறுக்கல். பரோடா திவான் அனுப்பிய கடிதம் அம்பேத்கருக்கு வந்து சேர்ந்தது. 'கல்விக்கான உதவித்தொகை வழங்குவதற்காக நிர்ணயிக்கப்பட்ட காலக்கெடு முடிந்து விட்டது. ஆகவே, உடனடியாக பரோடா திரும்புங்கள். உங்களுக்கான பணி காத்திருக்கிறது.'

நீண்டகால கனவு மீதும் நம்பிக்கை மீதும் விழுந்த அடி. பேராசிரியர் எட்வின் கேனானிடம் பேசினார் அம்பேத்கர். பல்கலைக் கழக நிர்வாகத்திடம் தனக்கு இருக்கும் செல்வாக்கைப் பயன்படுத்தி உதவி புரிவதாக வாக்களித்தார் பேராசிரியர். உதவி கிடைத்தது. பண உதவி அல்ல, கால நீட்டிப்பு உதவி. 1917 அக்டோபரில் இருந்து நான்கு ஆண்டுகளுக்கு காலக்கெடு அளிக்கப்பட்டது. குறிப்பிட்ட காலக்கெடுவுக்குள் வந்தால் படிப்பைத் தொடர லண்டன் பல்கலைக் கழகம் அனுமதிக்கும்.

இந்தியாவுக்குத் திரும்பிப்போவது. நான்கு ஆண்டுகளுக்குள் பொருளாதார நிலைமையை மேம்படுத்திக்கொள்வது. மீண்டும் அமெரிக்கா திரும்பி படிப்பைத் தொடர்வது. இதுதான் அம்பேத்கரின் திட்டம்.

இந்தியா திரும்பிய நேரம், மணி ஆர்டர் ஒன்று வந்தது. தாமஸ் குக் என்ற நிறுவனத்திடம் இருந்து. அமெரிக்காவில் இருந்து புறப்பட்டபோது அந்த நிறுவனத்தின் மூலமாகவே தன்னுடைய உடைமைகளை அனுப்பியிருந்தார் அம்பேத்கர். உடைமைகள் என்றால் புத்தகங்கள். இந்த உடைமைகள் தொலைந்துபோய் விட்டன. அதனால், நஷ்ட ஈடாகக் கொஞ்சம் பணம் கொடுத்திருந் தார்கள்.

அந்தப் பணத்தில் கொஞ்சம் பரோடா பயணத்துக்கு எடுத்துக் கொண்டு, மீதமிருந்ததை குடும்ப செலவுக்காக மனைவி ராமாபாயிடம் கொடுத்துவிட்டுப் புறப்பட்டார் அம்பேத்கர். ரயில் மூலமாகப் பரோடா செல்லத் திட்டமிட்டிருந்தார். கூடவே, சகோதரர் பலராமையும் அழைத்துச் சென்றார்.

படித்த மனிதர்கள், பெரிய மனிதர்கள் பரோடாவுக்கு வந்தால் ரயில் நிலையத்தில் ராஜ மரியாதை கொடுக்கப்படும். பரோடா மன்னரும் அம்பேத்கரை மேள தாளத்துடன் வரவேற்க தனது பணியாளர்களை ரயில் நிலையத்துக்கு அனுப்ப உத்தரவிட்டிருந் தார். ஆனால், பெட்டி, படுக்கை சகிதம் தனது சகோதரருடன் பரோடா வந்து இறங்கியபோது, ரயில் நிலையம் வெறிச்சோடிக் கிடந்தது. அவரை வரவேற்க ரயில் நிலையத்துக்கு யாரும் வரவில்லை. தீண்டப்படாதவரை எதற்கு வரவேற்கவேண்டும் என்று செல்லாமல் இருந்துவிட்டார்கள் பணியாளர்கள்.

முதலில் தங்குவதற்கு இடம் வேண்டும். அதன்பிறகு மன்னரைச் சந்தித்துப் பேசலாம். சகோதரருடன் சேர்ந்து இடம் தேடும் படலம் தொடங்கியது. கண்ணில் தென்பட்ட விடுதிகளுக் கெல்லாம் சென்றார். எவரும் இடம் கொடுப்பதாக இல்லை. ஒவ்வொரு படியாக ஏறி இறங்கிய வலி ஒருபக்கம். விடுதி உரிமையாளர்களின் கேலிப்பேச்சுகள் இன்னொரு பக்கம்.

எல்லா விடுதியிலும் பணம் இருக்கிறதா என்று கேட்கிறார்களோ இல்லையோ, நீங்கள் தீண்டப்படாதவரா என்று கேட்கத் தவறவில்லை. இறுதி வாய்ப்பு என்று நினைத்துக் கொண்டு ஒரு விடுதிக்குள் நுழைந்தார். நுழைந்தபிறகுதான் தெரிந்தது அது பார்சிகள் நடத்தும் விடுதி என்று. அதனால் என்ன? தன்னையும் ஒரு பார்சி என்றே சொல்லிக்கொண்டார். இடம் கிடைத்தது.

முகம் முழுக்கப் புன்னகையுடன் அம்பேத்கரை வரவேற்றார் பரோடா மன்னர். அமெரிக்கா செல்வதற்கு முன்னர் நடத்தப்

பட்ட நேர்முகத் தேர்வுகளின்போதே அம்பேத்கர் மன்னரை வெகுவாகக் கவர்ந்திருந்தார். அவரிடம் ஒரு பொறி இருப்பதாக அமைச்சர்களிடம் சிலாகித்திருந்தார். தற்போது தான் அனுப்பிய கடிதத்தை மதித்து, படிப்பைப் பாதியிலேயே நிறுத்திவிட்டு வந்து சேர்ந்ததில் அவருக்கு பரம சந்தோஷம்.

மெத்தப் படித்த, சுறுசுறுப்பான, திறமைகள் நிறைந்த மனிதரான அம்பேத்கரைத் தனக்கு அருகிலேயே வைத்துக்கொள்ள விரும்பினார். அதன்படி, ராணுவ செயலாளராக அவரை நியமனம் செய்தார் மன்னர். உண்மையில் அவரைத் தன்னுடைய நிதி அமைச்சராக வைத்துக்கொள்ள வேண்டும் என்பதுதான் மன்னரின் ஆவல். ஓரளவுக்கு அனுபவம் பெறட்டும். அதற்கு ராணுவச் செயலாளர் பதவியை வெள்ளோட்டமாக இருக்கட்டும் என்று நினைத்துக்கொண்டார்.

எத்தனை பெரிய படிப்பாக இருந்தால் என்ன? எத்தனை உயர்ந்த பதவியாக இருந்தால் என்ன? சாதிவெறிக்கு முன்னால் எல்லாமே துச்சம்தான் என்பதை பரோடா அரண்மனைப் பணியாளர்கள் நிரூபித்தனர். நீ எத்தனை பெரிய பதவிக்கு வந்தாலும் சரி. உன்னை நாங்கள் மதிக்க முடியாது. மரியாதை கொடுக்க முடியாது. உன்னுடைய சொற்களைக் கேட்டு நடக்க முடியாது. உனக்கு சேவகம் செய்யமுடியாது. வார்த்தைகளாகச் சொல்லாமல் செயல்பாடுகள் மூலமே தங்களுடைய எண்ணத்தை அம்பேத்கருக்கு உணர்த்தத் தொடங்கினர்.

அலுவல் தொடர்பாக சில கோப்புகள் உடனடியாகத் தேவைப் பட்டன. கடைநிலைப் பணியாளரிடம் அந்தக் கோப்புகளை எடுத்துவரச் சொன்னார். சில நொடிகளில் மேஜை மீது கோப்பு கள் வந்து விழுந்தன. அதிர்ச்சியாக இருந்தது அவருக்கு. ஏன் என்று கேட்கவில்லை. கேட்டால் மஹர் என்பார்கள். தீட்டு என் பார்கள். எதற்கு வம்பு என்று நினைத்துக்கொண்டு அலுவலில் மூழ்கினார்.

தாகம் எடுத்தது. தண்ணீர் பானையைத் தேடினார். தட்டுப்பட வில்லை. வைக்கமுடியாது என்று சொல்லிவிட்டார்கள். வைத்தால், குடித்துவிடுவாராம். பல்லைக்கடித்துக் கொண்டார். வேலைகள் முடிந்ததும் விடுதிக்குக் கிளம்பினார். இதற்காகவே காத்துக்கொண்டிருந்ததுபோல சில பணியாளர்கள் அம்பேத் கரின் அறைக்குள் தண்ணீர், துடைப்பம் சகிதம் நுழைந்தனர்.

அவர் அமர்ந்திருந்த நாற்காலி மற்றும் நடந்துசென்ற இடங் களைத் தண்ணீர் விட்டுக் கழுவினர். நடக்கும் கூத்தைப் பார்க்கப் பார்க்க நெஞ்சு புடைக்கத் தொடங்கியது.

பரோடாவில் இருந்து உடனே வெளியேறிவிடவேண்டும். இனி யும் இங்கிருப்பதைப் போன்ற அவமானம் பொதிந்த காரியம் எதுவும் இல்லை. ஆனால் மன்னருடன் அவர் செய்துகொண்ட ஒப்பந்தம் தடுத்து நிறுத்தியது. வெறுத்துப்போன அம்பேத்கர் நேரே விடுதிக்குச் சென்றார். சில நிமிடங்களில் விடுதி நிர்வாகி அறைக்குள் நுழைந்தார்.

'என்ன அம்பேத்கர், நீங்கள் பார்சிதானா?'

அவருடைய முகத்தைப் பார்ப்பதற்கே வெறுப்பாக இருந்தது பீமாராவுக்கு.

'ஆமாம், நான் பார்சியும் இல்லை. பிராமணனும் இல்லை. என்ன செய்யச் சொல்கிறீர்கள்?'

'எனில், என்னை ஏமாற்றி விடுதிக்குள் நுழைந்துள்ளீர்கள். அப்படித்தானே. உடனே விடுதியைக் காலி செய்துவிடுங்கள்' என்றார் விடுதி நிர்வாகி. சட்டென்று சுதாரித்த அம்பேத்கர், அவரிடம் கொஞ்சம் இறங்கிவந்து பேசினார்.

'என்னால் உங்கள் விடுதிக்கு எந்த ஆபத்துமில்லை. தவிரவும், இங்கே வேறு எவரும் வாடகைக்கு வரவில்லை. நான் மட்டும் தான். வாடகையும் தருகிறேன். என்னை அனுமதித்துவிடுங ்களேன்.'

அம்பேத்கரின் பேச்சில் இருக்கும் நியாயம் விடுதி நிர்வாகியை இறங்கிவர வைத்தது.

ஒருநாள் அலுவலகப் பணிகளை முடித்துக்கொண்டு விடுதிக்குத் திரும்பியபோது விடுதி வாசலில் ஒரு கும்பல் அவருடைய வருகைக்காகக் காத்துக்கொண்டிருந்தது.

'நீ யார்? எந்த சாதி? பார்சி இல்லை என்று தெரியும். உண்மையைச் சொல்.'

கைகளில் கனத்த தடிகள். கொம்புகள். முகத்தில் கட்டுக்கடங்காத கோபம். வந்திருப்பதன் நோக்கம் புரிந்துவிட்டது அவருக்கு. நிதானத்தை வரவழைத்துக்கொண்டு அவர்களிடம் பேசினார்.

'நான் ஓர் இந்து.'

'இல்லை. நீ ஒரு தீண்டப்படாத சாதியைச் சேர்ந்தவன். பொய் சொல்லி பார்சி விடுதிக்குள் நுழைந்துவிட்டாய். விடுதியின் புனிதத்தையும் கெடுத்துவிட்டாய். இனியும் விடுதிக்குள் உன்னை அனுமதிக்க முடியாது. உடனடியாக இங்கிருந்து வெளியேறு.'

கனத்த இதயத்துடன் பெட்டிப் படுக்கைகளைத் தூக்கிக்கொண்டு விடுதியில் இருந்து வெளியேறினார். புழுதி படிந்த நடுத்தெரு மட்டுமே அவருக்கு அப்போதைக்கு இருந்த ஒரே அடைக்கலம். இதயம் வெடித்துவிடுவது போல இருந்தது. மஹர் என்ற தீண்டப் படாத சாதியில் பிறந்த தனக்கு இந்து மதமும் இந்து சமூகமும் தந்துள்ள தண்டனையை நினைத்துப் புழுங்கத் தொடங்கினார்.

கேலூஸ்கரிடம் பேசினார். 'கவலைப்படவேண்டாம். என் னுடைய நண்பர் பரோடாவில்தான் இருக்கிறார். நல்ல மனிதர். உதவும் உள்ளம் கொண்டவர். பெயர், ஜோஷி. அவரிடம் பேசிப் பார்க்கிறேன். அநேகமாக அவருடைய வீட்டில் நீ ஒரு பேயிங் கெஸ்டாகத் தங்கிக்கொள்ள வேண்டியிருக்கும். ஒன்றும் பிரச்னை இல்லையே?'

ஜோஷிக்கு அதில் முழுச் சம்மதம். பரோடாவுக்கு ரயிலேறி விட்டார் அம்பேத்கர். கடந்தமுறை ரயில்நிலையத்தில் தன்னை யாரும் வரவேற்கவில்லை. இந்தமுறை என்னாகுமோ என்று நினைத்துக்கொண்டே இறங்கினார். வரவேற்பதற்கு ஒருவர் வந் திருந்தார். கையில் ஒரு கடிதம். படித்தார். ஜோஷி எழுதி யிருந்தார்.

'நீங்கள் எங்கள் வீட்டில் தங்கிக்கொள்ளவேண்டும் என்பது என் னுடைய ஆவல். துரதிருஷ்டம் என்னவென்றால் என்னுடைய மனைவிக்கு உங்களைத் தங்கவைப்பதில் கருத்துவேறுபாடுகள் இருக்கின்றன. மன்னித்துக்கொள்ளுங்கள்.'

தன்னுடைய தந்தை ராம்ஜியின் கனவு, உயர்ந்த படிப்புதானே தவிர, பரோடா உத்தியோகம் இல்லை என்பதை ஒருமுறை நினைத்துப்பார்த்துக்கொண்டார் அம்பேத்கர். டிக்கெட் கவுண்ட் டரை நோக்கி நகர்ந்தபோது அவருடைய இதயம் கனத்திருந்தது!

# 4

# சௌத்பரோ சாட்சியம்

அமெரிக்க படிப்பு இந்துச் சமூகத்தின் பார்வையில் தனது தகுதியை எந்தவகையிலும் உயர்த்தவில்லை என்பதைக் கண்டு கொண்டார் அம்பேத்கர். பரோடா சமஸ்தான வேலையை நிர்பந்தங்களுக்கு மத்தியில் உதறியிருந்தார். இந்நிலையில், சிற்றன்னை உடல்நிலை பாதிக்கப்பட்டு படுத்த படுக்கையாகக் கிடந்தார். முன்னர் வெறுத்த பெண்மணி. இப்போது வெறுக்க முடியவில்லை. அருகிலேயே இருந்து அவரைக் கவனித்துக் கொண்டார். அவர் இறந்தபோது, இறுதிச் சடங்குகள் அனைத்தையும் அம்பேத்கரே செய்துமுடித்தார்.

அவ்வப்போது சிறு சிறு வேலைகளை எடுத்துக்கொண்டார். குடும்பம் நடத்தப் பணம் வேண்டும். பெரிய மனிதர்கள் சிலருக்குக் காரியதரிசியாக வேலை பார்த்தார். கணக்குப்பிள்ளை வேலை கிடைத்தாலும் ஒதுக்கவில்லை. மகிழ்ச்சியுடன் ஏற்றுக் கொண்டார். மாலை நேரத்தில் வீட்டிலேயே வைத்து மாணவர் களுக்கு டியூஷன் எடுக்கத் தொடங்கினார்.

பங்குத் தரகர்களுக்கு ஆலோசனைகள் வழங்கும் வேலையிலும் தன்னை ஈடுபடுத்திக் கொண்டார். நல்ல வருவாய் வரத் தொடங்கியது. ஆனால், அங்கும் பிரச்னை எழுந்தது. போயும் போயும் தீண்டப்படாத சாதியைச் சேர்ந்த ஒருவரிடம் போய் ஆலோசனை கேட்கலாமா?

யாரோ ஒருவர் நெருப்பைப் பற்றவைத்திருந்தார். அவ்வளவு தான். அம்பேத்கரைத் தேடி வரும் பங்குத் தரகர்களின் எண்ணிக்கை சடசடவெனக் குறைந்துபோனது. இந்த வேலையை கைவிட்டுவிட்டு பார்ஸி இனத்தைச் சேர்ந்த ஒருவரிடம் ஆடிட்டராக செயல்படத் தொடங்கினார்.

சில ஆண்டு இடைவெளியில் இரண்டு குழந்தைகள் பிறந்தன. கங்காதரன் என்று பெயர் வைக்கப்பட்ட குழந்தை உடனே இறந்துவிட்டது. அடுத்ததாகப் பிறந்த யசுவந்தனுக்கு விட்டு விட்டு நோய் தாக்குதல் இருந்ததால்,மருந்து மாத்திரைகளுக்கு அதிகம் செலவு செய்ய வேண்டியிருந்தது. அம்பேத்கருக்கு அதிகம் சிரமம் கொடுக்காமல் எல்லாவற்றையும் தானே பார்த்துக்கொண்டார் ராமாபாய்.

•

பம்பாயில் இருக்கும் சைதன்ஹாம் கல்லூரியில் பொருளியல் வர்த்தகப் பிரிவில் பேராசிரியர் வேலை காலியாக இருக்கும் தகவல் அம்பேத்கருக்குக் கிடைத்தது. பிடித்துக்கொள்ளக் கொம்பு கிடைத்துவிட்ட மகிழ்ச்சி. உடனடியாக விண்ணப்பம் செய்தார். கிடைத்துவிட்டது. மாதம் நானூற்றைம்பது ரூபாய் சம்பளம். குடும்பத்தை நடத்துவதற்குப் போக மீதமிருக்கும் பணத்தை சேமித்து, அதன்மூலம் பாதியில் விடப்பட்ட லண்டன் சட்டப் படிப்பைத் தொடரலாம் என்ற நம்பிக்கை முளைக்கத் தொடங்கியது.

அந்த உற்சாகத்துடனேயே கல்லூரி வகுப்பறைக்குள் நுழைந்தார். தங்களுடைய விரிவுரையாளர் தீண்டப்படாத சாதியைச் சேர்ந்தவர் என்ற தகவல் முன்கூட்டியே மாணவர்களுக்குத் தெரிந்திருந்தது. அலட்சியம் அவர்களை ஆக்கிரமித்துக்கொண்டது. அதே மனோபாவத்துடன் அம்பேத்கரை எதிர்கொள்ளத் தயாராகினர்.

சரளமான மொழி, ஆளுமை நிறைந்த பேச்சு, கம்பீரம் தழுவிய குரல். இவற்றுக்கு முன்னால் மாணவர்களின் அலட்சியம் தகர்ந்துபோனது. அம்பேத்கர் பாடம் நடத்திய விதம், சந்தேகங்களைக் கையாண்ட நுணுக்கம் எல்லாமே மற்ற பேராசிரியர்களிடம் இருந்து அவரை வித்தியாசப்படுத்திக் காட்டின.

கல்லூரிக்கு வந்த புதிதில் அவரை வேண்டா வெறுப்பாகப் பார்த்த அத்தனை மாணவர்களையும் மனரீதியாக நெருங்கி யிருந்தார் அம்பேத்கர்.

அவருடைய ஆற்றல் செவிவழிச் செய்தியாக மற்ற கல்லூரிகளுக் கும் பரவத் தொடங்கியது. அங்குள்ள மாணவர்கள் தங்கள் கல்லூரி நிர்வாகத்திடம் சிறப்பு அனுமதி பெற்று, அவருடைய வகுப்புக்கு வந்து பாடம் கற்கத் தொடங்கினர்.

வகுப்பில் மாணவர்களைக் கட்டிப்போடும் வித்தை அவருக்கு இயற்கையாகவே அமைந்திருந்தது. மாணவர்களுக்குப் பிடித்த மான விரிவுரையாளராக மாறிப்போனார் அம்பேத்கர். இது போதாதா? ஆத்திரம் வந்துவிட்டது மற்ற விரிவுரையாளர் களுக்கு.

பதறத் தொடங்கினர். தங்களுடைய மதிப்பும் மரியாதையும் களவாடப்படுவதாக நினைத்து புழுங்கத் தொடங்கினர். அம்பேத்கருக்குக் கடிவாளம் போட்டே தீரவேண்டும். என்ன செய்யலாம்?

தீண்டப்படாத சாதியைச் சேர்ந்த நீங்கள் ஆசிரியர் ஓய்வறையில் இருக்கும் தண்ணீரைக் குடிக்கக் கூடாது. அங்கே வைத்து சாப் பிடக் கூடாது. அங்கே நிற்கக்கூடாது. இங்கே அமரக் கூடாது. வரிசையாகத் தடைகளை விதித்தனர். இங்கேயெல்லாம் மூச்சு விடக்கூடாது என்பதை மட்டும்தான் சொல்லவில்லை.

கடந்த காலங்களில் தான் அனுபவித்த கொடுமைகளைக் காட்டிலும் தன் கண்ணுக்கெதிரே ஏராளமான தீண்டப்படாத சாதி மக்கள் அவமானப்படுத்தப்பட்டதையும் கொடுமைகளை யும் நினைத்து நினைத்து கலங்கிக் கொண்டிருந்தார். விரைவில் இந்த அவமரியாதைகளுக்கு முற்றுப் புள்ளி வைக்கவேண்டும் என்று நினைத்தார் அம்பேத்கர். அது அத்தனை சுலபமாக நடந்துவிடாது, நிறைய உழைக்க வேண்டியிருக்கும் என்பதை அவர் உணர்ந்தே இருந்தார். நேற்றுவரை வெறும் படிப்பு, கல்வி என்று மட்டுமே சிந்தித்துக்கொண்டிருந்த அவர், தீண்டப்படாத சாதியில் பிறந்த ஒரே காரணத்துக்காகத் தன்னையும் தன்னுடைய சாதியினரையும் துரத்தித் துரத்தி அவமானப்படுத்தும் கும்பல் களுக்கு எதிராகப் போராட்டத்தில் குதிக்கவேண்டும் என்று எண்ணத் தொடங்கினார்.

கோலாப்பூர் மன்னர் சாஹு மகராஜ் பற்றி அம்பேத்கருக்குத் தெரியவந்தது. தீண்டப்படாத சாதியினரின் நலனிலும் முன்னேற்றத்திலும் அதிக அக்கறை கொண்டவர். புராதன முறைகளை வெறுப்பவர். புரோகிதத்தை அழிப்பவர். முற்போக்கு என்பதை வெறும் வாய் வார்த்தையோடு நிறுத்திக்கொள்ளாமல் செயல் வடிவத்துக்குக் கொண்டுவந்தவர். குறிப்பாக, தீண்டப்படாத சாதியினர் பலரைத் தனக்கு அருகில் பணியாற்றும் வேலைகளுக்கு நியமித்துக் கொண்டார் என்றும் தீண்டப்படாத சாதி மக்களுடன் சமபந்தி விருந்துகளில் அடிக்கடி கலந்துகொண்டார் என்றும் பல விஷயங்களைக் கேள்விப்பட்டார். நல்லது. இவர்தான் நம்முடைய எதிர்காலத் திட்டங்களுக்கு உதவியாக இருப்பார். முறையாகப் பயன்படுத்திக் கொள்ளவேண்டும் என்று மனத்துக்குள் சொல்லிக் கொண்டார் அம்பேத்கர்.

★

சௌத்பரோ குழு. வாக்காளர் பட்டியல் தயாரிக்கும் முறை, தொகுதிகளைப் பிரிப்பது, இந்தியாவில் நிலவும் பிரத்யேக நிலைமைகளுக்கு ஏற்ப எந்த வகையிலான பொறுப்புள்ள அரசு இந்தியாவில் அமைய வேண்டும் என்று பரிந்துரை செய்வது ஆகியவற்றுக்காக சௌத்பரோ கமிட்டி உருவாக்கப்பட்டது. இந்தியாவில் இருக்கும் பல்வேறு மதங்கள் மற்றும் சாதிகளைச் சேர்ந்த பிரதிநிதிகளைக் கருத்து கூறுமாறு அழைத்தது இந்தக் குழு.

தீண்டப்படாத சாதியைச் சேர்ந்தவர் என்கிற முறையில் அம்பேத்கரும் அழைக்கப்பட்டார். அந்தக் காலகட்டத்தில் தீண்டப்படாத சமுதாயத்தைச் சேர்ந்த வெகு சிலரே படித்த, சிந்திக்கத்தெரிந்த, பிரபலமான நபர்களாக இருந்தனர். அவர்களில் முக்கியமானவர் அம்பேத்கர்.

'தீண்டப்படாத சாதியினருக்கு சமநீதியும் சம உரிமையும் கொடுக்கவேண்டியது மேல் சாதியினரின் கடமை. ஏனெனில் மேல் சாதியினரும் தீண்டப்படாத சாதியினரும் ஒரே மதத்தைச் சேர்ந்தவர்கள். ஒரே மாதிரியான பழக்கவழக்கங்களைக் கொண்டவர்கள். அவர்களைப் போலவே இவர்களுக்கும் தேசப்பற்று உண்டு. சுயாட்சி வேட்கை உண்டு. ஒரு பிராமணரின் பிறப்புரிமையும் மஹரின் பிறப்புரிமையும் ஒன்றாகத்தான்

இருக்கவேண்டும்' - இதுதான் சௌத்பரோ குழுவில் அம்பேத்கர் அளித்த சாட்சியம்.

தீண்டப்படாத சாதியினருக்கு வாசலில் இறங்கி நடப்பது தொடங்கி சாப்பிடுவது, வேலைபார்ப்பது வரை எல்லாவற்றிலும் அடக்குமுறைகள். பிரச்னைகளைப் புரியவைக்க வேண்டும். தீர்வுகளை முன்வைக்கவேண்டும். அதற்கு மிகச் சிறந்த வழி பத்திரிகை ஆரம்பிப்பதுதான்.

அம்பேத்கரின் மனத்தில் தோன்றிய முதல் ஆயுதம் இதுதான். ஒவ்வொரு பிரச்னையையும் மக்கள் மன்றத்துக்கு எடுத்துச் செல்லும் நோக்கத்துடன் பத்திரிகையைத் தொடங்க முடிவு செய்தார். நிதி? கோலாப்பூர் மன்னரிடம் உதவி கேட்டார். தயக்கத்துடன்தான் கேட்டார். ஆரம்பித்துவிடுங்கள் என்று சொல்வார் என்று அம்பேத்கர் எதிர்பார்க்கவில்லை.

சரி, பத்திரிகைக்கு என்ன பெயர் வைக்கலாம்? மூக் நாயக். தமிழில் ஊமைகளில் தலைவன் என்று அர்த்தம். நித்தம் நித்தம் சாதிக் கொடுமைகளை அனுபவித்துக்கொண்டே, வாய் திறக்காமல் உயர்சாதி மக்களுக்கு சேவகம் செய்துகொண்டிருக்கும் ஊமை மக்களின் கருத்துகளை சமுதாயத்துக்கு வெளிப்படுத்தும் வகையில் அந்தப் பெயரைத் தேர்வு செய்திருந்தார் அம்பேத்கர். ஜனவரி 31, 1920 அன்று பத்திரிகை தொடங்கப்பட்டது.

தீண்டப்படாத தாழ்த்தப்பட்ட மக்களுக்கு எதிராக நடத்தப்பட்டு வரும் அத்தனை கொடுமைகளுக்கும் அடிப்படைக் காரணம் இந்து மதமும் அதில் அமைந்திருக்கும் பல அடுக்குகளுமே என்பதைத் தன்னுடைய முதல் கட்டுரையிலேயே பதிவு செய்தார். இந்துமதத்தில் ஓரடுக்கில் இருந்து இன்னொரு அடுக்குக்கு முன்னேறிச் செல்வதற்கு வசதியாக ஏணிப்படிகள் எதுவும் இல்லை. ஆகவே, மிகவும் அடிமட்ட நிலையில் இருப்பவர்கள் இறக்கும் வரை அதேநிலையில் இருக்கவேண்டியிருக்கிறது என்று எழுதினார் அம்பேத்கர்.

மிகவும் கீழான நிலையில் இருக்கும் மக்களைச் சுற்றிப் பிணைக்கப்பட்டுள்ள தடைகளை எல்லாம் அறுத்து எறிகின்ற வேலைகளை மூக் நாயக் தொடங்கும். அழுத்தம் திருத்தமாகப் பிரகடனம் செய்தார். இந்தியாவை சுதந்தர நாடாக மாற்றுவது எந்த அளவுக்கு முக்கியமோ அதே அளவுக்கு எல்லா சாதி மக்களையும் சம அந்தஸ்தில் வாழ வைக்கும் நாடாக

மாற்றுவதும் முக்கியம் என்பது அம்பேத்கர் முன்வைத்த வாதம். ஆனாலும் முழு வேகத்தில் இந்து மத எதிர்ப்பில் ஈடுபட இது சரியான தருணம் அல்ல. காலம் கனியும் வரைக் காத்திருக்க வேண்டும் என்பதில் அவர் தெளிவாக இருந்தார். மெல்ல மெல்ல மக்களுடன் நெருங்கிப் பழகத் தொடங்கினார். பொதுக் கூட்டங்கள். கருத்தரங்குகள். மாநாடுகள் ஆகியவற்றில் விருப்பத்துடன் கலந்துகொண்டார்.

மஹர் மக்களிடையே அம்பேத்கருக்கு நல்ல அறிமுகம் கிடைத்தது. படித்த மனிதர். நம்மவர். பிரச்னைகளைப் பற்றிப் பேசத் தெரிந்தவர். தீர்வுகளை நோக்கி நகரத் தெரிந்தவர். போதாது? அம்பேத்கர் கலந்துகொள்ளும் கூட்டங்களில் எல்லாம் தீண்டப் படாத மக்கள் அதிக அளவில் குழுமத் தொடங்கினர்.

பேச்சு. எழுத்து. சக்தி வாய்ந்த இரண்டு ஆயுதங்களையும் லாகவ மாகக் கையாளும் திறமை அம்பேத்கருக்கு இருந்ததால் மஹர் மக்கள் தவிர மற்ற பெரிய மனிதர்களையும் அவரால் கவர முடிந்தது. முக்கியமாக, கோலாப்பூர் மன்னர் அம்பேத்கரின் செயல்பாடுகளை உன்னிப்பாகக் கவனித்து வந்தார். இருவருக்கும் பொதுவான தலைவர் ஒருவர் மூலம் அம்பேத்கருக்கும் கோலாப்பூர் மன்னருக்கும் இடையே தொடர்பு ஏற்பட்டது.

ஆயிரம் வேலைகளுக்கு நடுவிலும் அம்பேத்கருக்கு மேல்படிப்பு ஆர்வம் கொஞ்சமும் குறையவில்லை. லண்டன் சென்று மேல்படிப்பு படிப்பதற்கான தயாரிப்பு வேலைகளில் ஈடுபடத் தொடங்கினார். விரிவுரையாளர் வேலையில் கிடைத்த பணத்தில் இருந்து கொஞ்சம் ஒதுக்கி, அவ்வப்போது சேர்த்துவைத்துக் கொண்டே இருந்தார்.

ஒரு கட்டத்தில், சேர்த்து வைத்திருந்த பணம் ஓரளவுக்கு நம்பிக்கையைக் கொடுத்தது. தன்னுடைய நண்பர் நாவல் பதேனாவிடம் இருந்து ஐயாயிரம் ரூபாய் கடனாக வாங்கிக் கொண்டார். கோலாப்பூர் மன்னரும் கொஞ்சம் பண உதவி செய்ய, லண்டன் புறப்பட்டார் அம்பேத்கர்.

1920 செப்டெம்பர். லண்டன் நகரில் கால் பதிக்கும்போது புதிய உற்சாகம் வந்திருந்தது அம்பேத்கருக்கு. தன்னுடைய கனவுகளைப் புதுப்பித்துக்கொள்ளக் கிடைத்த மறுவாய்ப்பு இது. கவனம் முழுவதையும் படிப்பில் குவிக்கவேண்டும். அம்பேத்

கரின் கவனத்தைக் கவர்ந்த இடங்களுள் முக்கியமானது அருங் காட்சியக நூலகம். பெரும்பாலான நேரத்தை அந்த நூலகத் திலேயே செலவிட்டார்.

காலை எட்டு மணிக்கு முதல் ஆளாக நூலகத்துக்குள் நுழைவார். இன்று படிக்கவேண்டிய புத்தகங்கள் என்று ஒரு பட்டியலை முதல்நாள் இரவே தயார் செய்துவைத்திருப்பார். அந்தப் புத்தகங்களை எல்லாம் தயாராக எடுத்துவைத்துக்கொண்டு படிக்கத் தொடங்குவார்.

படிக்கும் போதே அவ்வப்போது காகிதத்தில் குறிப்பெடுத்துக் கொள்வது அம்பேத்கரின் வழக்கம். அந்தக் குறிப்புகளே பிற்காலத்தில் பெரிய பெரிய புத்தகங்களை எழுதுவதற்கும் ஆய்வுக்கட்டுரைகளை சமர்ப்பிப்பதற்கும் உதவியாக இருந்தன.

முதல் ஆளாக உள்ளே வரும் அம்பேத்கர், மாலை ஐந்து மணிக்குக் கடைசி நபராக வெளியேறுவார். நூலகத்தில் இருந்து வெளியே வரும்போது அவருடைய சட்டைப்பைகள் முழுக்க துண்டுக் காகிதங்களாக நிரம்பி இருக்கும். அருங்காட்சியக நூலகம் தவிர இந்தியா நூலகம், லண்டன் பல்கலைக்கழக நூலகம் என்று எங்கெல்லாம் புத்தக வாடை வீசுகிறதோ அங்கெல்லாம் சென்று வாசித்தார். சுவாசித்தார்.

ரொட்டித்துண்டுகள் மற்றும் தேநீர் மட்டும்தான் அம்பேத் கருக்குப் பிடித்தமான உணவு. இரவு நேரத்தில் நண்பர் ஒருவர் தரும் அப்பளங்களைச் சுட்டுச் சாப்பிடுவார். கொஞ்சம் பொழுது போக்கு விஷயங்களில் கவனம் செலுத்தலாமே என்று நண்பர் கள் கேட்டால் அவர் சொல்லும் பதில் இதுதான்.

'பணத்தையும் நேரத்தையும் விரயம் செய்வதில் எனக்கு விருப்பம் கிடையாது. ஆகவே, படிப்பை விரைவாக முடிக்கத் தடையாக இருக்கும் பொழுதுபோக்குகளை நான் வெறுக் கிறேன்.'

ஆய்வுகளில் தொடர்ந்து ஈடுபட்டார். பிரிட்டிஷ் இந்தியாவில் பேரரசின் நிதியை மாகாணங்களுக்குப் பிரித்தளித்தல் என்ற தலைப்பில் ஆய்வுக் கட்டுரை ஒன்றை எழுதினார். இதற்காக 1921 ஜூன் மாதத்தில் எம்.எஸ் பட்டம் அவருக்கு வழங்கப்பட்டது. அதன்பிறகும் ஆராய்ச்சிப் படிப்புகளில் தன்னை ஈடுபடுத்திக் கொண்டார்.

ஜெர்மனியில் இருக்கும் பான் பல்கலைக் கழகத்தில் சேர்ந்து படிக்கவேண்டும் என்று விரும்பினார். அதற்காக லண்டனில் இருந்து ஜெர்மனி புறப்பட்டார். திடீரென லண்டன் பேராசிரியர் கேனானிடம் இருந்து ஒரு அழைப்பு. 'ரூபாயின் சிக்கல் என்ற தலைப்பில் நீங்கள் எழுதியிருந்த ஆய்வுக் கட்டுரையில் சில திருத்தங்கள் தேவைப்படுவதாக தேர்வாளர்கள் குழு கருது கிறது. உடனடியாக வந்து சரிசெய்துதர வேண்டும்.'

1923 ஏப்ரல் மாதத்தில் இந்தியா திரும்பினார் அம்பேத்கர். கட்டுரையில் தேவையான திருத்தங்களைச் செய்து லண்டனுக்கு அனுப்பினார். பிறகு அது தேர்வாளர்களால் ஏற்றுக்கொள்ளப் பட்டது. உடனடியாக அவருக்கு டாக்டர் பட்டம் வழங்கப் பட்டது. சட்டத்துறையில் பாரிஸ்டர் பட்டம், பொருளாதாரத் துறையில் டாக்டர் பட்டம்.

*அடுத்தது என்ன? அரசியல்தான்!*

# 5

## புதிய வாசல்

ஆயிரம் கனவுகள். ஆயிரம் திட்டங்கள். எதிர்பார்ப்புகள். கொள்கைகள். அனைத்தையும் சுமந்துகொண்டு வெளிநாடு களில் அம்பேத்கர் படித்துக் கொண்டிருக்கும் சமயத்தில் மனைவி ராமாபாயிடம் இருந்து அவ்வப்போது கடிதங்கள் வரும். பணம் இல்லை. இதைத்தான் வெவ்வேறு வார்த்தை களில், வெவ்வேறு கோணங்களில் சுற்றிவளைத்து எழுதியிருப் பார். படிக்கும்போது பல சமயங்கள் அவருக்கு அழுகை முட்டிக்கொண்டு வரும். சில சமயங்களில் மௌனமாக சிரித்துக்கொள்வார்.

பதில் கடிதம் எழுதுவார். 'என்னால் இவ்வளவு பணம் மட்டுமே தரமுடியும். வேண்டுமானால் உன்னுடைய நகைகளை அட மானம் வைத்து பணத்தைப் புரட்டிக்கொள். விற்றுவிடுவதில் கூட எனக்கு ஆட்சேபணை எதுவுமில்லை. நான் ஊருக்கு வந்ததும் மீட்டுத்தருகிறேன் அல்லது புதிய நகைகளை வாங்கித் தருகிறேன்.'

படிப்பை முடித்துக்கொண்டு இந்தியா திரும்பியிருந்தார். பம்பாய் உயர்நீதிமன்றத்தில் வழக்கறிஞராக செயல்பட முடிவு செய்தார். பட்டம் கையில் இருக்கிறது என்பதற்காகக் கறுப்பு அங்கியை அணிந்துகொண்டு கனம் கோர்ட்டார் அவர்களே என்று உரத்த குரலில் வாதாட முடியாது.

முன் அனுமதி பெறவேண்டும். நான் சட்டம் படித்திருக்கிறேன். தகுந்த சான்றிதழ்களும் இருக்கின்றன. என்னுடைய கட்சிக்காரர் களுக்காக வாதாட எனக்கு அனுமதி அளிக்கவேண்டும் என்று விண்ணப்பம் கொடுக்கவேண்டும். கட்டணம் தனி. கட்டணத் துக்கான தொகையை நண்பர் ஒருவரிடம் கடனாக வாங்கினார். 1923 ஜூன் மாதத்தில் இருந்து அவருடைய வழக்கறிஞர் வாழ்க்கை தொடங்கியது.

அனுமதி பெற்ற அத்தனை வழக்கறிஞர்களுக்கும் வழக்குகள் கிடைப்பதில்லை. கைராசி முக்கியம். மருத்துவத் தொழிலைப் போலத்தான். பல வழக்குகளை வெற்றிகரமாகக் கையாண்ட ஒருவருக்குத்தான் வாய்ப்புகள் குவியும். அம்பேத்கருக்கு கைராசி விஷயத்தில் துளியும் நம்பிக்கை இல்லை. வாதத்திறமை போதும் என்று நம்பினார். வழக்குகளுக்காகக் காத்திருந்தார். ஆனால் வழக்குகள் வருவது ஒன்றும் அத்தனை சுலபமானதாக இருக்கவில்லை.

ஒருவருக்கு வழக்கு கிடைக்கவேண்டும் என்றால் அதற்கு சொலிசிட்டர்களின் ஒத்துழைப்பு அவசியம். இந்த இடத்தில் தான் அம்பேத்கருக்குப் பிரச்னைகள் வந்தன. ஒத்துழைக்க மாட்டோம் என்றனர் சொலிசிட்டர்கள். அதே அரதப் பழசான காரணம். தீட்டு. உயர்நீதிமன்றம் என்றால்தானே இவர்களை நம்பவேண்டும். கீழ் நீதிமன்றங்களில் வழக்கு கிடைக்குமா என்று பார்க்கலாம். கிளம்பினார். ஆனால் அங்கும் அவருக்கு ஏமாற்றமே.

எந்த இடத்துக்குச் சென்றாலும் தீண்டாமை தொடர்கிறது. துரத்துகிறது. எதிர்காலம் இருள்வது போல இருந்தது. சரி, எழுத்தாவது பலன் தருகிறதா என்று பார்க்கலாம் என்று புத்தகம் எழுத முடிவு செய்தார். இதற்காக அவர் இரண்டு புத்தகங்களை எழுதினார். வரலாற்றுக் கல்வி மற்றும் பொருளாதாரமும் பொதுச்சட்டமும். ஆனால் அந்தப் புத்தகங்கள் வெளி யாகவேயில்லை. இதனால் மன ரீதியாக மிகவும் சோர்ந்து போனார் அம்பேத்கர்.

எத்தனை சோர்வுகள் மனத்துக்குள் இருந்தாலும் தீண்டப்படாத சாதியினர் பற்றிய சிந்தனை மட்டும் அவருடைய மனத்தில் கனன்றுகொண்டே இருந்தது. தனியொரு மனிதன் மட்டுமே சிந்திப்பதாலும் எழுதுவதாலும் பேசுவதாலும் போராடுவதா

லும் வெற்றி கிடைத்துவிடாது. சிந்திக்கத் தெரிந்த, போராடத் தெரிந்த பல பேருடைய ஒருங்கிணைப்பும் ஒத்துழைப்பும் கொண்ட ஓர் இயக்கம் தேவை.

ஜூலை 20, 1924 அன்று பகிஷ்கிரித் ஹித்தகாரிணி சபா என்ற இயக்கம் உருவானது. புறக்கணிக்கப்பட்டவர்களின் கருத்துரு வாக்க இயக்கம் என்று அர்த்தம். அதன் தலைவராக சர் சிமன் லால் ஹரிலால் சத்தல்வாட் தேர்வு செய்யப்பட்டார். நிர்வாகக் குழு தலைவர் பொறுப்பு அம்பேத்கருக்குத் தரப்பட்டது. சபாவின் நோக்கங்கள் கீழ்க்கண்டவாறு வரையறுக்கப் பட்டன.

★ தீண்டப்படாத சாதியைச் சேர்ந்த மக்களுக்குக் கல்வியைக் கொடுக்க அவர்களுக்கென்று பிரத்யேக விடுதிகளைத் திறக்கவேண்டும். அந்தப் பணியை நிறைவேற்ற மாற்று வழிமுறைகளைக் கண்டறிய வேண்டும்.

★ தீண்டப்படாத சாதியைச் சேர்ந்த மக்கள் கலாசார ரீதியாக உயர்ந்த நிலையை அடையச் செய்வதற்காக நூலகங்கள், சமூக மையங்கள், பயிற்சி வகுப்புகள். வாசகர் வட்டங் கள் ஆகியவற்றை அமைக்க ஏற்பாடுகள் செய்ய வேண்டும்.

★ தீண்டப்படாத சாதியைச் சேர்ந்த மக்களின் பொருளாதார நிலையை மேம்படுத்த தொழில் மற்றும் விவசாயப் பயிற்சிப் பள்ளிகளைப் பல இடங்களில் தொடங்கு வதற்கான முயற்சிகளில் இறங்கவேண்டும்.

★ தீண்டப்படாத சாதியைச் சேர்ந்த மக்களின் பிரச்னைகளை, அதிருப்திகளை, அவலங்களை அரசு அதிகாரிகள், அலு வலர்கள், மக்கள் பிரதிநிதிகள் ஆகியோரின் கவனத்துக்கு எடுத்துச் செல்லவேண்டும்.

கிராம அளவில் பொதுக்கூட்டங்களை முதல் கட்டமாக நடத்தி யது ஹித்தகாரணி சபா. பிறகு நகர அளவில். அடுத்து மாவட்ட மாநாடுகள் நடத்தப்பட்டன. தொடக்கத்தில் விரல்விட்டு எண்ணக்கூடிய அளவில்தான் மக்கள் வந்தனர். நாள்கள் செல்லச் செல்ல மாநாடுகளுக்கு நல்ல வரவேற்பு கிடைத்தது. அந்த மாநாடுகளில்தான் அம்பேத்கர் துணிச்சல் நிறைந்த உரை வீச்சுகளை நிகழ்த்தினார்.

மகாத்மா, மனிதப் புனிதர் என்று இந்துக்களாலும் காங்கிரஸ் காரர்களாலும் அழைக்கப்பட்ட காந்தியை விமரிசித்துப் பேசினார் அம்பேத்கர். காந்தியின் கொள்கைகள். காந்தியின் கட்சி. காந்தியின் அரசியல். காந்தியின் செயல்பாடுகள். 'தீண்டப்படாத சாதியைச் சேர்ந்த மக்களை மதிக்க வேண்டும் என்ற எண்ணமே காந்திக்கு இல்லை. தீண்டாமையை ஒழிக்கும் எண்ணமும் அறவே இல்லை. இந்து - முஸ்லிம் ஒற்றுமையும் கதரும்தான் அவருக்கு முக்கியம். அமெரிக்காவில் அடிமை ஒழிப்புக்காகப் பலர் போராடினார்கள். பலர் உயிரிழந்தார்கள். அதனால்தான் அவர்களுடைய சந்ததிகள் சுதந்தரமாக வாழ்கிறார்கள். நாமும் நம்முடைய உரிமைகளுக்காகப் போராடத் தயங்கக் கூடாது. துணிச்சலுடன் எழுந்துவாருங்கள்.'

காந்தியின் புனிதர் பிம்பத்தை அடித்து நொறுக்கும் கடப்பாரை போன்று அவர் பிரயோகம் செய்த வார்த்தைகள் இருந்தன. நாட்டின் மிகப்பெரிய ஆளுமையை எதிர்த்து அவர் நடத்திய வார்த்தை யுத்தம் அனைவருடைய கவனத்தையும் இவர் பக்கம் குவித்தது. அம்பேத்கரின் நோக்கமும் அதுதான். காந்தி என்ற தனிமனித எதிர்ப்பு அவர் நோக்கம் அல்ல. இதை ஒவ்வொரு மேடையிலும் அம்பேத்கர் தெளிவுபடுத்தத் தவறவில்லை.

பொதுவாழ்க்கையில் அம்பேத்கருக்கு எந்தவித தடுமாற்றமும் இல்லை. ஆனால் அவருடைய தனிவாழ்க்கையில்தான் சின்னச்சின்ன பிரச்னைகள் இருந்தன. குடும்பம். மனைவி. குழந்தைகள். செலவுகள் அதிகம். பணத்தேவையும் அதிகம். சமாளிக்க வேண்டும் என்றால் பகுதிநேர வேலைகள் உதவாது. நிரந்தர வேலை. கணிசமான சம்பளம். இதுதான் அம்பேத்கரின் தனிவாழ்க்கைக்கு அன்றைய தேவையாக இருந்தது.

ஜூன் 10, 1925ல் பட்லிபாய் கணக்கியல் பயிற்சி நிறுவனத்தில் பகுதிநேர விரிவுரையாளர் பதவி காலியாக இருப்பது அம்பேத்கரின் கவனத்துக்கு வந்தது. பகுதிநேர வேலையில் அவருக்கு உடன்பாடு இல்லை. என்றாலும், வேறு வழி இல்லாததால் விண்ணப்பித்தார்.

வேலையும் கிடைத்தது. வணிகம் தொடர்பான சட்டங்கள். பட்லிபாய் பயிற்சி நிறுவனத்தில் அவருக்கு ஒதுக்கப்பட்ட பாடம். ஆர்வத்துடன் ஈடுபட்டார். குடும்பத்துக்கான நிதித்

தேவையைக் கணிசமான அளவுக்கு சமாளிக்க முடியும் என்ற நம்பிக்கை வந்திருந்தது.

பொதுக்கூட்டம், இயக்கம் என்று தொடர்ந்து மக்கள் மத்தியிலேயே பேசிக்கொண்டிருந்த அம்பேத்கருக்கு 1927 தொடக்கத்தில் புதிய வாய்ப்பு கிடைத்தது. தீண்டப்படாத சாதியைச் சேர்ந்தவர் என்ற அடிப்படையில் பம்பாய் மாகாண சட்டமன்ற உறுப்பினராக அம்பேத்கரை கவர்னர் நியமனம் செய்தார்.

சட்டமன்றத்தில் தனது கன்னிப்பேச்சிலேயே கட்டாயக் கல்வி, சுகாதார வசதிகள், மதுக்கட்டுப்பாடு போன்ற சர்ச்சைக்குரிய விஷயங்கள் பற்றிப் பேசினார் அம்பேத்கர். மதுவுக்கு விதிக்கப்படும் அதிகபட்ச வரியே கள்ளச்சாராயத்துக்குக் கதவு திறந்து விடுவதாகச் சொன்னார். தீண்டப்படாத மக்களுக்கான உரிமைகள் பற்றித் தொடர்ந்து பேசினார்.

அப்போது மாநில காவல்துறையில் பணியாற்ற தாழ்த்தப்பட்ட மக்களுக்குத் தடை விதிக்கப்பட்டுள்ளது பற்றிய செய்திகள் அம்பேத்கரின் கவனத்துக்கு வந்தன. மாகாண சட்டமன்றம் நடந்துகொண்டிருந்த சமயத்தில் மாநில உள்துறை அமைச்சரிடம் நேரடியாக விளக்கம் கேட்டார் அம்பேத்கர். ஆனால் அமைச்சரோ அம்பேத்கரின் குற்றச்சாட்டை அலட்சியமாக மறுத்துவிட்டார். உடனே தன் கைவசம் வைத்திருந்த ஆதாரங்களை சபையில் கொடுத்தார். இது சட்டமன்றத்தில் கடும் சலசலப்பை ஏற்படுத்தியது.

பள்ளிக்கூடங்களில் மாணவர்களுக்குக் கல்வி கற்பிக்கும் ஆசிரியர்கள் பற்றி அம்பேத்கருக்குக் கடுமையான விமரிசனங்கள் இருந்தன. மதரீதியாகச் சிந்திக்கும் ஆசிரியர்கள், ஒருதலைப்பட்சமாக செயல்படும் ஆசிரியர்களால் மாணவர்களுக்கு ஆபத்து மட்டுமே மிஞ்சும் என்று அடிக்கடி பேசினார். சட்டமன்றத்திலும் தனது கருத்தை முன்வைத்துப் பேசத் தயங்கவில்லை.

'கல்வியைக் கொடுப்பதன் மூலமே ஒடுக்கப்பட்ட மக்களை கொஞ்சம் கொஞ்சமாக முன்னேற்றப் பாதையில் செலுத்த முடியும். அதேசமயம் அந்தக் கல்வியும் யாரிடம் இருந்து வர வேண்டும் என்பது கவனிக்க வேண்டிய அம்சம். படித்த பிராமணர்களும் மேல்தட்டு மக்களும் மட்டுமே கல்விப் பணியில் பரவிக் கிடக்கின்றனர். அவர்கள் அளிக்கும் கல்வி

ஒடுக்கப்பட்ட மக்களுக்கு முழுமையாக, உண்மையாகப் போய்ச் சேருவதற்கான வாய்ப்புகள் மிகமிகக்குறைவு. ஆகவே, கல்விப்பணியில் ஆக்ரமித்திருக்கும் மேல்தட்டு மக்களைப் போலவே மற்றவர்களும் வரவேண்டும். அப்போது தான் உண்மையான, நியாயமான கல்வி ஒடுக்கப்பட்ட மக்களைச் சென்றடையும்.'

# 6

# ஆலயம் முதல் ராணுவம் வரை!

தீண்டப்படாத சாதியைச் சேர்ந்த மக்கள் பொது இடங்களில் நீர் எடுத்தால் குளம் தீட்டாகிவிடும். இன்று, நேற்றல்ல. காலம் காலமாக அமலில் இருக்கும் விதிமுறை இது.

1923 ஆகஸ்ட் மாதத்தில் சட்டமன்ற உறுப்பினர் எஸ்.கே. போலே பம்பாய் மாகாண சட்டமன்றத்தில் மசோதா ஒன்றைக் கொண்டுவந்தார். பொதுக்குளங்கள், ஏரிகள், ஆறுகள் மற்றும் அரசுக்குச் சொந்தமான இடங்களில் இருந்து நீர் எடுத்துக்கொள் வதற்கு யாருக்கும் எந்தத் தடையுமில்லை என்பதை உறுதி செய்யும் மசோதா அது. உடனடியாக அரசு உத்தரவு பிறப்பிக்கப் பட்டது. ஆனால் அது நடைமுறையில் பின்பற்றப்படவில்லை.

அப்படியொரு குளம் மஹத் என்ற ஊரில் இருக்கும் சௌதாகர் குளம். தண்ணீர் எடுப்பது மனிதனின் அடிப்படை உரிமை. சட்டப்பூர்வ உரிமையும்கூட. எனில், அது ஏன் தடுக்கப் படுகிறது? கூடாது. வாருங்கள். தடையை விலக்குங்கள் என்று கேட்போம். தடையைத் தகர்க்கும்வரை போராடுவோம். உரிமையை மீட்டெடுப்போம். அழைப்பு விடுத்தார் அம்பேத்கர்.

மஹத் பகுதியில் இருக்கும் தீண்டப்படாத சாதியைச் சேர்ந்த மக்களை அழைத்துப் பேசினார். ஏற்கெனவே இருந்த உரிமை. யாரோ சில வைதீக விரும்பிகளின் சுயநலத்துக்காகத் தடுக்கப்பட்டுள்ளது. போராடினால் ஒழிய அதை மீட்டெடுக்க

முடியாது என்று பிரச்னையை முதலில் புரியவைத்தார். அவர்களைப் போராட்டத்துக்குத் தயார்படுத்தினார்.

அந்த ஊர் தீண்டப்படாத மக்களில் பெரும்பாலானோர் அம்பேத்கருக்கு நல்ல பழக்கமுள்ளவர்கள். அவரைப் பற்றித் தெரிந்தவர்கள். அவருடைய பேச்சுகளைக் கேட்டவர்கள். விஷயத்தைப் புரியவைப்பதோ, போராட்டத்துக்குத் தயார்படுத்துவதோ சிரமமாக இருக்கவில்லை.

1927 மார்ச் 19 மற்றும் 20 தேதிகளில் மஹத் நகரில் மாநாடு ஒன்றை நடத்த முடிவு செய்தார்கள். மாநாடு குறித்து அம்பேத்கர் மற்றும் அவருக்கு நெருக்கமான தலைவர்கள், மக்கள் மத்தியில் தொடர்ந்து பிரசாரம் செய்தனர். மாநாட்டு ஏற்பாடுகள் ஒவ்வொன்றையும் பார்த்துப் பார்த்து செய்தனர்.

போராட்டம், மாநாடு எல்லாமே தண்ணீரைப் பயன்படுத்தத் தடை விதிக்கப்பட்டுள்ளதை எதிர்த்துதான். சம்பந்தப்பட்ட சாதி இந்துக்களுக்கு ஆத்திரம் வருவதைத் தடுக்கமுடியாது. ஒரு வேளை மாநாட்டில் கலந்துகொள்ள வருபவர்களுக்கு உள்ளூர் சாதி இந்துக்கள் தண்ணீர் தரவில்லை என்றால் என்ன செய்வது? பணம் கொடுத்து தண்ணீருக்கு ஏற்பாடு செய்யப்பட்டது. ஒவ்வொரு விஷயமும் மிகுந்த கவனத்துடன் செய்யப்பட்டது.

நண்பகலில் மாநாடு தொடங்கியது. தலைமை உரை ஆற்றினார் அம்பேத்கர். சிறுவனாக இருந்தபோது தான் அனுபவிக்க நேர்ந்த சாதிக்கொடுமைகள், தீண்டாமை காரணமான ஒதுக்கல்கள் பற்றி விவரித்தார். இதுபோன்ற சிரமங்களை தீண்டப்படாத சாதியைச் சேர்ந்த ஒவ்வொரு சிறுவனும் அனுபவித்திருப்பான். ஒவ்வொரு இளைஞனும் அனுபவித்து உணர்ந்திருப்பான். ஒவ்வொரு பெண்ணும் அனுபவித்திருப்பாள். இந்தக் கொடுமைகள் இன்னமும் நிற்கவில்லை. தொடர்ந்து நடந்துவருகிறது. இதைத் தொடர்ந்து அனுமதிக்கக்கூடாது.

அம்பேத்கரின் பேச்சு ராணுவத்தில் மஹர் மக்கள் புறக்கணிக்கப்படுவது குறித்துத் திரும்பியது. 'ராணுவத்தில் நம் வகுப்பு மக்களுக்கென்று தனி ரெஜிமென்டே இருந்தது. அந்த அளவுக்கு நம் மக்கள் ராணுவத்தில் ஆர்வம் செலுத்தினார்கள். இன்னமும் நம்முடைய நாட்டுபற்று கடுகளவும் குறைந்துவிடவில்லை. இருந்தும் நம்முடைய இளைஞர்கள் ராணுவத்தில் நுழைவதற்குத்

தடை விதித்திருக்கிறார்கள். நம் மக்களின் வீழ்ச்சிக்கு இதுவும் ஒரு காரணம். ராணுவம் நம்முடைய வாழ்க்கைத் தரத்தை உயர்த்திக் கொள்ள அற்புதமான வாய்ப்புகளைக் கொடுத்தது. ராணுவ அதிகாரிகளாக நம்முடைய திறமையையும் அறிவையும் வீரத்தையும் நாம் நிலைநாட்ட முடிந்தது. அப்போதெல்லாம் ராணுவப் பள்ளிகளில் தலைமையாசிரியர் பதவிகளில் தீண்டப் படாத சாதியினர் இருந்தனர். ராணுவத்தில் பணியாற்றுபவர்களுக்கான கட்டாயத் தொடக்கக் கல்வியில் தீண்டப்படாத மக்கள் நல்ல பலன்களைப் பெற்றனர். ஆனால் இப்போது அதற்கான வாய்ப்புகள் மறுக்கப்பட்டுள்ளன. இது ஏன்?'

உரத்த குரலில் கேள்வி எழுப்பினார். மாநாட்டு வந்திருந்தவர் அம்பேத்கரின் வார்த்தைகளைக் கேட்டு அசைவற்று இருந்தனர். தொடர்ந்து பேசினார். 'ஆலயங்கள் முதல் ராணுவம் வரை. ஆட்சி முதல் நிர்வாகம் வரை. கல்வி முதல் வேலை வாய்ப்பு வரை. நமக்கு மறுக்கப்பட்ட அத்தனை உரிமைகளும் மீண்டும் தரப்படவேண்டும். அதற்கு போராடுவதைத் தவிர வேறு வழியில்லை.'

'நம்மை மற்றவர்கள் அவமதிப்பதற்கு இதுவும் ஒரு காரணம். சுத்தத்தில் நமக்கு நம்பிக்கை இல்லை என்பதால் நம்மீது நம்பிக்கை வைக்க மற்றவர்கள் தயக்கம் காட்டுகிறார்கள். அதை முதலில் கவனிக்கவேண்டும். சுத்தம் என்பதில் நாம் இன்னும் பல படிகள் முன்னோக்கிச் செல்ல வேண்டியுள்ளது. அதுதான் முன்னேற்றத்துக்கு முந்தைய நகர்வு. இதுவரை பழகிய பழக்கங்களில் இருந்து நாம் நிறைய மாற்றங்களைக் கொண்டுவர வேண்டும். முக்கியமாக, நம்முடைய பேச்சு. வார்த்தைப் பிரயோகங்கள். இது மிகவும் முக்கியம்.'

'உணவு முறைகள். இறந்த உணவுகளின் புலாலை உண்ணுவதை நிறுத்துங்கள். மற்றவர்கள் வீசி எறிகின்ற மீந்த உணவுகளைப் புறக்கணியுங்கள். அதுவே, நம்முடைய முன்னேற்றத்துக்கு மிகப்பெரிய உந்துசக்தியாக இருக்கும். நம்மை நோக்கி வீசி எறியப்படும் இரண்டொரு ரொட்டித் துண்டுகளுக்காக நம்முடைய மனித உரிமைகளை விற்றுவிடுவது மானத்தை விற்பதற்குச் சமம்.'

'உங்களுடைய குழந்தைகளின் எதிர்காலம் உங்களுடைய வாழ்க்கையைக் காட்டிலும் சிறப்பானதாக அமைய வேண்டும் என்று

நினைக்காவிட்டால் உங்களுக்கும் விலங்குகளுக்கும் வித்தியாசம் இல்லை. என்னைக் கேட்டால், சுய உதவியைக் கற்பது, சுய மரியாதையை மீட்பது, சுய அறிவை வளர்ப்பது என்ற மூன்று வழிகளின்மூலமே நம்மை நாம் உயர்த்திக்கொள்ள முடியும்.'

அதன்பிறகு மாநாட்டில் சில முக்கியத்துவம் வாய்ந்த தீர்மானங்கள் நிறைவேற்றப்பட்டன. தீண்டப்படாத சாதியினர் தங்களுடைய குடியுரிமைகளைப் பெறுவதற்கு சாதி இந்துக்கள் உதவி செய்யவேண்டும்; அவர்களை வேலைகளில் அமர்த்திக்கொள்ள வேண்டும்; தீண்டப்படாத மாணவர்களுக்கு உணவளிக்க வேண்டும்; இறந்த விலங்குகளின் உடல்களைச் சாதி இந்துக்களே புதைத்துக்கொள்ள வேண்டுமே தவிர அந்தப் பணியைச் செய்து தருவதற்கு தீண்டப்படாத சாதியினரை அழைக்க வேண்டாம் என்று பல தீர்மானங்கள் நிறைவேற்றப்பட்டு சாதி இந்துக்களுக்கு கோரிக்கைகள் விடுக்கப்பட்டன.

இறந்த விலங்குகளின் உடல்களை தீண்டப்படாத சாதியினர் உண்பதற்கு சட்டரீதியான தடையை வழங்க வேண்டும், மது விலக்கை நடைமுறைப்படுத்த வேண்டும்; இலவச கட்டாயக் கல்வியை வழங்கவேண்டும், ஒடுக்கப்பட்ட வகுப்பு மாணவர்களின் தங்கும் விடுதிகளுக்கு அரசு நிதியுதவி அளிக்கவேண்டும் என்பன உள்ளிட்ட பல்வேறு கோரிக்கைகளும் தீர்மானங்களாக அந்த மாநாட்டில் நிறைவேற்றப்பட்டன.

இப்போது மாநாடு அடுத்தக் கட்டத்துக்கு நகர்ந்திருந்தது. அம்பேத்கர் மீண்டும் பேசத் தொடங்கினார். 'எல்லோரும் புறப்படுங்கள். நம்முடைய உரிமையைத்தான் நாம் கேட்கிறோம். யாருடைய உரிமையையும் தட்டிப் பறிக்கவில்லை. அமைதியாக அணிவகுப்போம். குளத்துக்குள் சென்று தண்ணீர் பருகுவோம். எந்தவிதமான உணர்ச்சிவசப்படலுக்கும் வேலை இல்லை.'

அம்பேத்கர் பேசி முடித்தார். எல்லோரும் அமைதியாகக் குளத்தை நோக்கி அணிவகுக்கத் தொடங்கினர். கிட்டத்தட்ட ஐயாயிரம் பேர் திரண்டிருந்தனர். எல்லோரையும் பக்குவமாக வழிநடத்தினார் அம்பேத்கர். அணிவகுத்த அத்தனைபேரும் நேராகக் குளத்துக்குள் சென்றனர். முதலில் அம்பேத்கர் குளத்தில் இறங்கிக் கொஞ்சம் தண்ணீரை எடுத்துப் பருகினார். பிறகு ஒவ்வொருவராக நீரைப் பருகினர். எல்லோரும் பருகியதும் அமைதியாக மாநாட்டுப் பந்தலுக்குத் திரும்பினர்.

வெறும் வார்த்தைகளும் தீர்மானங்களும் ஏற்படுத்தாத அதிர்வை அம்பேத்கரின் நேரடி செய்கை ஏற்படுத்தியது. தாழ்த்தப்பட்ட மக்கள் மத்தியில் அபரிமிதமான எழுச்சி. அம்பேத்கர் வாழ்க! அம்பேத்கர் வாழ்க!

அமைதியான போராட்டத்துக்கான எதிர்வினை ஆரவாரத்துடன் தொடங்கியது. சாதி இந்துக்கள் மத்தியில் ஆத்திரக்கொடி ஏற்றப்பட்டிருந்தது. இன்னொரு செய்தியும் காற்றில் கசியத் தொடங்கியது.

'அம்பேத்கர் தலைமையில் மஹத் குளத்தில் இறங்கிய கும்பல் அடுத்தடுத்து பல கோயில்களுக்குள்ளும் நுழையத் திட்ட மிட்டுள்ளது.'

உண்மையில் அது வெறும் வதந்தி. அதனால் என்ன? அம்பேத்கர் மற்றும் அவரது தலையில் கும்பலுக்கு சரியான பதிலடி கொடுக்கவேண்டும் என்று முடிவுசெய்தனர் சில கலகக்காரர்கள். கையில் ஆயுதங்களை எடுத்துக்கொண்டு மாநாட்டுப் பந்தலுக்குள் அத்துமீறி நுழைந்தனர். வாய்ச்சண்டையில் இருந்து தொடங்கினர்.

'இந்துக் கோயில்களின் புனிதத் தன்மையைச் சீரழிக்கவேண்டும் என்பதுதான் உங்கள் நோக்கமா? அதற்காகத்தான் அம்பேத்கரின் பின்னால் திரண்டிருக்கிறீர்களா? அதற்கு நாங்கள் அனுமதிக்கப் போவதில்லை. உங்களுக்குத் துணிச்சல் இருந்தால் இன்னொரு கோயிலுக்குள் நுழைந்து பாருங்கள்'

தரம் குறைந்த வார்த்தைகளும் பிரயோகம் செய்யப்பட்டன. ஆனாலும் அம்பேத்கரின் வார்த்தைகள் மீதிருந்த மரியாதை காரணமாக உணர்ச்சிகளை அடக்கிக்கொண்டனர். அமைதியாக நின்றனர். உண்மையில் கலகக்காரர்கள் அதை எதிர்பார்க்க வில்லை. அவர்களும் எதிர்ப்பேச்சு பேசவேண்டும். அப்போது தான் தாக்குவதற்கு வசதியாக இருக்கும் என்று நினைத்தனர்.

கனவு பலிக்கவில்லை. அதனால் என்ன? நாமே வலியச் சென்று தாக்குவோம் என்று முடிவுசெய்தனர். தாக்குதல் கடுமையாக இருந்தது. சிலருக்கு ரத்தக்காயம். இன்னும் சிலருக்கு மண்டை உடைந்தது. மாநாட்டுப் பந்தல் வன்முறைக் களமாக மாறி யிருந்தது. அங்கிருந்த அத்தனை பேரையும் கொன்றே தீர்த்து

விடும் எண்ணத்துடன் வந்திருந்த அவர்கள் வன்முறை வெறி யாட்டத்தில் ஈடுப்பட்டனர்.

இத்தனை அலங்கோலங்களும் இங்கே நடந்துகொண்டிருந்த சமயத்தில் அருகில் இருந்த விடுதி ஒன்றில் ஓய்வெடுத்துக் கொண்டிருந்தார் அம்பேத்கர். மக்களைக் காலிகள் கூட்டம் தாக்கும் செய்தி சில நிமிடங்களில் அம்பேத்கருக்குத் தெரிவிக்கப் பட்டது. அதேசமயம் உள்ளூர் காவல்துறை அதிகாரிகள் சிலர் அம்பேத்கரைச் சந்தித்துப் புகார் பட்டியல் வாசித்தனர்.

'உங்கள் மாநாட்டுக்கு வந்தவர்கள் கலகம் விளைவிக்கிறார்கள். உடனடியாக அவர்களைக் கட்டுப்படுத்துங்கள். இல்லா விட்டால் பெரும் அபாயம் ஏற்படக்கூடும்.'

அம்பேத்கர் அதிகாரிகளை நோக்கி உரத்த குரலில் பேசினார். 'மாநாட்டுப் பந்தலில் என்ன நடந்தது என்பது எனக்குத் தெரியும். நீங்கள் போய் உண்மையான காலிகளைக் கட்டுப்படுத்துங்கள். என்னுடைய மக்களை நான் கவனித்துக்கொள்கிறேன்'

அதிகாரிகளை அனுப்பிவிட்டு மாநாட்டுப் பந்தலுக்கு விரைந் தார் அம்பேத்கர். தாக்குதலுக்கு ஆளான மக்கள் அவருடைய வருகைக்காகவே காத்திருந்தனர்.

'ஒருவார்த்தை சொல்லுங்கள். பதிலடி கொடுத்துவிடுகிறோம்'

அம்பேத்கர் நிதானம் குறையாமல் எல்லோரையும் ஆசுவாசப் படுத்தினார். 'உணர்வுகளைக் கட்டுப்படுத்திக் கொள்ளுங்கள். இது ஒரு அக்னிச் சோதனை. இதில் நீங்கள் புடம் போடப்படு கிறீர்கள். நல்லது நடக்கும். அமைதியாக இருங்கள்.'

பிறகு தானே நேரடியாகச் சென்று தாக்குதல் நடத்தியவர்கள் மீது காவல்நிலையத்தில் புகார் கொடுத்தார். சில நாட்கள் மஹத் நகரிலேயே தங்கியிருந்து குற்றவாளிகள் தண்டிக்கப்படுவதற் கான ஏற்பாடுகளைச் செய்துவிட்டு பம்பாய் புறப்பட்டார். அம்பேத்கரின் இந்த மஹத் போராட்டம் நாடு முழுக்கப் பரவி யது. இந்தப் போராட்டத்துக்குப் பிறகுதான் தீண்டப்படாத சாதி யினரின் போராட்டம் 'தலித் போராட்டம்' என்று அழைக்கப் படத் தொடங்கியது.

மஹத் மாநாடு நடந்த விதம். மக்கள் காட்டிய கட்டுப்பாடு. அவர்களை அம்பேத்கர் வழிநடத்திய விதம். எல்லாவற்றையும்

பத்திரிகைகள் பாராட்டி எழுதின. சில பத்திரிகைகள் விமரிசனம் செய்யவும் தவறவில்லை. அம்பேத்கரின் அரசியல் மற்றும் தனிவாழ்க்கையில் புதியவாசலைத் திறந்து காட்டியது மஹத் போராட்டம்.

அம்பேத்கர் அந்த நகரில் இருந்து வெளியேறிய பிறகு மேல்சாதி இந்துக்கள் சௌதாகர் குளத்தில் சில சடங்குகளுக்கு ஏற்பாடுகள் செய்தனர். நூற்றியெட்டு குடங்களில் நீருடன் மாட்டுச் சாணம், கோமியம், பால், தயிர் ஆகியவற்றை நிரப்பி குளத்து நீருக்குள் அமிழ்த்தினர். பிறகு குளம் புனிதப்படுத்தப்பட்டுவிட்டதாக அறிவிக்கப்பட்டது. சடங்குகள் முடிந்து மூன்று நாள்கள் கழித்தே குளத்தைப் பயன்படுத்தத் தொடங்கினர்.

குளத்தில் நடந்த சடங்குகள் பற்றிய செய்தி அம்பேத்கரின் மனத்தை வெகுவாகப் பாதித்துவிட்டது. 'தீண்டப்படாத மக்களால் விளைந்த தீட்டை மாக்களின் கழிவுகளால் புனிதப்படுத்த முடியும் என்பதுதான் மேல்சாதி மக்களின் நம்பிக்கை என்றால் இதைவிட அருவருப்பான விஷயம் வேறு என்ன இருக்க முடியும்?'

# 7

# ஆடுகளல்ல; சிங்கங்கள்!

தீண்டப்படாத சாதியினரின் பிரச்னைகள் ஆளும் வர்க்கத்துக்குப் புரியவேண்டும். அதைவிட முக்கியம், பாதிக்கப்பட்ட தீண்டப் படாத மக்களுக்கு தங்கள் உண்மை நிலை தெரியவேண்டும். அம்பேத்கர் தன்னுடைய இலக்கை அடைய மீண்டும் தேர்ந் தெடுத்த வாகனம், பத்திரிகை. அம்பேத்கர் மேல்படிப்புக்காக வெளிநாடு சென்றிருந்த சமயத்தில் மூக் நாயக் பத்திரிகை வெளியிடுவதில் அவ்வப்போது சில தடங்கல்கள் வந்து கொண்டிருந்தன. ஆனாலும் மூக் நாயக்கில் தொடர்ந்து ஆர்வம் செலுத்தினார். திடீரென மூக் நாயக்கில் அதன் ஆசிரியர் இலாகாவில் இருந்தவர்கள் தற்புகழ்ச்சியுடன் அவ்வப்போது கட்டுரைகள் எழுதிக்கொள்ளவே, அதன்மீது ஆர்வம் செலுத்து வதை நிறுத்திக் கொண்டார். ஆகவே, புதிய பத்திரிகையைத் தொடங்க முடிவெடுத்தார்.

பகிஷ்கார பாரதம். (புறக்கணிக்கப்பட்ட இந்தியா) இதுதான் அம்பேத்கர் தொடங்கிய புதிய பத்திரிகையின் பெயர். ஏப்ரல் 3, 1927 அன்று உருவான இந்தப் பத்திரிகை அம்பேத்கரின் பிரசார வாகனமாக வலம் வரத் தொடங்கியது. தீண்டப்படாத சாதி யினரின் உரிமைக்குரலாக ஒலித்தது. இத்தனை ஆண்டுகளாக மக்கள் மத்தியில் பேசப்படாமல், கவனிக்கப்படாமல், விவா திக்கப்படாமல் இருந்த தீண்டப்படாத சாதியினரின் பிரச்னை களை மீண்டும் அம்பலப்படுத்தத் தொடங்கியது.

தீண்டப்படாத மக்களும் இந்துக்கள்தான். இந்துக்கள் பயன்படுத்தும் அத்தனை சங்கதிகளும் தீண்டப்படாத மக்களுக்கு உரித்தானவை. கோயில்களில் தீண்டப்படாத சாதியினர் அனுமதிக்கப்பட வேண்டும். பொதுக்குளத்தில் தீண்டப்படாத சாதியினர் நீரெடுக்க அனுமதிக்கவேண்டும். தன்னுடைய பத்திரிகையில் அம்பேத்கர் இந்தக் கருத்துகளைத்தான் அழுத்தந்திருத்தமாகப் பதிவு செய்தார்.

பொது அறிவுக்கான விஷயங்கள். நாட்டு நடப்புகள். அந்தக் கால சாதிய நடைமுறை என்று பல விஷயங்களை பகிஷ்கார பாரதத்தில் எழுதினார். குறிப்பாக தீண்டப்படாத சாதியினருக்கு மக்கள் தொகை அடிப்படையில் பிரதிநிதித்துவம் தரப்படவேண்டும் என்பதை வலியுறுத்தி நிறைய கட்டுரைகள் எழுதினார்.

விலங்குகளின் இறைச்சியைச் சாப்பிடுகிறார்கள் என்ற ஒரே காரணத்துக்காக தீண்டப்படாத சாதியினரை வெறுத்து ஒதுக்கும் இந்தச் சமூகம் அதே இறைச்சியை இஸ்லாமியரோ அல்லது கிறித்தவரோ சாப்பிடும்போது அதை விமரிசிப்பதும் இல்லை. கண்டுகொள்வதும் இல்லை. ஏன் இந்த ஓர வஞ்சனை?

அம்பேத்கரின் எழுத்துகள் தீண்டாமை ஒழிப்பை வலியுறுத்தின. பிற்போக்குத்தனமான சாதியக் கோட்பாடுகளைக் கண்டித்தன. சுயமரியாதை இழந்த, அதை உணரவும் முடியாத தீண்டப்படாத சாதி மக்களுக்குத் தேவையான அறிவைப் புகட்டும் வேலையில் அந்தப் பத்திரிகை ஈடுபட்டது. ஆடுகளாக அடிபணியாதீர்கள். வெட்டுவதற்குக் காத்துக்கொண்டு இருக்காதீர்கள். சிங்கங்களாக சிலிர்த்துக்கொள்ளுங்கள்.

தீண்டப்படாத சாதியினரின் புதிய நம்பிக்கை நட்சத்திரமாக அம்பேத்கர் பரிணமிக்கத் தொடங்கினார். அதற்கான அங்கீகாரம் வெகுவிரைவிலேயே கிடைத்தது. ஆம். பம்பாய் மாகாணப் புதிய சட்டமன்றத்தில் தீண்டப்படாத சாதியினரின் பிரதிநிதியாக அம்பேத்கர் தேர்ந்தெடுக்கப்பட்டார்.

வரவு -செலவுத் திட்டத்தில் இருக்கும் நிறை - குறைகள், நில வரி கட்டுவதில் இருக்கக்கூடிய குளறுபடிகள், மதுவிலக்குக் கொள்கைகள், கல்விக்கொள்கை ஆகியவற்றைப் பற்றி சட்டமன்றத்தில் பேசினார் அம்பேத்கர்.

சட்டமன்றத்தில் பேசியது போக தனக்குள் எழுந்த சிந்தனை களைப் பத்திரிகையில் பதிவு செய்யவும் தவறவில்லை. குறிப்பாக, அரசின் கல்விக்கொள்கை குறித்து அவர் எழுதிய கட்டுரை கடும் அதிர்வுகளை ஏற்படுத்தியது.

'தீண்டப்படாத சாதி மக்களைக் கண்டாலே பிராமணர்களுக்குப் பிடிப்பதில்லை. அவர்களை என்றைக்குமே பிராமணர்கள் லட்சியம் செய்ததில்லை. தங்களைத் தவிர வேறு யாரும் கல்வி கற்று வாழ்க்கையில் முன்னேறுவதில் விருப்பமில்லாத காழ்ப்புணர்ச்சி எண்ணம் கொண்டவர்கள் பிராமணர்கள். பிற மனிதர்களை நாயைவிடக் தரம் குறைந்தவர்களாக பாவிக்கும் பிராமணர்களை ஆசிரியர்களாக அமர்த்தினால் தீண்டப்படாத சாதி மாணவர்களுக்கு சுத்தமான கல்வி கிடைக்கும் என்பதற்கு உத்தரவாதம் இல்லை. அதனால் அந்த மாணவர்களின் முன்னேற் றத்துக்கும் உத்தரவாதம் இல்லை. உண்மையில் ஆசிரியர்கள் எதிர்கால சமுதாயத்துக்கு வெளிச்சம் காட்டுபவர்கள். அந்த உன்னதமான பணிக்கு யாரை நியமிக்கவேண்டும் என்பது மிகவும் அத்தியாவசியமான விஷயம். உங்கள் தந்தைமார்களின் தொழில்களைச் செய்யவே நீங்கள் பிறந்திருக்கிறீர்கள். நீங்கள் கீழ்ச்சாதி மக்கள். கல்வி என்பது ஒரு சாதிக்கே உரியது என்று இடைவிடாது போதிக்கும் வேலையைப் பார்ப்பனர்கள் செய்துவருகிறார்கள். ஆகவே, இவர்களிடம் கல்வி போதிக்கும் வேலையை ஒப்படைக்கக் கூடாது' என்று அழுத்தந்திருத்தமாக வலியுறுத்தினார் அம்பேத்கர்.

★

தக்கர்வார். மராட்டிய மாநிலத்தில் இருக்கும் இந்த ஊரில் புதிய கோயில் ஒன்று கட்டப்பட்டிருப்பதாகவும் அங்கு தாழ்த்தப் பட்ட மக்கள் உள்ளிட்ட எல்லா சாதியினரும் நுழைவதற்கு அனுமதி வழங்கப்பட்டிருப்பதாகவும் ஒரு செய்தி வந்தது.

அம்பேத்கருக்கு மிகுந்த மகிழ்ச்சி. சம்பந்தப்பட்ட ஆலயத்துக்கு நேரில் சென்று ஆலய நிர்வாகிகளைப் பாராட்டவேண்டும் என்று விரும்பினார். தக்கர்வாருக்கு அம்பேத்கர் வருகிறார் என்ற தகவல் அந்த ஊரில் இருக்கும் சாதி இந்துக்கள் மத்தியில் ஆத்திரத்தை வரவழைத்தது. சௌதாகர் குளத்தின் புனிதத்தை சீரழித்த அம்பேத்கர் இப்போது நம் ஊரின் கோயில்களை சீரழிக்க வருகிறார். அவரை அனுமதிக்கக்கூடாது.

எதிர்ப்புகளைப் பற்றிக் கவலைப்படவில்லை அம்பேத்கார். நேராக ஆலயத்துக்கு வந்தார். அவரை வரவேற்றவர்கள் சாதி இந்துக்கள். கைகளில் ஆயுதங்கள். 'உடனடியாகக் கோயிலை விட்டு வெளியேறுங்கள். இல்லாவிட்டால் உயிருக்கு உத்தர வாதம் இல்லை.'

'அவசரப்படாதீர்கள் தோழர்களே, கோயில் நிர்வாகி அழைப்பு கொடுத்ததன் பேரிலேயே நான் இங்கே வந்திருக்கிறேன். அவர் போகச் சொன்னால் ஒழிய நான் வெளியேறுவதற்கு வாய்ப் பில்லை.'

இப்போது கலகக்காரர்களின் கவனம் ஆலய நிர்வாகியின் மீது திரும்பியது. புரிந்துவிட்டது ஆலய நிர்வாகிக்கு. அணி மாற முடிவு செய்தார்.

'அம்பேத்கருடனான என் சந்திப்பை ரத்து செய்கிறேன்'

கலகக்காரர்கள் முகத்தில் இருந்த வக்கிரம் மறைந்தது. வன் முறை அகன்றது. புன்னகை பூத்தது. ஆலய நிர்வாகி இத்தனை விரைவில் வார்த்தை மாறுவார் என்று என்று அம்பேத்கர் துளியும் எதிர்பார்க்கவில்லை. அவமானம் நீர்த்துளிகளாக மாறி கண்களை நனைத்தது. ஆலயத்தை விட்டு வெளியேறினார்.

அம்பேத்கர் ஆலயத்துக்குள் நுழைந்ததால் ஆலயத்தின் புனிதம் குலைந்துவிட்டதாகச் சொன்ன மேல்சாதி கலகக்காரர்கள், ஆலயத்தை கோயில் நிர்வாகியே புனிதப்படுத்த வேண்டும் என்றனர். வேறு வழியில்லாமல் சடங்குகளை செய்துமுடித்தார் ஆலய நிர்வாகி.

•

ஆகஸ்டு 4, 1927 அன்று மஹத் நகரில் இருக்கும் குளத்தில் எல்லோரும் தண்ணீர் எடுக்கலாம் என்ற தீர்மானம் ரத்து செய்யப் பட்டது. அம்பேத்கர் தலைமையில் மிகப்பெரிய போராட்டம் நடந்து முடிந்த வெப்பம் தணிவதற்குள் வெளியான இந்த அறிவிப்பு அம்பேத்கரை ஆத்திரம் கொள்ளச்செய்தது.

தீண்டப்படாத சாதியினர் உடனடியாகப் போராட்டத்துக்குத் தயாராக வேண்டும் என்று பகிரங்க அழைப்பு விடுத்தார் அம்பேத்கர். அந்தப் போராட்டத்தின் மூலம் சௌதாகர் குளத்

தில் நீர் எடுக்கும் உரிமையை நிரந்தமாக மீட்டெடுக்க வேண்டும் என்பதுதான் அம்பேத்கரின் இலக்கு.

ஆயத்தப் பணிகள் தொடங்கின. போராட்டத்துக்கான நாள் குறிக்கப்பட்டது. டிசம்பர் 25 மற்றும் 26, 1927. போராட்டம் நல்ல நோக்கத்துக்காக நடக்கிறது. ஆகவே, வெற்றி தோல்வியைப் பற்றிக் கவலைப்படாதீர்கள். சத்தியம் நம் பக்கம் இருந்தால் நிச்சயம் இறுதி வெற்றியும் நம் பக்கம்தான். ஒருவேளை அரசு நம்முடைய போராட்டத்தைத் தடை செய்தால் அதற்காகப் பின் வாங்கத் தேவையில்லை. அத்துமீறுவோம். போராடுவோம். நியாயமற்ற கோரிக்கை எதையும் நாம் முன்வைக்கவில்லை. ஆகவே துணிச்சலுடன் தடையை மீறுங்கள். காவல்துறை நம்மை தடிகள் கொண்டு தாக்கலாம். கைது செய்யலாம். எதையும் எதிர்கொள்ளத் தயாராக இருங்கள். அம்பேத்கரின் வார்த்தைகள் தீர்க்கமாக இருந்தன.

போராட்டத்தைத் தடுக்கும் நோக்கத்துக்காக வேண்டுமென்றே அரசு மக்களைத் தாக்கினால் இந்த விவகாரத்தை சர்வதேச நாடுகளின் கவனத்துக்குக் கொண்டு செல்ல நேரிடும் என்று அரசை எச்சரிக்கை செய்யவும் அம்பேத்கர் தவறவில்லை. அவருடைய நம்பிக்கை தெறித்த பேச்சுகள் மக்களைத் போராட்டத்துக்குத் தயார்ப்படுத்தின.

இன்னொரு பக்கம் சாதி இந்துக்கள் அம்பேத்கரின் போராட் டத்தை எப்படி தடுத்து நிறுத்துவது என்பது பற்றியே சிந்தித்தனர். சௌதாகர் குளத்தில் தீண்டப்படாத சாதியினர் நீர் எடுப்பதற்கு இடைக்காலத் தடை ஒன்றைப் போராடிப் பெற்றனர் சாதி இந்துக்கள். இது அம்பேத்கரின் போராட்டத்துக்கு ஒரு பின்னடைவு என்று கருதப்பட்டது. ஆனாலும் தளராமல் போராட்டப் பணியில் ஈடுபட்டனர் அம்பேத்கரின் ஆதரவாளர்கள்.

மாநாட்டுக்குத் தேவையான இடத்தைக் கொடுக்க இந்துக்கள் மறுத்த நிலையில் இஸ்லாமியச் சகோதரர் ஒருவருடைய நிலத்தில் மாநாட்டு வேலைகள் தொடங்கின. மஹத்தில் நடக்கும் ஒவ்வொரு மாற்றமும் அம்பேத்கருக்குத் தொடர்ந்து சொல்லப்பட்டு வந்தன. 'எத்தனைப் பிரச்னைகள் வந்தாலும் சரி. எத்தனைத் தாக்குதல்கள் வந்தாலும் சரி. போராட்டம் நடந்தாகவேண்டும். கட்டுப்பாடு குலையாமல் காரியத்தில் ஈடுபடுங்கள்.'

பிறகு மஹத் நகருக்கு அருகில் இருக்கும் தாஸ்கான் என்ற நகருக்கு ஆதரவாளர்கள் புடைசூழ வந்தார் அம்பேத்கர். மாவட்ட நீதிபதி எழுதிய கடிதம் ஒன்று அம்பேத்கரிடம் அந்த இடத்திலேயே கொடுக்கப்பட்டது. அதில் தன்னை வந்து உடனடியாகச் சந்திக்குமாறு எழுதியிருந்தார் மாவட்ட நீதிபதி. நேரில் சந்தித்தபோது போராட்டத்தைக் கொஞ்சம் ஒத்தி வைத்துக்கொள்ளவேண்டும் என்று கோரிக்கை விடுத்தார். ஆனால் அந்த இடத்திலேயே மறுப்பு தெரிவித்துவிட்டார் அம்பேத்கர்.

மாநாட்டு மேடையில் கம்பீரமாகத் தோன்றிய அம்பேத்கர் மைக்கைப் பிடித்து சில வார்த்தைகள் பேசினார்.

'ஆலயத்தில் நுழைவதும் குளத்தில் புழங்குவதும் மாத்திரமே நம்முடைய இறுதி இலக்குகள் அல்ல; சட்டம், நீதி, கல்வி, ராணுவம், நிர்வாகம், காவல்துறை என்று நாட்டின் அத்தனை முக்கியத் துறைகளிலும் நமக்குக் கிடைக்கவேண்டிய நியாய மான வாய்ப்புகள் கிடைக்கப்பெறவேண்டும் என்பதுதான் நம்முடைய இலக்கு. எதிர்காலத்தில் நாம் நடத்த இருக்கும் போராட்டங்களுக்கான தொடக்கப்புள்ளியாக இந்தப் போராட் டத்தைக் கருதவேண்டும்.'

அதன்பிறகு சில முக்கியமான தீர்மானங்கள் நிறைவேற்றப் பட்டன.

சக மனிதர்களிடையே நிலவிக் கொண்டிருக்கும் ஏற்றத் தாழ்வு களுக்கும் மனித உரிமை மறுப்புகளுக்கும் ஆதார வழியாக இருக்கும் இந்துமதத் தத்துவ நூல்களை நிராகரிக்க வேண்டும். அது ஏற்கெனவே புழக்கத்தில் இருக்கும் பழைய நூல்கள், புதிதாகப் புழக்கத்துக்கு வந்திருக்கும் நூல்கள் என்ற பாகுபாடு தேவையில்லை என்பதுதான் முதல் தீர்மானம்.

தீண்டப்படாத சாதியினர் (சூத்திரர்கள்) வேதங்களைப் படிக்கக் கூடாது. மற்றவர்கள் படிப்பதைப் பக்கத்தில் நின்று கேட்கவும் கூடாது. அதை மீறுபவர்களின் காதுகளில் காய்ச்சிய ஈயத்தை ஊற்றவேண்டும் என்பது மனுநீதி சொல்லும் தீர்ப்பு. அப்படிச் சொல்கின்ற மனுநீதியை பொதுவில் வைத்துத் தீயிட்டுக் கொளுத்தவேண்டும் என்பதுதான் இரண்டாவது தீர்மானம். அது உடனடியாக அமல்படுத்தப்பட்டது.

இந்து மதத்தில் ஆயிரத்தெட்டு சாதிகள். ஒவ்வொன்றிலும் பல் வேறு உட்பிரிவுகள். மேல்சாதி, கீழ்ச்சாதி. இன்னும் எத்தனை பிரிவுகள் இருந்தாலும் சரி. அந்தப் பிரிவுகள் அனைத்தும் ஒரே வகுப்பாக மாறவேண்டும். எந்தச் சாதியைச் சேர்ந்தவராக இருந்தாலும் சரி, அவரவர் காலம்காலமாகப் பின்பற்றிவரும் சடங்குகளைத் தொடர்ந்து நடைமுறைப்படுத்துவதில் எந்தவித மான தயக்கத்தையும் காட்டத் தேவையில்லை என்பது மூன்றாவது தீர்மானம்.

புரோகிதம் என்பது இந்து மதத்தில் தவிர்க்க முடியாத சங்கதியாக இருக்கிறது. சமூகத்தில் இருக்கும் ஏற்றத்தாழ்வுகளைத் தீர் மானிக்கும் காரணியாக இருக்கும் இந்தப் புரோகிதம் ஜன நாயகப்படுத்தப்படவேண்டும். புரோகிதம் செய்ய விரும்பும் எவர் வேண்டுமானாலும் புரோகிதராக மாறுவதற்கு எந்தவித மான தடையும் இருக்கக்கூடாது என்பது நான்காவது தீர்மானம்.

திடீரென மாவட்ட ஆட்சியாளரிடம் இருந்து எச்சரிக்கை ஒன்று வந்தது. 'போராட்டத்தைத் தொடரும் பட்சத்தில் அதில் ஈடு படும் அத்தனை பேரையும் கைது செய்ய நேரிடும்'. எச்சரிக்கை யைத் தூக்கி ஓரமாக வைத்துவிட்டு போராட்டம் எப்படி நடத்தப்பட வேண்டும் என்பது பற்றிப் பேசத் தொடங்கினார் அம்பேத்கர்.

'உயிர்நாடிக் கொள்கைகள் இருக்கும்போது கைகளில் தடிகள் தேவையில்லை. கைது செய்வதற்கு எதிர்ப்பு தெரிவிக்க வேண்டாம். கைதானவர்கள் காவல்துறையினரிடம் மன்னிப்பு கேட்பதோ, கெஞ்சுவதோ தேவையில்லை. நம்முடைய நோக்கம், நம்முடைய கொள்கை, நம்முடைய இலக்கு இவற் றின் மீது நம்பிக்கை இருப்பவர்கள் மாத்திரம் போராட்டத்தில் கலந்துகொண்டால் போதுமானது. நான் கேட்கிறேன் என்பதற் காகவோ அல்லது நான் அழைக்கிறேன் என்பதற்காகவோ எவரும் வலுவில் போராடவேண்டிய அவசியம் இல்லை. இதுதான் என்னுடைய கோரிக்கை.'

கிட்டத்தட்ட நான்காயிரம் பேர் போராட்டத்தில் கலந்து கொள்ளத் தங்களது பெயர்களைக் கொடுத்தனர். விஷயம் கேள்விப்பட்ட மாவட்ட ஆட்சித்தலைவர் மாநாட்டுப் பந்த லுக்கு நேரில் வந்து பேசினார்.

'பொதுவாக குளங்கள், ஏரிகள், கோயில்கள் எல்லாமே பொதுச் சொத்துகள் என்பதில் சந்தேகமில்லை. ஆனால் சௌதாகர் குளம் தனியாருக்குச் சொந்தமானது என்று நீதிமன்றத்தில் வழக்கு தொடரப்பட்டுள்ளது. தீர்ப்பு வரும்வரைக் காத்திருங்கள். அவசரப்பட்டு, தடையை மீறிப் போராட்டத்தில் இறங்கினால் கடந்தமுறை வன்முறையாளர்களுக்கு ஏற்பட்ட கதிதான் உங்க ளுக்கும் ஏற்படும்.'

பலநேர யோசனைக்குப் பிறகு போராட்டத்தை ஒத்திவைப்பது தான் சரியாக இருக்கும் என்று முடிவுசெய்தார் அம்பேத்கர்.

'காந்தியும் சத்தியாகிரகம் போராட்டம் நடத்துகிறார். நாமும் அதைத்தான் செய்கிறோம். ஆனால் காந்தியின் போராட்டத் துக்குக் கிடைக்கும் ஆதரவு நமக்கு கிடைக்கவில்லை. இது ஏன்? ஆதரவு என்பது நம்முடைய எதிரி யார் என்பதைப் பொறுத்தே உருவாகிறது. காந்தி பிரிட்டிஷார் என்கிற அந்நிய சக்திகளுக்கு எதிராகப் போராடுகிறார். ஆனால் நாமோ நம்முடைய நாட்டில் இருக்கும் பெரும்பான்மை இந்துக்களை எதிர்த்து நடத்து கிறோம். ஆதரவு குறைவாக இருக்கும் சூழலில் அரசாங்கத்தை யும் பகைத்துக்கொள்வது அறிவார்ந்த செயலாக இருக்காது. நம்முடைய போராட்டம் பிராமணர்களுக்கும் அவர்களுடைய அடக்குமுறைகளுக்கும் எதிரானதுதானே தவிர அரசாங்கத்துக்கு எதிரானது அல்ல. ஆகவே, அரசாங்கத்துடன் மோதல் போக்கைக் கடைப்பிடித்து உங்கள் சக்தியை வீணடிக்க நான் விரும்பவில்லை. மேலும், அரசாங்கத்தையும் காவல்துறையை யும் நம்முடைய எதிரிகளின் பக்கம் கொண்டுபோய் சேர்ப் பதிலும் எனக்கு விருப்பமில்லை. ஆகவே, சௌதாகர் குளத்தை மையமாக வைத்து நாம் நடத்த இருந்த போராட்டம் தாற்காலிக மாக ஒத்திவைக்கப்படுகிறது. இதில் வெட்கப்பட எதுவு மில்லை. அவமானப்பட எதுவும் இல்லை. போராட்டம் தோல்வியடைந்துவிட்டது என்றும் கருத வேண்டியதில்லை. நியாயமான உரிமைகளை வலியுறுத்தும் நம்முடைய போராட் டங்கள் எப்போதும் போலத் தொடரும்.'

# 8

# சைமனே வருக!

சைமன் கமிஷன். இந்தியாவுக்கு வந்த பிரிட்டிஷ் குழுக்களுள் மிகவும் சர்ச்சைக்குள்ளான ஒரு குழு இதுதான். 1919ம் ஆண்டு சட்டத்தை மறுஆய்வு செய்து, திருத்தி அமைக்கும் நோக்கத் துடன் சர் ஜான் சைமன் தலைமையில் இந்தியா வந்திருந்த பிரிட்டிஷ் குழு அந்தக் கமிஷனை ஆதரிக்கலாமா, வேண்டாமா என்பதிலேயே இந்திய அரசியல் கட்சிகள் மத்தியில் மிகப்பெரிய குழப்பத்தை ஏற்படுத்தின.

1919ல் அரசியல் சட்டம் நிறைவேறி, இந்தியாவில் இரட்டை ஆட்சி முறை அமலில் இருந்தது. அதற்கு பத்தாண்டுகள் காலக்கெடு விதிக்கப்பட்டது. அதன்பிறகு இரட்டை ஆட்சியின் நன்மை, தீமைகள் தீவிரமாக ஆராயப்படும். தேவைப்பட்டால் வேறொரு சட்டத்தை நிறைவேற்றலாம். இதுதான் அப்போது எடுக்கப்பட்ட முடிவு.

உண்மையில் அந்தச் சட்டத்தை மறுபரிசீலனை செய்ய வேண்டும் என்ற நிலைப்பாட்டுக்கு வர அரசியல் கட்சிகளும் சரி, பொதுமக்களும் சரி, பத்தாண்டுகாலம் காத்திருக்க விரும்ப வில்லை. காரணம், இரண்டு, மூன்று ஆண்டுகளிலேயே அந்த ஆட்சி மீது அதிருப்தி ஏற்பட்டுவிட்டது. மாகாண சுயாட்சிதான் பொருத்தமாக இருக்கும் என்று குரல் எழுப்பத் தொடங்கி விட்டனர்.

ஆகவே, 1919ல் அமல்படுத்தப்பட்ட இரட்டை ஆட்சியின் நிறைகுறைகளை ஆய்வு செய்து, இந்தியர்களுக்கு மேலும் அதிகாரம் வழங்கவேண்டுமா? அப்படி வழங்கும் பட்சத்தில் எந்த அளவுக்கு வழங்கலாம் என்பதைப் பற்றியெல்லாம் ஆராய்ந்து, பிரிட்டிஷ் ஆட்சியாளர்களுக்கு பரிந்துரை செய்யும் நோக்கத்துடன் சைமன் கமிஷன் அமைக்கப்பட்டது.

அந்தக் குழுவில் பிரிட்டிஷ் பிரபுக்கள் சபையைச் சேர்ந்த இரண்டு உறுப்பினர்களும், பிரிட்டிஷ் மக்களவை உறுப்பினர்கள் நான்கு பேரும் இடம்பெற்றிருந்தனர். இந்தியத் தலைவர் களிடம் கருத்துகளைக் கேட்டறிந்து, அதன் அடிப்படையில் சட்டத்திருத்தத்தை மேற்கொள்ள முடிவு செய்திருந்தது பிரிட்டிஷ் அரசு.

பிப்ரவரி 3, 1928. சர் ஜான் சைமன் என்பவர் தலைமையிலான சைமன் கமிஷன் பம்பாய் வந்து இந்தியத் தலைவர்களிடமும் பேச்சுவார்த்தை நடத்த விரும்பியது. அந்தக் குழுவில் ஒரு இந்தியர் கூட இடம்பெறாமல் போனது இந்திய அரசியல் கட்சிகளையும் காங்கிரஸ் உள்ளிட்ட பெரும்பாலான கட்சித் தலைவர்களையும் அதிருப்தி அடைய வைத்தது.

எங்களை மதிக்காத, எங்கள் பிரதிநிதித்துவத்தை அனுமதிக்காக சைமன் கமிஷனை காங்கிரஸ் கட்சி புறக்கணிக்கும் என்று அறிவித்தது காங்கிரஸ் தலைமை. அத்துடன் நிறுத்திக்கொள்ள வில்லை. எதிர்ப்பைத் தீவிரப்படுத்தும் வகையில் 'சைமனே திரும்பிப் போ' என்ற கோஷத்தை எழுப்பி நாடு தழுவிய அளவில் போராட்டங்களை எழுப்பியது.

சைமன் கமிஷனுக்கு முன்னால் எவரும் சாட்சியளிக்க வேண் டாம்; கமிஷனை எல்லோரும் புறக்கணியுங்கள்; கமிஷன் எந்த ஊருக்கு வந்தாலும் அங்கெல்லாம் ஹர்த்தால் செய்யுங்கள்; கறுப்புகொடி காட்டுங்கள்; ஆர்ப்பாட்டங்கள் செய்து எதிர்ப்பு தெரிவியுங்கள் என்றது காங்கிரஸ் கட்சி. இத்தனைக்கும் இப்படியொரு ராயல் கமிஷன் வேண்டும் என்றுதான் கடந்த பல ஆண்டுகளாக காங்கிரஸ் கட்சி கோரிக்கை விடுத்து வந்தது.

காவல்துறை தடியடி நடத்தி கலவரக்காரர்களைக் கலைக்கும் முயற்சியில் ஈடுபட்டது. சைமன் கமிஷனுக்கு எதிராக நாடு தழுவிய அளவில் எதிர்ப்பு கிளம்பியது. அதன்பிறகு மீண்டும்

ஒருமுறை சைமன் கமிஷன் இந்தியாவுக்கு வந்தது. அப்போதும் காங்கிரஸ் தன்னுடைய எதிர்ப்பு நிலைப்பாட்டை மாற்றிக் கொள்ளவில்லை.

சைமன் கமிஷனுக்குப் போட்டியாக அல்லது மாற்றாக காங்கிரஸ் கட்சி அனைத்துக் கட்சிக் கூட்டம் ஒன்றுக்கு அழைப்பு விடுத்தது. இந்தியாவுக்கான அரசியல் சட்டத்தை வரைவதற்கு வல்லுநர் குழு ஒன்றை உருவாக்குவதுதான் இந்தக் கூட்டத்தின் நோக்கம். முக்கிய அரசியல் கட்சிகள் அனைத்துக்கும் அழைப்புகள் சென்றன. அனைத்து சாதியைச் சேர்ந்த முக்கியப் பிரமுகர்கள் மற்றும் தலைவர்களுக்கும் அழைப்புகள் சென்றன.

முஸ்லிம்கள், பார்சிகள், கிறித்தவர்கள், சீக்கியர்கள், ஆங்கிலோ இந்தியர்கள் ஆகியோரின் பிரதிநிதிகளுக்கு அழைப்புகள் அனுப்பப்பட்டு இருந்தன. ஆனால் அம்பேத்கர் உள்ளிட்ட எந்த தீண்டப்படாத சாதியினருக்கான பிரதிநிதியும் அழைக்கப்படவில்லை. ஏன்?

காந்தியும் காங்கிரஸும் தீண்டப்படாத சாதியினர் தொடர்பான விவகாரங்களில் மிகவும் தெளிவாகவும் உறுதியாகவும் இருந்தனர். இந்துக்களின் ஒரு அங்கமே தீண்டப்படாத சாதியினர். அவர்களுக்குப் பிரத்தியேக அழைப்பு விடுத்தால், தீண்டப்படாத சாதியினரைத் தனிப்பிரிவாக ஏற்றுக்கொண்டது போல ஆகிவிடும் என்பதால் மிகவும் கவனமாக இருந்தது காங்கிரஸ் கட்சி.

மோதிலால் நேரு தலைமையில் கூடிய அந்த அனைத்துக் கட்சிக் கூட்டத்தில் எதிர்கால இந்தியாவின் அரசியல் அமைப்புச் சட்டம் எப்படி இருக்கவேண்டும் என்பதற்கான திட்டங்கள் வகுக்கப் பட்டன. அந்தக் குழுவின் அறிக்கையில், சட்டசபைகளில் தீண்டப்படாத வகுப்பு மக்கள் பிரதிநிதிகளாக வருவதற்கென, தனியான ஏற்பாடு எதையும் செய்யவில்லை. தனி வாக்காளர் தொகுதியை அமைப்பதன்மூலம் அல்லது நியமன முறை மூலம் இவர்களுக்குப் பிரதிநிதித்துவம் அளிக்கப்படலாம் என்று போகிறபோக்கில் கூறப்பட்டிருந்தது. இந்த அறிக்கைக்கு நேரு ரிப்போர்ட் என்று பெயரிடப்பட்டிருந்தது.

இது அம்பேத்கரை ஆத்திரம் கொள்ளச் செய்தது. எங்களை அனைத்துக்கட்சிக் கூட்டத்துக்கு அழைக்கவும் இல்லை. ஆனால் எங்களுடைய உரிமைகள் பற்றி மட்டும் பேசியுள்ளீர்கள்.

அதுவும் மிகவும் அலட்சிய மனோபாவத்துடன் பேசியிருக் கிறீர்கள். ஆகவே, உங்களுடைய கருத்துகளை எங்களால் ஏற்றுக் கொள்ள முடியாது என்று சொல்லிவிட்டார் அம்பேத்கர்.

ஆனால் சைமன் கமிஷனோ, பிரிட்டிஷ் அரசின் உரிமைகள் பற்றிய அறிக்கை தீண்டப்படாத வகுப்பு மக்களின் துன்பங்கள் அனைத்தையும் அடியோடு துடைத்து எடுத்துவிடும் என்று நம்பிக்கை அளிக்கும் வகையில் பேசியது. சைமன் கமிஷன் இப்போது முழுவீச்சில் களத்தில் இறங்கியது. அரசியல் சட்டம் குறித்து சாட்சியம் கொடுப்பதற்காக ஒவ்வொரு மாகாணமும் தத்தமது பிரதிநிதிகளைத் தேர்வுசெய்து அனுப்பவேண்டும் என்று சைமன் கமிஷன் கேட்டுக்கொண்டது.

தீண்டப்படாத சாதியினரின் மத்தியில் செல்வாக்கு மிகுந்த தலைவராக அம்பேத்கர் இருந்ததால் அவரை பம்பாய் மாகாண சட்டமன்றத்தில் இருந்து சைமன் கமிஷனுக்கான பிரதிநிதியாகத் தேர்வு செய்தனர்.

அம்பேத்கரைத் தேர்வு செய்ததில் காங்கிரஸ் தலைவர்கள் சிலருக்குத் துளியும் விருப்பமில்லை.

காங்கிரஸ் கட்சிக்கு எதிராக உரத்த குரலில் முழங்கிக் கொண் டிருக்கும் அம்பேத்கரை பிரிட்டிஷார் தங்களுக்குச் சாதகமாகப் பயன்படுத்திக்கொள்கின்றனர். இதன்மூலம் இந்தியத் தலைவர் களுக்கு மத்தியில் பிரித்தாளும் சூழ்ச்சியை அமல்படுத்தி லாபம் சம்பாதிக்கத் திட்டமிட்டுள்ளனர் பிரிட்டிஷார். அந்தக் குதர்க்கத் திட்டத்துக்கு அம்பேத்கர் பலியாகிவிட்டார். இதுதான் காங் கிரஸ் கட்சியின் விமரிசனம்.

தேர்வு செய்யப்பட்ட சமயத்தில் பம்பாய் அரசு சட்டக்கல்லூரி யில் தாற்காலிக விரிவுரையாளராக செயல்பட்டுக் கொண்டிருந் தார் அம்பேத்கர். அரசியல் நடவடிக்கைகளில் அதிக அளவில் பங்கெடுக்க வேண்டியிருந்ததால் அவரால் வழக்கறிஞர் பணியில் தீவிரமாக ஈடுபட முடியவில்லை. ஆனாலும் வீடு மற்றும் தனிப்பட்ட தேவைகளுக்கான பணத்தேவை அதிகமாகவே இருந்தது. அவற்றைச் சமாளிக்கும் பொருட்டு விரிவுரையாளர் பணியை ஏற்றுக்கொண்டிருந்தார் அம்பேத்கர்.

சைமன் கமிஷனில் அம்பேத்கர் ஆஜராகி சாட்சியம் அளிக்கப் போகும் விஷயம் மாணவர்களுக்குத் தெரிய வந்தது. பலருக்கு

ஆத்திரம். குறிப்பாக, உயர்சாதி மாணவர்களுக்கு. காங்கிரஸ் கட்சியின் எதிர்ப்பையும் மீறி சைமன் கமிஷனை ஆதரிக்கும் அம்பேத்கரை எதிர்ப்போம். அவருடைய வகுப்பைப் புறக் கணிப்போம்.

சொன்னபடியே அம்பேத்கரின் வகுப்பறைகள் காலியாக இருந் தன. கிட்டத்தட்ட அவரை ஒரு தேசத் துரோகியாக சித்திரிக்கும் வேலையை ஒருசிலர் திட்டமிட்டு செய்தனர். எதிர்ப்புகளை புறக்கணித்து, சைமன் கமிஷன் முன்பு ஆஜரான அம்பேத்கர், தன்னுடைய பகிஷ்கரித் ஹித்தகாரணி சபையின் மூலம் தன் கருத்துகளை முன்வைத்தார்.

'கடந்த காலங்களில் அமலில் இருந்த அரசியல் சட்டங்கள் தீண்டப்படாத சாதியினருக்கு எந்தவிதமான முன்னுரிமையை யும் அளிக்கவில்லை. ஆகவே, எதிர்கால இந்தியாவின் அரசியல் சட்டம் தீண்டப்படாத சாதியினருக்கு நியாயமாகக் கிடைக்கவேண்டிய உரிமைகள், சலுகைகள் அனைத்தும் கிடைப்பதற்கு உறுதியளிக்கவேண்டும்' - இதுதான் அம்பேத் கரின் கோரிக்கை.

பகிஷ்கார ஹித்தகாரணி சபையின் சார்பில் விரிவான அறிக்கை ஒன்றைத் தயார் செய்து சைமன் கமிஷனிடம் ஒப்படைத்தார் அம்பேத்கர்.

1. மாநிலத்தின் வருமானத்தில் தீண்டப்படாத வகுப்பினரின் கல்விக்கு முன்னுரிமை அளிக்கப்படவேண்டும். கல்விக் காக ஒதுக்கப்படும் நிதியில் தாழ்த்தப்பட்ட வகுப்பு மக்க ளுக்கு நன்மை பயக்கும் வகையில் நேர்மையான முறை யிலும் விகிதாச்சார அடிப்படையிலும் ஒதுக்கீடு செய்யப் படவேண்டும்.

2. ராணுவம், கடற்படை மற்றும் காவல்துறை ஆகியவற்றில் கட்டுப்பாடுகள் எதுவும் இல்லாமல், சாதி என்ற முறையில் குறிப்பிட்ட அளவோடு நிற்காமல் தீண்டப்படாத மக்கள் சேர்க்கப்படுவதற்கு உரிமை வழங்கப்படவேண்டும்.

3. அரசுப் பணிகளுக்கு நியமனம் செய்வதில் கெஜட்டில் பதிவான இடங்களுக்கும் கெஜட் பதிவாகாத இடங் களுக்கும் முப்பது ஆண்டு காலத்துக்கு தீண்டப்படாத சாதியினருக்கு முன்னுரிமை அளிக்கவேண்டும்.

4. ஒவ்வொரு மாவட்டத்துக்கும் தீண்டப்படாத சாதியைச் சேர்ந்த ஒருவரை சிறப்பு காவல்துறை ஆய்வாளராக நியமிக்கப்படும் உரிமை ஒப்புக்கொள்ளப்பட வேண்டும்.

5. உள்ளாட்சி நிறுவனங்களில் தீண்டப்படாத சாதியைச் சேர்ந்தவர்களுக்குப் போதிய பிரதிநிதித்துவம் அளிக்கப் படும் உரிமையை மாநில அரசு ஏற்றுக்கொள்ள வேண்டும்.

6. இந்த உரிமைகள் மாநில அரசால் மீறப்பட்டால் இந்திய அரசுக்கு மேல்முறையீடு செய்யும் உரிமை அங்கீகரிக்கப் பட வேண்டும். சம்பந்தப்பட்ட விஷயம் பற்றி சட்டத் துக்கு உட்பட்ட வகையில் நடந்துகொள்ள வேண்டும் என்று மாநில அரசுகளைக் கட்டாயப்படுத்தும் அதிகாரம் இந்திய அரசுக்கு வழங்கப்பட வேண்டும்.

இவைதான் பகிஷ்கார ஹித்தகாரணி சபையின் மூலமாக சைமன் கமிஷனிடம் அம்பேத்கர் முன்வைத்த முக்கியக் கோரிக்கைகள். மேலும் சில கோரிக்கைகளையும் பகிஷ்கார ஹித்தகாரணி சபா முன்வைத்தது.

பிரிட்டிஷ் இந்தியாவின் மொத்த மக்கள் தொகையில் ஐந்தில் ஒரு பங்காக இருக்கும் தீண்டப்படாத சாதியினருக்கு 1919ம் ஆண்டு சட்டம் பெரும் துரோகத்தைச் செய்துவிட்டது. சைமன் கமிஷன் ஏதேனும் உருப்படியாகச் சாதித்துத் தரவேண்டும் என்பதுதான் தீண்டப்படாத சாதி மக்களின் எதிர்பார்ப்பு என்றார் அம்பேத்கர்.

அதேசமயம், பெரும்பான்மையாக இருக்கிறார்கள் என்ற ஒரே காரணத்துக்காக இந்துக்களின் வார்த்தைகளுக்கு செவிமடுத்து தீண்டப்படாத சாதியினரின் விஷயத்தில் எந்தவிதமான முடிவை யும் எடுத்துவிடவேண்டாம். ஏனெனில், இத்தனை ஆண்டு காலமும் அடக்குமுறைகளையும் கெடுபிடிகளையும் கொடுமை களையும் தீண்டப்படாத சாதியினர் அனுபவித்து வருவதற்கு முக்கியக் காரணம் சாதிய நோக்கம் கொண்ட இந்துக்களே என்று சைமன் கமிஷனிடம் வலியுறுத்தினார் அம்பேத்கர்.

சைமன் கமிஷனில் அம்பேத்கர் ஆஜரானபோது அக்டோபர் 23, 1928 அன்று அவரிடம் பல கேள்விகள் கேட்கப்பட்டன.

ஒவ்வொன்றுக்கும் தெளிவான, தீர்க்கமான பதிலை அம்பேத்கர் அளித்ததற்குப் பதிவுகள் இருக்கின்றன. அந்தக் கேள்வி - பதில் தொகுப்பில் இருந்து ஒரு பகுதி:

**கேள்வி எண் 34:**

**சைமன் கமிஷன்:** இந்திய அரசியல் சாசனத்தில் தீண்டப்படாத சாதி மக்களுக்கு எத்தகைய பிரதிநிதித்துவம் வழங்கப்பட வேண்டும் என்று நீங்கள் விரும்புகிறீர்கள்?

**அம்பேத்கர்:** இந்து சமுதாயத்தில் இருந்து வேறுபட்ட, ஒரு தனித்தன்மை கொண்ட சிறுபான்மையினராக நாங்கள் நடத்தப் படவேண்டும் என்பதை முதலில் தெரிவித்துக்கொள்ள விரும்பு கிறேன். பிரிட்டிஷ் இந்தியாவில் உள்ள வேறு எந்த சிறுபான்மை யினரைக் காட்டிலும் தீண்டப்படாத சிறுபான்மை வகுப்பின ருக்குக் கூடுதல் அரசியல் பாதுகாப்பு அளிக்கப்படவேண்டும். ஏனெனில், தீண்டப்படாத மக்களே மிகவும் ஏழைகளாக இருக்கிறார்கள். கல்வியறிவில் மிகவும் பின்தங்கியிருக்கிறார் கள். ஆகவே, இஸ்லாமிய சிறுபான்மையினருக்குத் தரப் பட்டுள்ள பிரதிநிதித்துவத்துக்குச் சமமாகவே தீண்டப்படாத வகுப்பு மக்களுக்கும் பிரதிநிதித்துவம் தரப்படவேண்டும். வயது வந்தோர்க்கு வாக்குரிமை என்பதுடன் கூடிய இட ஒதுக்கீடு தீண்டப்படாத சாதியினருக்குத் தரப்படவேண்டும்.

**கேள்வி எண் 77:**

**சைமன் கமிஷன்:** தீண்டப்படாத ஒருவர் சமுதாயத்தில் இருந்து எவ்வாறு விலக்கி வைக்கப்பட்டிருப்பார்? எத்தகையை சமூக பகிஷ்காரம்?

**அம்பேத்கர்:** சம்பந்தப்பட்ட நபர் கிராமத்துக்குத் திரும்பிச் சென்றபிறகு கடைக்காரர்கள் அவரை விலக்கிவைப்பார்கள். எவரும் அவருக்குத் தானியங்களை விற்கமாட்டார்கள். கிராம ஊழியன் என்ற முறையில் அவருக்குத் தரவேண்டிய ஊதி யத்தைத் தராமல் கிராம மக்கள் நிறுத்திவிடுவார்கள். கிராமத் துக்குள் நுழையவே அனுமதிக்க மாட்டார்கள். தீண்டப்படாத மக்கள் எப்போதும் கிராமத்தில் எல்லையில்தான் வசிக்கிறார் கள்; கிராமத்தின் நடுவிலோ அல்லது கிராம மக்களுடன் சேர்ந்தோ அல்ல.

***கேள்வி எண் 108:***

***சைமன் கமிஷன்:*** *முஸ்லிம்களுக்கு விகிதாச்சார அடிப்படையில் பிரதிநிதித்துவம் தரப்பட்டிருப்பதால்தான் நீங்களும் கேட்கிறீர்களா? உங்கள் கோரிக்கையில் ஏதாவது நியாயம் இருக்கிறதா?*

***அம்பேத்கர்:*** நியாயம் இருக்கிறது. சட்டமன்றத்தில் மக்கள் தொகையின் அடிப்படையில்தான் சிறுபான்மையினரின் பிரதிநிதித்துவம் இருக்கவேண்டும் என்ற கோட்பாட்டை நான் ஒப்புக்கொள்ளவில்லை. பல்வேறு சமுதாயங்களின், பல்வேறு முன்மாதிரிச் சான்றுகளை ஆஜர்படுத்தி வைத்திருக்கக்கூடிய அருங்காட்சியகம் அல்ல சட்டமன்றம். சமூகப் போராட்டங்கள் நடைபெறக்கூடிய இடம். அதன்மூலம் சலுகைகள் ஒழிக்கப்படவேண்டும். உரிமைகள் வெல்லப்படவேண்டும். விகிதாச்சார அடிப்படையில் மட்டுமே சிறுபான்மையினருக்குப் பிரதிநிதித்துவம் என்றால் பெரும்பான்மையினரின் செயல்கள் மீது தாக்கம் செலுத்த அவசியமான அதிகாரங்கள் எதுவும் இல்லாமல் சிறுபான்மையினர் எப்போதுமே சிறுபான்மையினராக இருக்கும்படி தண்டிக்கிறீர்கள் என்றுதான் அர்த்தம்.

***கேள்வி எண்: 162***

***சைமன் கமிஷன்:*** *தங்களுடைய சொந்த சமுதாயத்தின் நன்மைக்கு அரசியல் வாக்குரிமையைப் பயன்படுத்திக்கொள்ளமுடியும் என்னும் அளவுக்கு மக்கள் அரசியல் உணர்வு பெற்றிருக்கிறார்கள் என்று நீங்கள் நினைக்கிறீர்களா?*

***அம்பேத்கர்:*** தீண்டப்படாத மக்களின் சார்பில் மட்டுமே நான் பேசுகிறேன். பம்பாய் மாநிலத்தைப் பொறுத்தவரை தாழ்த்தப்பட்ட மக்கள் தம்முடைய வாக்குகளை மிகவும் அறிவார்ந்த முறையில் பயன்படுத்துவார்கள் என்று நான் வலியுறுத்திக் கூற விரும்புகிறேன். தீண்டாமை பற்றிய மனக்கசப்பு அவர்களுடைய உள்ளங்களிலே ஆழமாக வேரூன்றி இருப்பதால், அவர்களுடைய வாழ்வின் ஒவ்வொரு நிமிடத்திலும் அதை அவர்கள் அனுபவித்துக்கொண்டிருப்பதால், அரசியல் அதிகாரத்தின் மூலம் மட்டுமே இந்த அவலத்தைப் போக்கமுடியும் என்பதை அவர்கள் நன்கு உணர்ந்திருப்பதால், தீண்டப்படாத வகுப்பைச் சேர்ந்த ஒரு வாக்காளர் அறிவுப்பூர்வமான வாக்காளராக இருப்பார் என்று நான் மிக்க உறுதியுடன் கூறமுடியும்.

இந்துத் தலைவர்கள், காங்கிரஸ் தலைவர்கள் என்று பலமுனை எதிர்ப்புகள் இருந்தபோதும் அவற்றைப் பற்றிக் கொஞ்சமும் அச்சம்கொள்ளாமல் தீண்டப்படாத சாதியினரின் உரிமைகளுக்காக சைமன் கமிஷனை ஆதரித்து சாட்சியம் அளித்தது அம்பேத்கரின் வாழ்க்கையில் மிகப்பெரிய அத்தியாயம்!

# 9

# மூடிய கதவுகள்

சைமன் கமிஷனில் ஆஜராகி சாட்சியம் அளித்த சமயத்தில் 1928 - 29ல் பம்பாயில் நடைபெற்ற நெசவாலைத் தொழிலாளர்கள் பிரச்னை அம்பேத்கரின் கவனத்தைக் கலைத்தது. ஆலை நிர்வாகத்தின் தொழிலாளர் விரோத நடவடிக்கைகள் காரணமாக ஏற்பட்ட அதிருப்தி தொழிலாளர்களை தொடர் வேலை நிறுத்தம் செய்வதற்குத் தூண்டியிருந்தது.

வெறுமனே தொழிலாளர் விரோதப்போக்கு என்று மேலோட்டமாகக் கிடைத்த தகவலை அம்பேத்கர் ஏற்கவில்லை. இன்னும் கொஞ்சம் ஆழமாகச் சென்று விஷயத்தைக் கவனிக்க விரும்பினார்.

பம்பாயில் உள்ள நெசவுத் தொழிற்சாலைகளில் ஒவ்வொரு தொழிலாளரும் மூன்று விசைத்தறிகளை இயக்கவேண்டும் என்ற புதிய நடைமுறை அமல்படுத்தப்பட்டது. வேறு வகையில் சொல்வதென்றால் ஒரு தொழிலாளிக்கு மூன்று பங்கு வேலைகள் செய்யவேண்டும். ஆனால் சம்பளத்தில் எந்த மாற்றமும் இருக்காது.

தொழிலாளர்களிடம் பேசியதில் இது தொழிலாளர்களின் உழைப்பை உறிஞ்சும் திட்டம் என்பது புரிந்தது. போதாக் குறைக்கு, ஆள்குறைப்பு முயற்சியிலும் தொழிற்சாலை நிர்வாகத்தினர் இறங்கியிருந்தனர். நிர்வாகத்தின் தொழிலாளர்

விரோதப் போக்கைக் கண்டித்துப் போராட்டத்தில் ஈடுபட்டனர் தொழிலாளர்கள்.

சாதாரணமாகத் தொடங்கிய போராட்டம் கிர்னி காம்கார் மகா மண்டல் என்கிற தொழிற்சங்கத்தின் தலையீடு காரணமாகத் தொடர் வேலை நிறுத்தமாக உருமாற்றம் அடைந்தது. கிட்டத் தட்ட ஆறு மாதங்களுக்கு மேல் போராட்டம் நீடித்தது. ஒன்றரை லட்சத்துக்கும் மேற்பட்ட தொழிலாளர்கள் அந்தப் போராட்டத் தில் ஈடுபட்டதால் நிலைமை சிக்கலாகிக்கொண்டே போனது.

அவர்களில் வறுமையில் வாடும் தீண்டப்படாத மக்களும் அடக்கம். உடனடியாக இதில் தலையிட்டு தீர்வு காண விரும்பி னார் அம்பேத்கர். அவர் அதில் தலையிட விரும்பியதற்கு இன்னொரு காரணமும் இருந்தது. அது, கம்யூனிஸ தொழிற் சங்கங்கள் மீது அவருக்கு இருந்த அதிருப்தி.

கம்யூனிஸத் தொழிற்சங்கங்கள் தங்களுடைய அரசியல் சுய லாபத்துக்காக போராட்டங்களை விரைந்து முடிக்க விரும்புவ தில்லை. முடிந்தவரை காலம் தாழ்த்துகின்றனர். பிறகு ஆசுவாச மாக ஆலை நிர்வாகத்துடன் பேச்சுவார்த்தை நடத்துகின்றனர். பிறகு வேறு வழியில்லாமல் ஏதோ ஒரு முடிவுக்கு வருகின்றனர். இதனால் தொழிலாளர்களுக்கு முழுமையான நியாயங்கள் கிடைப்பதில்லை என்பது அம்பேத்கரின் எண்ணம்.

இதுபோன்ற தொழிற்சங்கங்கள் தீண்டப்படாத மக்களின் நலன்கள் பற்றி அதிகம் அக்கறை காட்டுவதில்லை என்ற அதிருப்தியும் அவருக்கு இருந்தது. உடனடியாகத் தொழிலாளர் களைச் சந்தித்துப் பேசினார்.

'உங்களுடைய உரிமைகளை வென்றெடுக்க போராட்டத்தில் ஈடுபடுவதில் தவறில்லை. ஆனால் உங்களை வழிநடத்த பொறுப்புடன் செயல்படும் தொழிற்சங்கம் இல்லை. ஒரு வேளை, உறுதியான கொள்கைகள் கொண்ட, தொழிலாளர் களின் பிரச்னைகளைப் பரிபூரணமாக உணர்ந்த, போராட்டத்தை விரைவில் முடிவுக்குக் கொண்டுவரவேண்டும் என்ற எண்ணங் கள் கொண்ட தொழிற்சங்கத் தலைமை அமைந்திருந்தால் நீங்கள் தொடர்ந்து போராடுவதில் அர்த்தம் இருக்கிறது. தொடர் வேலை நிறுத்தம் உங்களுடைய வறுமையை பெருமளவில் வளர்த்துவிடும். பணம் இல்லை என்றால் கடன் வாங்குவீர்கள். அது உங்களை மாயவலையில் சிக்கவைத்துவிடும். ஆகவே, சூழ்

நிலையைப் புரிந்து கொள்ளுங்கள். வேலை நிறுத்தத்தில் இருந்து விலகுங்கள். அதுதான் புத்திசாலித்தனமான அணுகுமுறை.'

அம்பேத்கரின் பேச்சுகள் தீண்டப்படாத வகுப்பைச் சேர்ந்த தொழிலாளர்கள் மத்தியில் புதிய சிந்தனையை ஏற்படுத்தியது. ஆனாலும் போராட்டத்தைக் கைவிடுவதில் அவர்களுக்கு விருப்பம் இருக்கவில்லை. ஏழைத் தொழிலாளர்களை அவர்களுடைய குடியிருப்புகளுக்கே நேரில் சென்று சந்தித்துப் பேசினார். முதலாளிகளுடன் மோதலில் ஈடுபட்டு உங்களுடைய சக்தியை வீணடித்துவிட வேண்டாம் என்று அவர்களைக் கேட்டுக்கொண்டார். தொழிலாளர்கள் மத்தியில் மெல்ல மெல்ல மனமாற்றம் ஏற்படத் தொடங்கியது.

தொழிற்சங்கத் தலைவர்களுக்கு அம்பேத்கருடைய முயற்சிகள் துளியும் பிடிக்கவில்லை. தொழிலாளர்கள் மத்தியில் பிளவை ஏற்படுத்தும் வகையில் செயல்படுவதாகக் குற்றம்சாட்டினர். ஆனால் எதைப்பற்றியும் அம்பேத்கர் அலட்டிக்கொள்ள வில்லை. பேச்சுவார்த்தைகளைத் தொடர்ந்தார்.

அம்பேத்கருடைய உயிருக்கே ஆபத்து ஏற்படக்கூடும் என்ற சூழல் ஏற்பட்டது. ஆனாலும் தனது பணிகளைத் தொடர்ந்தார். அடிமை எண்ணம் இல்லை. ஆகவே அச்சம் இல்லை. அவ ருக்கே தெரியாமல் அவருக்கு ரகசிய பாதுகாப்பு அளிக்கும் காரி யத்தில் அம்பேத்கர் ஆதரவாளர்கள் ஈடுபட்டனர்.

அம்பேத்கரின் தொடர் முயற்சிகள் பலனளித்தன. போராட் டத்தைக் கைவிட்ட தீண்டப்படாத சாதியைச் சேர்ந்த தொழிலாளர்கள் மீண்டும் பணியில் ஈடுபடத் தொடங்கினர்.

தொழிலாளர் நல நடவடிக்கைகளில் முதன்முறையாக ஈடுபட்ட அம்பேத்கருக்குக் கிடைத்த முதல் வெற்றி இது!

●

சைமன் கமிஷன் அறிக்கை வெளியானது. அதில் பல விஷயங் களில் அம்பேத்கருக்குக் கருத்துவேறுபாடுகள் இருந்தன. தன் னுடைய விமரிசனங்களை, அதிருப்திகளை, ஏமாற்றங்களை, கருத்துகளை எல்லாம் அறிக்கையாக எழுதி வெளியிட்டார். பம்பாய் மாகாணத்தில் இருந்து கர்நாடகப் பகுதிகளைத் தனியாகப் பிரித்துவிடவேண்டும் என்ற கோரிக்கை பெரிய

அளவில் எழுந்திருந்தது. அது தனக்கு ஏற்புடையது அல்ல என்ற கருத்தைப் பதிவுசெய்த அம்பேத்கர்.

'ஒவ்வொரு மொழிக்கும் ஒரு மாகாணம் என்ற கொள்கை, நடைமுறையில் மிகவும் சிக்கலானது. இதன் அடிப்படையில் மாநிலங்களைப் பிரிக்கத் தொடங்கினால் மாநிலங்களின் எண்ணிக்கை கட்டுக்குள் அடங்காது. பொதுவான தேசிய உணர்வை உருவாக்க வேண்டிய நேரம் இது. முதலில் நான் இந்தியன்.. அதன்பிறகே மராத்தியன்.. கன்னடியன் என்ற கொள்கையையே மாற்ற வேண்டும். 'முதலில் நான் இந்தியன். இறுதியிலும் நான் இந்தியனே' என்று உணர்வை மக்கள் மத்தியில் ஏற்படுத்தவேண்டும். அதற்குப்பெயர்தான் நாட்டுப்பற்று' - இதுதான் அம்பேத்கர் முன்வைத்த கருத்து.

அதேபோல இஸ்லாமியர்கள் தனித்தொகுதி விஷயத்திலும் அம்பேத்கர் மாற்றுக் கருத்தைக் கொண்டிருந்தார். இஸ்லாமியர்கள் இந்தியாவில் மட்டும் சிறுபான்மையினராக இல்லை. பல்கேரியா, கிரீஸ், ருமேனியா ஆகிய நாடுகளிலும் சிறுபான்மையினராகவே உள்ளனர். ஆனால் அங்கேயெல்லாம் அவர்கள் தனித்தொகுதி கேட்டுப் போராடுவது கிடையாது. இருப்பினும், அவர்கள் அங்கே ஓரளவுக்கு நல்ல நிலையில்தான் வாழ்ந்து கொண்டிருக்கிறார்கள். இன்னும் சொல்லப் போனால் உறுதி செய்யப்பட்ட விகிதாச்சாரப் பிரதிநிதித்துவம் என்பது இல்லாமலேயே அவர்கள் வாழ்கிறார்கள். ஆகவே, இந்தியாவில் தனி இஸ்லாமியர் தொகுதி கோருவது தேவைக்கு அதிகமானது, எல்லோராலும் ஏற்கமுடியாதது' என்றார் அம்பேத்கர்.

●

1928 ஜூன் மாதம். அம்பேத்கர் மிகமுக்கியமான முடிவு ஒன்றை எடுத்தார். நேற்றுவரை அம்பேத்கரைத் தூக்கிச்சுமந்த வாகனமான பகிஷ்கார ஹித்தகாரணி சபையைக் கலைப்பது என்று தீர்மானித்தார். அதற்கு மாற்றாக ஒடுக்கப்பட்ட வகுப்புகள் கல்விக்கழகம் என்ற புதிய அமைப்பைத் தொடங்கினார். அந்த அமைப்பின் முக்கிய நோக்கம், கல்வி.

தீண்டப்படாத சாதியினரின் முன்னேற்றம் முழுமையாக சாத்தியப்பட வேண்டும் என்றால் அதற்கு அடிப்படைக் கல்வி அத்தியாவசியம். உயர்கல்வியும் அவசியம் என்றார் அம்பேத்கர். வெறுமனே வாய் வார்த்தையோடு நிறுத்திக்

கொள்ளாமல் அதற்கான செயல்திட்டங்களையும் வகுக்கத் தொடங்கினர்.

வெளி மாவட்டங்களில் அல்லது வெளியூர்களில் தங்கிப் படிப் பதற்கு வசதியில்லாத காரணத்தால்தான் மேல்நிலை மற்றும் உயர்நிலைப் படிப்புகளைப் புறக்கணிப்பு செய்கின்றனர் என்று நினைத்தார் அம்பேத்கர். அதுதான் குறை என்றால் அதை அகற்றுவோம் என்றார். அந்தக் காரியத்தை ஒடுக்கப்பட்ட வகுப்புகள் கல்விக் கழகம் செய்யும். தீண்டப்படாத சாதியைச் சேர்ந்த மாணவர்கள் தங்கிப் படிப்பதற்கு வசதியாக விடுதிகள் கட்டப்படும் என்று அறிவித்தார்.

அம்பேத்கரின் முயற்சிக்கு அரசின் ஆதரவு கிடைத்தது. பம்பாய் மாகாண அரசு விடுதிகள் அமைக்கும் திட்டத்துக்கு ஒப்புதல் அளித்தது. முதல் கட்டமாக ஐந்து விடுதிகள் கட்டப்படும். அந்த விடுதிகளை நிர்வாகம் செய்யும் பொறுப்பு அந்தக் கழகத்திடமே ஒப்படைக்கப்படும். ஆண்டுக்கு ஒன்பதாயிரம் ரூபாய் நிதியை யும் அரசு ஒதுக்கீடு செய்யும். அந்தப் பணத்தைக் கொண்டு மாணவர்களுக்கான கல்வி மற்றும் உணவுத் தேவைகளை நிவர்த்தி செய்துகொள்ளவேண்டும். இதுதான் அரசு உத்தரவு.

அரசின் உதவிகள் அம்பேத்கரை உற்சாகப்படுத்தின. அந்தக் கல்விக் கழகத்தின் பொதுச்செயலாளராகத் தன்னுடைய பணியைத் தொடர்ந்தார். அறக்கட்டளை மற்றும் சங்கங்கள் பதிவுச் சட்டத்தின்கீழ் அந்தக் கல்விக்கழகம் பதிவுசெய்யப் பட்டது. அதை நிர்வகிப்பதற்கென்று ஆட்சி மன்றக் குழு, ஆலோசனைக்குழு ஆகியன உருவாக்கப்பட்டன.

அரசு நிதி வழங்கியது. திட்டங்கள் தொடங்கின. மாணவர்கள் பயன்பெற்றனர். அதில் எந்தப் பிரச்னையும் இல்லை. ஆனால் பற்றாக்குறை இல்லாத இடம் ஏது? விடுதியை நிர்வகிக்கக் கூடுதல் பணம் தேவைப்பட்டது. அரசுக்கு மேலும் தொந்தரவு கொடுக்க அம்பேத்கர் விரும்பவில்லை. நன்கொடை திரட்ட லாம் என்று சொல்லிவிட்டார்.

தானே களத்தில் இறங்கினார். நிதி கிடைத்தது. ஆனால் போது மானதாக இல்லை.

விடுதிக்கு உதவும் விஷயத்தில் சாதி இந்துக்கள் கடுகளவும் ஆர்வம் செலுத்தவில்லை. அதனால் என்ன? இஸ்லாமியர்

களிடம் கேட்போம். இஸ்லாமிய அமைப்பைச் சேர்ந்தவர் களிடம் நிதியுதவி கோரினார் அம்பேத்கர்.

வாய்ப்புகள் எதையும் விட்டுக்கொடுத்துவிட அவர் தயாராக இல்லை. எத்தனை பேரிடம் உதவி கேட்க முடியுமோ அத்தனை பேரிடமும் கேட்டார். நேரில் செல்ல முடிந்தால் நேரில். கடிதம் அனுப்பவேண்டும் என்றால் கடிதம். கிடைக்கும் அத்தனை நிதியையும் விடுதியை இயக்குவதற்குப் பயன்படுத்தினார்.

விடுதி வேலைகள் ஒருபக்கம் நடந்துகொண்டிருந்தாலும் தீண்டப் படாத சாதி மக்களைச் சந்திப்பதையோ, அவர்களுக்காகச் சிந்திப்பதையோ, செயல்படுவதையோ அம்பேத்கர் நிறுத்திக் கொள்ளவில்லை. பொதுக்கூட்டம். கருத்தரங்கு. ஊர்வலம். பேரணி. மாநாடு. சுற்றுப்பயணம்.

ஓய்வெடுக்கக்கூட நேரம் ஒதுக்காமல் தொடர்ந்து இயங்கினார். சமபந்தி விருந்துகளுக்கு ஏற்பாடு செய்தார். அதில் கலந்து கொள்வதன் மூலம் மேல்சாதி - கீழ்ச்சாதி வேறுபாடுகள் மறையும். தீண்டப்படாத சாதி மக்களுக்குத் தன்னம்பிக்கை வளரும் என்று அம்பேத்கர் நம்பினார்.

கலந்துகொள்ளும் ஒவ்வொரு கூட்டத்திலும் தீண்டப்படாத சாதி மக்களுக்கு தன்னம்பிக்கை ஊட்டும் வகையில் பேசினார். அவர்களுடைய சுயமரியாதையைத் தட்டி எழுப்பும் வகையில் அவருடைய வார்த்தைகள் இருந்தன. உங்களைச் சுற்றி அடிமைத்தளை ஒன்று பின்னப்பட்டுள்ளது. அதை அறுத்தெறிய வேண்டிய பொறுப்பு உங்களுடையதுதான். சுயமரியாதை என்பது சுவாசத்தைப்போல. அது இல்லை என்றால் மனிதன் உயிர் வாழ்வதில் அர்த்தம் இல்லை என்ற அம்பேத்கரின் பேச்சு தீண்டப்படாத சாதியினருக்கு உத்வேகமூட்டும் வகையில் இருந்தது.

•

பம்பாய் நெசவுத் தொழிலாளர்கள் போராட்டம் மீண்டும் சூடுபிடிக்கத் தொடங்கியது. உபயம், கிர்னி காம்கார் தொழி லாளர் சங்கம். இதில் அம்பேத்கருக்கு விருப்பமில்லை. தொழி லாளர்களின் வலிமை மிகுந்த ஆயுதமே வேலை நிறுத்தம். எதற்கெடுத்தாலும் வேலை நிறுத்தம் என்றால் அந்த ஆயுதத்தின்

கூர் மழுங்கிவிடும். ஆகவே, வேலை நிறுத்தம் வேண்டாம் என்றார் அம்பேத்கர்.

தொழிலாளர்களின் வாழ்க்கை நிலையைப் புரிந்துகொள்ள அம்பேத்கருக்குத் தெரியவில்லை. அதனால்தான் வேலை நிறுத்தத்தை எதிர்க்கிறார் என்றனர் கம்யூனிஸ்டுகள். இது அம்பேத்கரை ஆத்திரப்படுத்திவிட்டது.

'வேலை நிறுத்தம் என்பது தொழிலாளர்களின் தனிப்பட்ட உரிமை என்பதில் எனக்கு மாற்றுக்கருத்து இல்லை. அதேசமயம் கம்யூனிஸ்டுகள் மீது தனக்கு நம்பிக்கை இல்லை. ஏனென்றால் சில குறிப்பிட்ட வேலைகளில் சேர்வதற்குத் தீண்டப்படாத மக்களுக்கு ஆலை நிர்வாகம் தடை விதித்துள்ளது. ஆனால் இந்தத் தடையை நீக்கம் செய்யவேண்டும் என்று கம்யூனிஸ்ட் தொழிற்சங்கங்கள் எந்தக் காலத்திலும் போராடத் துணிய வில்லை.

அப்படிப்பட்ட நிர்வாகிகள் ஊக்குவிக்கும் போராட்டத்தில் தீண்டப்படாத சாதியினர் கலந்துகொள்ளத் தேவையில்லை. தவிரவும், கடந்த வேலை நிறுத்தப் போராட்டத்தினால் ஏற்பட்ட பொருளாதார சிக்கல்களில் இருந்தே பெரும்பாலான தொழிலாளர்கள் மீளவில்லை. கடன் சுமை கழுத்தை நெரிக்கிறது. குறுகிய கால இடைவெளியில் இன்னொரு போராட்டத்தை எதிர்கொள்ளும் சக்தி தொழிலாளர்களுக்கு இல்லை' என்றார் அம்பேத்கர்.

•

அக்டோபர் 23, 1929. சாலிஸ்கான் என்ற ஊரில் அம்பேத்கருக்கு வரவேற்பு கொடுக்க ஏற்பாடு செய்யப்பட்டிருந்தது. விழா நடக்கும் பகுதிக்குக் குதிரை வண்டியில் செல்லவேண்டும். ஆனால் அவரை ஏற்றிக்கொள்ள குதிரை வண்டிக்காரர்கள் எவரும் தயாராக இல்லை. தீண்டப்படாத சாதியினரை வண்டியில் ஏற்றுவதில்லை என்று காரணம் கூறினர். வேண்டுமானால் வண்டியைத் தருகிறேன். நீங்கள் எவரேனும் ஓட்டிச் செல்லுங்கள் என்று சலுகை கொடுத்தார் ஒரு வண்டிக்காரர்.

அதன்படி ஒருவர் குதிரை வண்டியை ஓட்டத் தயாரானார். அம்பேத்கர் வண்டியில் ஏறி உட்கார்ந்துகொண்டார். புறப்பட்டது. திடீரென வண்டி தடுமாறத் தொடங்கியது. வண்டியை

ஓட்டியவருக்கு வியர்த்து கொட்டியது. புரிந்துவிட்டது அம்பேத்
கருக்கு. வண்டியை ஓட்டுபவருக்கும் குதிரைவண்டிக்கும் பூர்வ
ஜென்மத் தொடர்பு கூட இருந்ததில்லை. வலுவில் திணிக்கப்
பட்டிருக்கிறார். எச்சரிக்கை.

குதிரை தடம் மாறியது. அங்கும் இங்கும் அலைபாயத் தொடங்கி
யது. சில நொடிகளில் வண்டி குடை சாய்ந்தது. தரையில்
உருண்டு விழுந்தார் அம்பேத்கர். கீழே கொட்டிக் கிடந்த
கற்களின் மீது விழுந்ததால் உடலில் ஆங்காங்கே ரத்தக்காயம்.
வலதுகாலில் பலத்த அடி. எலும்பு முறிவு என்று பிறகுதான்
தெரியவந்தது. சுமார் இரண்டு மாதங்களுக்கு இயங்க முடியாமல்
முடங்கினார். மருந்துகள். மாத்திரைகள். சிகிச்சைகள். மெல்ல
மெல்ல கைத்தடி உதவியுடன் நடை பழகத் தொடங்கினார்.

வீட்டில் முடங்கிய சமயத்தில் இளம் வயதில் ஏற்பட்ட சாதிய
ரீதியான அவமானங்களும் கொடுமைகளும் திரும்பத் திரும்ப
நினைவுக்கு வந்தன. கல்வி, வயது, அனுபவம், பிரபலம், கட்சி,
அரசியல் என்று எத்தனை சங்கதிகள் இருந்தாலும் சாதி என்பது
எல்லாவற்றையும் தூக்கிச் சாப்பிட்டுவிடக்கூடியதாக இருக்
கிறதே என்ற வேதனை அவரை வாட்டி வதைத்தது.

தன்னுடைய ஆற்றாமையை எழுத்தின்மூலம் தீர்த்துக்கொள்ள
விரும்பினார். அப்போது அவருடைய பேனாவால் கடுமையான
தாக்குதலுக்கு ஆளானவர்கள் இந்து மதப் புரோகிதர்கள்தான்.
மனிதன் பிறந்தது முதல் இறப்பது வரையிலான காலகட்டத்தில்
அவனைத் தொடர்ந்து வந்து இம்சிக்கும் பிசாசு என்று புரோகிதரை
வர்ணித்தார் அம்பேத்கர்.

கடவுளுக்கும் மனிதனுக்கும் இடையே இழிவான ஏமாற்று
வித்தைகளைச் செய்து வயிற்றை வளர்க்கிறார்கள் புரோகிதர்
கள். தங்களிடம் அகப்பட்டவர்களை அடியோடு சுரண்டி
வாழ்க்கை நடத்த எத்தனிக்கிறார்கள். ஏழை, எளியவர்களின்
ரத்தத்தை உறிஞ்சும் புரோகிதத்தையும் புரோகிதர்களையும்
எல்லோரும் புறக்கணிக்கவேண்டும் என்று கேட்டுக்கொண்டார்
அம்பேத்கர்.

1929 டிசம்பர் மாதத்தில் தர்வாட் என்ற இடத்தில் ஒடுக்கப்பட்ட
மக்கள் மாநாடு ஒன்றைக் கூட்டினார் அம்பேத்கர். அதில் மஹர்,
மங், சம்பர், தோர், பங்கி உள்ளிட்ட தீண்டப்படாத சாதியினரின்

பெரும்பாலான பிரிவினரும் கலந்துகொண்டனர். மிகப்பெரிய அளவில் திரண்டிருந்த கூட்டத்தைப் பார்த்ததும் அம்பேத்கருக்கு உற்சாகம் வந்துவிட்டது. பேசத் தொடங்கிவிட்டார்.

'தீண்டாமையை அடியோடு ஒழிக்கவேண்டும். வெறுமனே பகட்டான ஆடைகளை உடுத்திக்கொள்வதன்மூலம் சாதித்து விட முடியாது. அரசியல் அதிகாரத்தைக் கைப்பற்றவேண்டும். அதன்மூலமே நம்முடைய இலக்கை அடைய முடியும்.

நம்மை நாமே மேம்படுத்திக் கொள்ளவேண்டும். எந்தெந்த துறைகளில் எல்லாம் நாம் பலவீனமாக இருக்கிறோம் என்பதை நாமே சுயபரிசோதனை செய்துகொள்ள வேண்டும். அவற்றை மெல்ல மெல்லக் களைய வேண்டும். அதன்மூலமே அதிகார வட்டத்தை நோக்கி வெற்றிகரமாக நகர முடியும். அதற்கு முன்னால் நம்முடைய நாடு பிரிட்டிஷாரிடம் இருந்து சுதந்தரம் அடைய வேண்டும். வர்த்தக நோக்கத்துடன் செயல்பட்டுவரும் பிரிட்டிஷ் ஆட்சியை நான் முற்றிலுமாக வெறுக்கிறேன்.'

அடுத்ததாக ஆலய நுழைவுமீது அம்பேத்கருக்குக் கவனம் திரும்பியது. தொடக்க காலத்தில் அம்பேத்கர் விருப்பத்துடன் சென்ற மார்க்கம் இது. தீண்டப்படாத சாதியினரின் விடுதலையில் கணிசமான பங்கு ஆலய நுழைவுப் போராட்டத்தில்தான் இருக்கிறது என்று அம்பேத்கர் பரிபூரணமாக நம்பியிருந்த காலகட்டம் அது.

நாசிக் நகரில் இருக்கும் ராமர் ஆலயத்துக்குள் தீண்டப்படாத மக்களும் செல்லவேண்டும் என்பதை வலியுறுத்திப் போராட்டத்தில் ஈடுபடவேண்டும் என்று வலியுறுத்தினார். மக்களை அணிதிரட்டும் முயற்சியிலும் ஈடுபட்டார். இதற்காக போராட்டக்குழு ஒன்றும் நாசிக்கில் ஏற்படுத்தப்பட்டது.

உடனடியாகக் காலக்கெடுவை நிர்ணயம் செய்யுங்கள். அந்தக் கெடுவுக்குள் காலாராம் கோயிலுக்குள் தீண்டப்படாத சாதியினர் நுழைய அனுமதியுங்கள். இல்லாவிட்டால் சத்தியாகிரகப் போராட்டம் நடந்தே தீரும் என்று அந்தக் குழுவினர் ஆலய நிர்வாகத்திடம் வேண்டுகோள் விடுத்தனர். அதேசமயம் அந்தக் கோயிலில் இருக்கும் ராமனை தரிசிக்க ஏராளமான தீண்டப்படாத மக்கள் திரட்டப்பட்டனர்.

மார்ச் 2, 1930. பந்தலில் பெருந்திரளான மக்கள் திரண்டிருந்தனர். அம்பேத்கர் தலைமையில் மாநாடு தொடங்கியது. ஊர்வலத்துக்குத் தயாராகுமாறு மக்களைக் கேட்டுக்கொண்டார் அம்பேத்கர். மாணவர்கள், இளைஞர்கள், ஆண்கள், பெண்கள் என்று தனித்தனி வரிசையில் அணிவகுத்தனர். ஆலய நுழைவு தான் அவர்களுடைய திட்டம். வன்முறைக்குத் துளியும் இடம்கொடுக்காமல் நகர்ந்தனர்.

ஆனால் சாதி இந்துக்கள் அத்தனை சுலபத்தில் விட்டுக்கொடுத்து விடுவார்களா என்ன? ஆலயத்துக்குள் நுழைவதற்கான அத்தனை வழிகளும் முன்கூட்டியே அடைக்கப்பட்டு விட்டன. எல்லாம் சாதி இந்துக்களின் கைங்கர்யம். விளைவு, தீண்டப்படாத சாதியினர் மட்டுமல்ல, சாதி இந்துக்களும் ஆலயத்துக்குள் நுழைய முடியாத சூழல். எல்லாம் திட்டமிட்டே நடத்தப்பட்ட காரியங்கள்.

விஷயம் அம்பேத்கருக்குத் தெரியவந்தது. கோயிலுக்குள் நுழைய முடியாத சூழல். ஒன்றும் பிரச்னை இல்லை. ஒவ்வொரு வாசலுக்கு எதிரிலும் சம்மணம் போட்டு அமர்ந்து விடுங்கள். பூஜை செய்பவர்கள் பூஜிக்கத் தொடங்குகள். பாட விரும்பினால் பாடுங்கள். அடுத்தது என்ன என்பதைப் பிறகு சொல்கிறேன்.

போராட்டம் தொடர்ந்தது. ஒருநாள். ஒருவாரம். ஒரு மாதம். வலுத்துக்கொண்டே போனது. இடையிடையே சாதி இந்துக்களுக்கும் தீண்டப்படாத சாதியினருக்கும் இடையே வாக்கு வாதங்கள். தகராறுகள். கைகலப்புகள். மோதல்கள். ஆலயத்தின் நான்கு கதவுகளும் மூடப்பட்ட நிலையிலேயே இருந்தன. ஒரு குறிப்பிட்ட தினத்தில் ராமனின் சிலையைத் தேரில் வைத்து வெளியே அழைத்துக் கொண்டு வரவேண்டும் என்பது அங்கே கடைப்பிடிக்கப்படும் சடங்கு. ஆனால் நிலைமை அத்தனை திருப்திகரமாக இல்லை. இரு தரப்புமே உணர்ச்சிக் கொந்தளிப்பில் இருந்தன. இருதரப்புக்கும் இடையே உடன்பாடு ஒன்று எட்டப்படாதவரை அந்தச் சடங்கை செய்வதற்கு வாய்ப்பில்லை.

இருதரப்புப் பிரதிநிதிகளும் பேச்சுவார்த்தைக்கு அழைக்கப்பட்டனர். நீண்ட நேரம் வாதப்பிரதிவாதங்கள் நடந்தன. ஒருவழியாக உடன்பாடு எட்டப்பட்டது. இருதரப்பில் இருந்தும்

பிரதிநிதிகள் தேர்வு செய்யப்பட்டு, அவர்கள் மட்டும் இணைந்து, தேரை இழுத்துச் செல்வது என முடிவானது.

அம்பேத்கர் ஒப்புக்கொண்டார். தங்கள் தரப்பில் இருந்து கலந்துகொள்ளும் நபர்களையும் தேர்வு செய்தார். போராட்டம் வெற்றிக் கட்டத்தை நோக்கி நகர்ந்துகொண்டிருக்கிறது என்ற பெருமிதம் அம்பேத்கரின் முகத்தை ஆக்கிரமித்திருந்தது.

ஓய்வெடுத்துக் கொண்டிருந்த அம்பேத்கரை சில தீண்டப்படாத சாதியினர் வந்து சந்தித்தனர். 'பேச்சுவார்த்தை நடந்தது. தீர்வு எட்டப்பட்டது. இதில் எந்தப் பிரச்னையும் இல்லை. இருந்தாலும், சாதி இந்துக்களுக்குத் தங்கள் மீது அடக்க முடியாத அளவுக்கு ஆத்திரம் ஏற்பட்டுள்ளது. அவர்களுடைய ஆத்திரம் வன்முறையாக வெடித்துவிடுவதற்கும் வாய்ப்புகள் இருக்கின்றன. ஆகவே, தேர் இழுக்கும் இடத்துக்குத் தாங்கள் வரவேண்டாம்' என்று கேட்டுக் கொண்டனர்.

பலத்த சிரிப்பையே பதிலாகக் கொடுத்தார் அம்பேத்கர்.

'எது நடந்தாலும் சரி, தேர் இழுப்பின்போது உங்களுடன் நான் இருப்பேன். இதில் எந்த மாற்றமும் இல்லை'

வாருங்கள், போகலாம் என்று தேரை இழுக்கும் இளைஞர்களைத் தன்னுடன் அழைத்துக்கொண்டு ஆலயத்தை நோக்கி விரைந்தார். திடீரென அம்பேத்கர் உள்ளிட்டோரை வன்முறைக் கும்பல் ஒன்று தடுத்து நிறுத்தியது. வலுக்கட்டாயமாக அவர்களை வம்புக்கிழுத்தனர் அந்தக் கலகக்காரர்கள். என்ன ஏது என்று விசாரிப்பதற்குள் இருதரப்புக்கும் இடையே மோதல் ஏற்பட்டது. நேரம் கடந்துகொண்டே இருந்தது.

கலவரம் நடந்துகொண்டிருக்கும் அதேநேரத்தில் இன்னொரு சாதி இந்துக் குழுவினர் தேரை மின்னல் வேகத்தில் இழுக்கத் தொடங்கினர். திட்டமிட்டு ஏமாற்றப்பட்ட தீண்டப்படாத சாதியினர் ஆத்திரம் மேலோங்க சாதி இந்துக்களுடன் மோதலில் ஈடுபட்டனர். தேரைக் கைப்பற்றவும் முயற்சி செய்தனர்.

இருதரப்புக்கும் இடையே கடுமையான மோதல். கல்வீச்சுத் தாக்குதல்கள். அம்பேத்கருக்கும் லேசான காயங்கள் ஏற்பட்டன. நாசிக் நகரம் வன்முறை வெள்ளத்தில் மிதந்தது. தாக்குதல் காரணமாகச் சரிந்த அம்பேத்கர் மேலும் பாதிக்கப்படாத

வகையில் சில இளைஞர்கள் பத்திரமாக அவரை அழைத்துச் சென்றனர்.

கலவரத்தை நிறுத்த அம்பேத்கர் உள்ளிட்ட தலைவர்கள் ஏராளமான முயற்சிகளை எடுத்தனர். பகீரத முயற்சிகளுக்குப் பிறகே கலவரம் அடங்கியது.

மழை விட்டது. தூவானம்? தங்களைத் தீண்டப்படாத சாதியினர் அவமானப்படுத்தி விட்டதாகக் கருதிய சாதி இந்துக்கள் உள்ளுக்குள் விரோதத்தை வளர்த்துக்கொண்டனர். எங்களையே எதிர்க்கத் துணிந்த உங்களுக்கு தெருக்களில் நடமாட உரிமை கிடையாது என்று மிரட்டினர். எங்களுடைய கடைகளில் பொருள்களை வாங்க உங்களுக்கு உரிமை இல்லை என்றனர்.

பலத்த சிக்கல்களை தீண்டப்படாத சாதியினர் எதிர்கொள்ள வேண்டியிருந்தது. இத்தனை நடந்தபிறகும் காலாராம் ஆலயப் போராட்டத்தைக் கைவிட தீண்டப்படாத சாதியினர் விரும்ப வில்லை. உறுதி குறையாமல் போராட்டத்தைத் தொடர்ந்தனர். ஆலயப் போராட்டம் 1935 அக்டோபர் மாதம் வரை நீடித்தது.

•

ஆகஸ்டு 8, 1930. நாக்பூரில் அனைத்திந்திய தீண்டப்படாத வகுப்பினர் மாநாடு அம்பேத்கர் தலைமையில் கூடியது. அந்த மாநாட்டில் மெட்ராஸ், உத்தர பிரதேசம், பிகார், ஒரிசா உள்ளிட்ட பகுதிகளில் இருந்து தாழ்த்தப்பட்ட மக்களின் தலைவர்கள் மற்றும் பிரதிநிதிகள் கலந்துகொண்டனர். அந்த மாநாட்டில் பேசிய அவர், சாதி இந்துக்கள் மற்றும் அவர்களுடைய அணுகுமுறை குறித்து கடுமையான கருத்துகளை முன்வைத்தார்.

‘ஒருநாடு எவ்வளவுதான் சிறந்த நாடாக இருந்தாலும் அந்த நாட்டுக்கு இன்னொரு நாட்டை ஆளுகின்ற தகுதி கிடையாது. அதேபோல ஒரு வகுப்பு என்னதான் நல்ல வகுப்பாக இருந் தாலும் அது இன்னொரு வகுப்பின் மீது ஆதிக்கம் செலுத்தக் கூடாது. சமுதாயத்தில் உள்ள அத்தனை அதிகாரங்களையும் தங்கள் பக்கம் வளைத்து வைத்திருக்கும் மேல்சாதியினரே மேலும் மேலும் அதிகாரம் வேண்டும் என்று அறைகூவல் விடுகின்றனர். அவர்கள்தான் தீண்டாமையின் புரவலர்கள்.’

அம்பேத்கரின் அடுத்த குறி, சைமன் கமிஷனின் பரிந்துரைகள். அதிகபட்ச எதிர்பார்ப்புடன் சைமன் கமிஷனை ஆதரித்து,

சாட்சியம் அளித்த அம்பேத்கருக்கு அதன் பரிந்துரைகள் கடும் அதிருப்தியைக் கொடுத்தன.

முக்கியமாக, தீண்டப்படாத சாதியினர் தேர்தலில் போட்டியிட வேண்டும் என்றால் அதற்கு ஆளுநரிடம் ஒப்புதல் பெற வேண்டும் என்றும், அதேசமயம் ஆளுநர் நினைத்தால் தீண்டப் படாத சாதியைச் சேராத ஒருவரையும் நியமிக்கலாம் என்றும் சைமன் கமிஷன் கூறியிருந்ததைக் கடுமையாக எதிர்த்தார் அம்பேத்கர்.

இது நியமன முறையின் இன்னொரு வடிவம். எங்கள் பிரதிநிதி யார் என்பதை முடிவு செய்யும் அதிகாரம் எங்களுக்குதான் இருக்கவேண்டும் என்பதில் உறுதியாக இருக்க வேண்டும். இதில் எந்தவிதமான தடையோ, நிபந்தனையோ இருக்கக் கூடாது. நம்முடைய நலன்களைத் தீர்மானிப்பதில் நாம்தான் சிறந்த நீதிபதியாக இருக்கமுடியும். நமக்கு எது நல்லது என்பதை முடிவு செய்பவர், ஆளுநராகவே இருந்தாலும் அதை நாம் அனுமதிக்கக்கூடாது என்று ஆவேசம் குறையாமல் பேசினார் அம்பேத்கர்.

அந்த மாநாட்டில் அம்பேத்கர் பல முக்கியப் பிரச்னைகள் குறித்துத் தன்னுடைய கருத்துகளை பகிரங்கமாக வெளிப்படுத்தினார்.

- ★ ஆபத்துகள் நிறைந்த முழுமையான சுதந்தரத்துக்குப் பதில் டொமினியன் அந்தஸ்துதான் இந்தியாவுக்குப் பொருத்தமாக இருக்கும்.

- ★ காந்தி நடத்தும் ஒத்துழையாமை இயக்கம் சரியான இலக்கை நோக்கிப் பயணம் செய்யவில்லை. அந்தப் போராட்டத்தின் மூலம் தாழ்த்தப்பட்ட மக்களுக்கு கிடைக்கப் போகும் நன்மைகள் பற்றி எந்தத் தெளிவும் இல்லை. தவிரவும், இந்தப் போராட்டத்தை வெகுஜன மக்கள் வலியச் சென்று ஆதரிக்கவில்லை. வலுவில் அவர்கள் திணிக்கப்படுகின்றனர். இந்த முறையில் ஒத்துழையாமை இயக்கத்தைச் செயல்படுத்த முனைந் தால் அது பெரிய கலவரத்தில் போய் முடிந்துவிடக் கூடும்.

- ★ சமத்துவம், சமுதாயம், சகோதரத்துவம் உள்ளிட்ட கோட்பாடுகள் இந்தியச் சமூகத்தில் விதைக்கப்பட

உதவி செய்தவர்கள் பிரிட்டிஷாரே. எல்லோருக்கும் பொதுவான சட்டம், நடைமுறையில் இருப்பதற்கும் அவர்களே காரணம்.

★ தீண்டாமைக்கு எதிராக காந்தி இதுவரை எந்தவிதமான போராட்டத்தையும் நடத்தவில்லை. தீண்டப்படாத சாதியினரும் சாதி இந்துக்களும் சண்டை சச்சரவு எதுவும் இல்லாமல் சுமுகமான வாழ்க்கையை நடத்தவேண்டும் என்பதை வலியுறுத்தி அவர் வழக்கமாகப் பயன் படுத்தும் ஆயுதமான உண்ணாவிரதத்தைப் பயன்படுத்த வில்லை. ஆகவே, நமக்கான பாதையை, செயல் திட்டத்தை நாம்தான் வகுத்துக்கொள்ளவேண்டுமே தவிர காங்கிரஸோ, காந்தியோ மற்றவர்களோ செய்துதருவார்கள் என்று எதிர்பார்க்கக்கூடாது.

★ காங்கிரஸ் கட்சி ஓர் தேசிய இயக்கம். அரசியல் கட்சி அல்ல. சோதனை என்று வந்தால் காங்கிரஸ்காரர்கள் பலரும் தத்தமது வர்க்க முகாம்களுக்குள் தஞ்சம் புகுந்துவிடுவார்கள்.

அடுத்து தீண்டப்படாத சாதியினருக்கு சில முக்கிய அறிவுரை களை வழங்கினார். அரசியல் அதிகாரம் அத்தியாவசியம். அதில் சந்தேகமில்லை. ஆனால் அதுமட்டுமே நம்மை உச்சாணிக் கொம்பில் உட்காரவைக்கும் ஒற்றைச் சாதனம் என்று நினைத்துவிட வேண்டாம். அந்த அரசியல் அதிகாரத்தை நம்முடைய முன்னேற்றத்துக்கு எந்தெந்த வழிகளில் எல்லாம் பயன்படுத்துகிறோம் என்பதுதான் எல்லாவற்றையும்விட முக்கியம். உங்களை நீங்களே பட்டைதீட்டிக் கொள்ளுங்கள். ஒன்றுக்கும் உதவாத பழக்க வழக்கங்களை உதறித் தள்ளுங்கள். மற்றவர்கள் நம்மை மதிக்கும் வகையில் வாழ்க்கை முறையை மாற்றிக் கொள்ளுங்கள். அம்பேத்கர் பேசிக்கொண்டிருக்கும் போது அவர் மிகவும் உணர்ச்சிவசப்பட்டிருந்ததை மாநாட்டுக்கு வந்திருந்தவர்களால் உணரமுடிந்தது.

இறுதியாக, வட்டமேஜை மகாநாடு பற்றிப் பேசப்பட்டது. சைமன் கமிஷனுக்கு அடுத்தபடியாக பிரிட்டிஷ் ஆட்சியாளர்கள் கூட்ட இருந்த மாநாடு இது. வழக்கம்போல அனைத்து மதம் மற்றும் சாதியினரின் பிரதிநிதிகள் கலந்துகொள்ளக்கூடும் என்று எதிர்பார்க்கப்பட்டது. அதில் தீண்டப்படாத சாதியினரின்

பிரதிநிதிகளாக அம்பேத்கர் மற்றும் இரட்டைமலை சீனுவாசன் ஆகியோரை அனுப்புவது என முடிவு செய்யப்பட்டது.

தீண்டப்படாத மக்களின் உரிமைப் போராட்டத்தில் இந்த வட்டமேஜைநாடு முக்கியமான படிக்கல்லாக இருக்கும் என்று நம்பினார் அம்பேத்கர்.

# 10

# நாலு கோடியே முப்பது லட்சம்

இந்தியாவுக்கான புதிய அரசியல் அமைப்புச் சட்டம். இதுதான் வட்டமேஜை மகாநாட்டின் நோக்கம். இந்தியப் பிரதிநிதிகள். பிரிட்டிஷாரின் பிரதிநிதிகள். பிரிட்டிஷ் அரசின் பிரதிநிதிகள். ஆக மொத்தம் 89 உறுப்பினர்கள் அந்த மாநாட்டில் கலந்து கொள்ள இருப்பதாக அறிவிக்கப்பட்டிருந்தது. அவர்களில் இந்தியப் பிரதிநிதிகள் ஐம்பத்தி மூன்று பேர் மற்றும் பதினாறு ஆங்கிலேயப் பிரதிநிதிகள். இந்திய சமஸ்தானங்களைச் சேர்ந்த இருபது பேரும் பங்கேற்றனர்.

ஒத்துழையாமை இயக்கத்தை காங்கிரஸ் கட்சி அனுசரித்துக் கொண்டிருந்தது. ஆகவே வட்டமேஜை மகாநாட்டில் கலந்துகொள்ள மறுத்துவிட்டது. மாறாக, இந்து மகா சபையின் சார்பாக டாக்டர் மூஞ்சே, முஸ்லிம் லீகின் சார்பாக மௌலானா அகமது அலி, முகமது அலி ஜின்னா, பாரிஸ்டர் ஜெயகர் ஆகியோரும் வட்டமேஜை மகாநாட்டில் கலந்து கொள்ள இருப்பதாகத் தகவல் வெளியானது. சமஸ்தான மன்னர்களும் கலந்து கொள்வார்கள் என அறிவிக்கப்பட்டிருந்தது.

முறையான அழைப்பு வைஸ்ராயிடம் இருந்து செப்டெம்பர் 6, 1930 அன்று அம்பேத்கருக்கு வந்து சேர்ந்தது. பிரச்னை இந்த இடத்திலேயே தொடங்கிவிட்டது. தீண்டப்படாத சாதியினரின் பிரதிநிதியாக அம்பேத்கர் அழைக்கப்பட்டது பிரிட்டிஷ்

ஆட்சியாளர்களின் தந்திரம். இந்துக்களின் பிரிக்கமுடியாத அங்கமாக இருப்பவர்கள் தீண்டப்படாதவர்கள். இந்துக்கள் உள்ளிட்ட இந்தியாவில் இருக்கும் அத்தனை பேருக்கும் காங்கிரஸ் கட்சியே ஏகப்பிரதிநிதி. இது காங்கிரஸ் தலைவர்களின் வாதம்.

தீண்டப்படாத வகுப்பினரின் தலைவர் என்ற பெயரில் அம்பேத்கருக்கு அழைப்பு விடுத்திருப்பதன்மூலம் இந்து சமூகத்துக்கு பிரிட்டிஷ் ஆட்சியாளர்கள் சவால் விடுத்துள்ளனர். வாதாடும் வல்லமை கொண்ட, புள்ளிவிவரங்களை சாதுரியமாகக் கையாளக்கூடிய, காங்கிரஸ் எதிர்ப்பாளர் ஒருவர் தங்கள் வசம் இருப்பது நல்லது என்று பிரிட்டிஷ் ஆட்சியாளர்கள் கருதியதன் விளைவுதான் அம்பேத்கருக்கு விடுக்கப்பட்ட அழைப்பு. இதன்மூலம் காங்கிரஸையும் காந்தியையும் பிரிட்டிஷார் அவமதிப்பு செய்துவிட்டனர். வட்டமேஜை மகாநாட்டில் கலந்துகொள்ளக் கிடைத்த அழைப்பிதழ் கிடைத்த மயக்கத்தில் அம்பேத்கரும் காந்திக்கு அவமரியாதை செய்துவிட்டார். இது காந்தி பக்தர்களின் வாதம்.

எதிர்ப்புகள் என்றுமே அம்பேத்கரை முடக்கியதில்லை. சைமன் கமிஷனில் அம்பேத்கர் சாட்சியம் அளிக்க முன்வந்தபோதும் இதே ரகத்தில் எதிர்ப்புகள் முளைத்தன. அவற்றை அம்பேத்கர் அப்போதே லட்சியம் செய்யவில்லை. இப்போது வந்திருக்கும் எதிர்ப்பை லட்சியம் செய்வாரா என்ன?

லண்டன் மாநகரில் நடைபெற இருக்கும் வட்டமேஜை மகாநாட்டுக்கான தயாரிப்பு வேலைகளில் ஈடுபடத் தொடங்கினார். கிட்டத்தட்ட இரண்டு வார காலப் பயணம் என்பதால் வழி நெடுகப் படிப்பதற்காக ஏராளமான புத்தகங்களை எடுத்துக் கொண்டார்.

'இந்திய சுயராஜ்ஜியமே என்னுடைய இலக்கு. மற்ற பிரதிநிதிகளின் நோக்கமும் அதுவே. அதே சமயம் தீண்டப்படாத மக்களுக்குக் கிடைக்கவேண்டிய உரிமைகள்தான் என்னுடைய மனத்தில் நிரம்பியிருக்கின்றன. ஜெர்மனி, ரஷ்யா, ஜப்பான், அமெரிக்கா ஆகிய நாடுகளின் தலைவர்களையும் பிரதிநிதிகளையும் சந்தித்து நசுக்கப்பட்டுக் கிடக்கும் இந்தியர்களின் பிரச்னைகள் பற்றி அவர்களிடம் எடுத்துச் சொல்வேன்.' என்று உறுதிமொழி கொடுத்தார் அம்பேத்கர்.

கப்பல் மிதக்கத் தொடங்கிய மறுநொடி அம்பேத்கரின் கவனம் புத்தகப் பெட்டியை நோக்கிக் குவிந்தது. ஆனால் அந்தப் பெட்டி யின் சாவியை மறந்துவிட்டது அப்போதுதான் நினைவுக்கு வந்தது. தனக்கு அணுக்கமான நண்பர்கள் திடுதிப்பென விலகியது போல இருந்தது அவருக்கு.

மிகுந்த நம்பிக்கையுடனும் எதிர்பார்ப்புகளுடனும் பயணம் மேற்கொண்டிருந்தபோதும் இந்தியாவில் நிலவிய விரும்பத் தகாத சூழ்நிலை அவரைக் கலவரத்தில் ஆழ்த்தியது. காந்தி மற்றும் காங்கிரஸின் புறக்கணிப்பையும் மீறி வட்டமேஜை மகாநாட்டில் கலந்துகொள்ள இருந்த அம்பேத்கரை காங்கிரஸ் காரர்கள் கடுமையாக விமரிசனம் செய்துகொண்டிருந்தனர். நிலைமை எல்லை மீறாமல் பார்த்துக்கொள்ளுங்கள் என்று தன்னுடைய ஆதரவாளர்களைக் கடிதங்கள் மூலமாக எச்சரித்துக் கொண்டே இருந்தார்.

இருப்பினும் வட்டமேஜை மகாநாட்டில் கலந்துகொள்ளவந்த தலைவர்களுடன் நிறைய விவாதங்களில் கலந்துகொண்டார் அம்பேத்கர். அக்டோபர் 18, 1930 அன்று லண்டன் வந்துசேர்ந் தார். வட்டமேஜை மகாநாட்டில் கலந்துகொள்ள வந்திருந்த பிரதிநிதிகளிடம் தீண்டப்படாத வகுப்பு மக்களுக்கான அரசியல் உரிமைகள் என்ற தலைப்பில் எழுதப்பட்ட ஆங்கில புத்தகங் களை வழங்கினார்.

நவம்பர் 12, 1930 அன்று வட்டமேசை மகாநாடு தொடங்கு வதாக அறிவிக்கப்பட்டிருந்தது. பிரிட்டிஷ் மன்னர் இந்த மாநாட்டைத் தொடங்கிவைத்துப் பேசினார். மன்னரின் உரைக்குப் பிறகு பிரதமர் ராம்சே மெக்டொனால்ட் மாநாட் டுக்குத் தலைமை வகித்தார். பூர்வாங்கப் பேச்சுக்களுக்குப் பிறகு நவம்பர் 17 முதல் நவம்பர் 21 வரை செயிண்ட் ஜேம்ஸ் அரண்மனையில் வட்டமேஜை மகாநாடு நடத்தப்படும் என்ற அறிவிப்பு வெளியானது.

அந்த மகாநாட்டில் சர் தேஜ் பகதூர் சாப்ரு, முகமது அலி ஜின்னா, டாக்டர் மூஞ்சே, பிக்கானர் சமஸ்தான மன்னர், அம்பேத்கர் உள்ளிட்ட பலரும் தங்கள் வாதங்களை எடுத்துவைத்தனர். அம்பேத்கரின் உரையில் இருந்து சில பகுதிகள்:

'இந்தியாவில் தாழ்த்தப்பட்ட மக்களின் மொத்த எண்ணிக்கை சற்றேறக்குறைய நாலு கோடியே முப்பது லட்சம். இது இந்தியா

வில் மொத்த மக்கள் தொகையில் ஐந்தில் ஒரு பங்கு. அவர்களுடைய பிரதிநிதியாகவே இங்கே நான் பேசுகிறேன். தாழ்த்தப்பட்ட மக்களை இந்துக்களோடும் இஸ்லாமியர்களோடும் சேர்த்துக் கணக்கிடக் கூடாது. ஏனென்றால், தாழ்த்தப்பட்ட மக்கள் இந்துக்கள் என்று பொதுவாகச் சொல்லப்பட்ட போதும் அவர்களுக்கு உரிய முக்கியத்துவம் எதுவுமே தரப்படவில்லை. அடிமைகளுக்கும் கொத்தடிமைகளுக்கும் இடைப்பட்ட நிலையில்தான் தாழ்த்தப்பட்டவர்கள் இருக்கின்றனர். அவர்கள் மற்றவர்களிடம் இருந்தே தனித்து வாழ்ந்துவருகிறார்கள். மற்றவர்களோடு இணைந்து வாழ்வதற்கு அவர்கள் அனுமதிக்கப்படுவதில்லை. அடிமையும் கொத்தடிமையும்கூட மக்களோடு இணைந்து பழக முடியும். ஆனால் தீண்டப்படாத மக்களுக்கு அந்த உரிமையும் இல்லை.

தீண்டப்படாத சாதியினர் பிரிட்டிஷாரை வரவேற்றது உண்மை. சாதி இந்துக்களின் கொடுமைகளில் இருந்தும் அடக்குமுறைகளில் இருந்தும் தங்களை பிரிட்டிஷ் ஆட்சி மீட்கும் என்ற எண்ணத்துடனேயே அவர்கள் பிரிட்டிஷாரை வரவேற்றனர். அவர்கள் இந்துக்களோடும் இஸ்லாமியர்களோடும் சீக்கியர்களோடும் கடுமையாகப் போராடி, பிரிட்டிஷார் இந்தியாவில் ஒரு பேரரசை நிறுவ உதவி செய்தார்கள். இதனால் வெற்றி பெற்ற பிரிட்டிஷார் தீண்டப்படாத மக்களின் பாதுகாவலர்களாக மாறினர். இத்தனை நெருக்கம் இருந்தபோதும் தற்போது பிரிட்டிஷ் ஆட்சியாளர்கள் மீது தீண்டப்படாத மக்கள் அதிருப்தி கொண்டிருப்பது கவனிக்கப்படவேண்டிய ஒன்று.

பிரிட்டிஷாருக்கு முந்தைய காலத்தில் நாங்கள் தீண்டாமைக் கொடுமையால் மோசமான நிலையில் இருந்தோம். அதனை பிரிட்டிஷ் அரசு எந்த விதத்திலாவது போக்க முயற்சிகள் மேற்கொண்டதா? முன்பு நாங்கள் எந்தக் கோயிலுக்குள்ளும் நுழைய முடியாத சூழல் இருந்தது. இப்போது நாங்கள் கோயிலுக்குள் நுழைய முடிகிறதா?

முன்பு காவல்துறை, ராணுவத்தில் பணியாற்ற நாங்கள் அனுமதிக்கப்படவில்லை. இப்போது அந்தத் துறைகள் எங்களுக்காகத் திறக்கப்பட்டுள்ளனவா? இத்தனை ஆண்டுகாலம் எங்களை ஆண்ட பிரிட்டிஷ் ஆட்சி எங்களுக்கு சில நன்மைகளைப் புரிந்திருக்கிறது என்பதை மகிழ்ச்சியுடன் ஒப்புக்கொள்கிறோம். ஆனாலும், அவை எங்கள் வாழ்வில் ஓர் அடிப்படை மாற்றத்தை

ஏற்படுத்திவிட்டன என்று சொல்வதற்கில்லை. எங்களுக்கு இழைக்கப்பட்ட காயங்கள் இன்னமும் ஆறாமல் திறந்தே கிடக் கின்றன.

தீண்டப்படாத மக்களின் பிரச்னை ஒரு சமுதாயப் பிரச்னை. ஆகவே, அதற்குரிய தீர்வு அரசியலில் இல்லை; வேறு இடத்தில் இருக்கிறது என்ற கருத்தில் எனக்கு இம்மியளவும் உடன்பாடு இல்லை. தீண்டப்படாத மக்களின் பிரச்னைகளுக்கான தீர்வு அவர்களுக்கு வழங்கப்படும் அரசியல் அதிகாரத்தில்தான் இருக்கிறது.

எங்களுக்கு ஒரு பொறுப்பான அரசு தேவை. அதேசமயம் முதலாளிகள் மட்டும் மாறுகின்ற ஓர் அரசை நாங்கள் விரும்ப வில்லை. நீங்கள் உருவாக்கப்போகும் ஆட்சி அமைப்பு முழுப் பொறுப்பு வாய்ந்ததாக அமைய வேண்டும் என்றால் நீங்கள் கூட்டப்போகும் சட்டமன்றம் உண்மையில் முழுப் பிரதி நிதித்துவம் வாய்ந்ததாக இருக்கவேண்டும்.

இந்து சமுதாயம் எங்களுக்கு உதவுவது போல பாவனை செய் கிறது. எங்கள் வசம் இருக்கும் மிச்ச சொச்ச உரிமைகளையும் தட்டிப்பறிக்கும் நோக்கம்தான் அந்தப் பாவனையின் பின்னணி. எங்களுடைய தனித்த இருப்பை முஸ்லிம்கள் விரும்பவில்லை. காரணம், அவர்களுக்கான உரிமைகளுக்கு நாங்கள் பங்காளி யாகிவிடுவோமோ என்று அஞ்சுகிறார்கள்.

தற்போதைய பிரிட்டிஷ் அரசால் அழுத்தத்துக்கு ஆளாகி, இந்துக்களால் ஒடுக்கப்பட்டு, இஸ்லாமியர்களால் புறக் கணிக்கப்பட்டு கடுமையான இன்னல்களுக்கு ஆளாகியிருக்கும் தீண்டப்படாத சாதியினரின் பரிதாபகரமான நிலையை உலகத் துக்கு அம்பலப்படுத்தவே நான் பேசிக்கொண்டிருக்கிறேன்.

பிரச்னைகளுக்கான தீர்வை பிரிட்டிஷ் பிரதிநிதிகளே தேர்ந் தெடுக்கவேண்டும். அதேசமயம் நீங்கள் ஒன்றைத் தேர்ந்தெடுப் பதும் அதனை இந்தியா ஒப்புக்கொள்வதுமான காலம் மலையேறிவிட்டது. இனி, அது திரும்பப் போவதில்லை. உங்கள் புதிய அரசியல் அமைப்பு ஒழுங்காக இயங்கவேண்டும் என்றால், தர்க்க சூத்திரங்களின் திறத்தைவிட மக்கள் ஒப்புதலின் தன்மையே உங்களுக்குக் கட்டளைக் கல்லாக இருந்து வழி காட்ட வேண்டும். அப்படி வழிகாட்டும் என்ற நம்பிக்கையோடு நான் என்னுடைய உரையை முடித்துக்கொள்கிறேன்.'

அம்பேத்கரின் பேச்சு மாநாட்டுக்கு வந்திருந்த பிரதிநிதிகளைப் பிரமிக்க வைத்தது. இந்தியாவின் மெயில் நாளிதழ் மாநாட்டின் மிகச்சிறந்த வாதம் என்று அம்பேத்கரின் பேச்சை வர்ணித்தது. ஒரு தேசியத் தலைவராகப் பரிணமித்திருக்கிறார் அம்பேத்கர் என்றது தி ஸ்பெக்டேட்டர் இதழ். சர்வநிச்சயமாக இவர் ஒரு புரட்சியாளராகத்தான் இருக்கமுடியும் என்று மாநாட்டுக்கு வந்திருந்த பிரதிநிதிகள் கிசுகிசுத்துக்கொண்டனர்.

பொது விவாதம் முடிந்தது. அடுத்து ஒன்பது துணைக்குழுக்கள் அமைக்கப்பட்டன. சிறுபான்மையினர் தொடர்பான துணைக் குழு உள்ளிட்ட பெரும்பாலான துணைக் குழுக்களில் அம் பேத்கர் இடம்பெற்றார். இந்தியர்களுக்குக் கிடைக்கவேண்டிய உரிமைகள் பற்றியே எல்லா குழுக்களிலும் பேசினார். முக்கிய மாக, தீண்டப்படாத மக்களின் பிரச்னைகள் குறித்து இங்கி லாந்தில் பலதரப்பினரிடமும் பேசினார். அவர்களுடைய ஆதரவைத் திரட்டும் பணியில் தீவிரம் குறையாமல் செயல் பட்டார்.

தீண்டப்படாத வகுப்பு மக்களின் மத, கலாசார, பொருளாதார சங்கதிகளைப் பாதுகாப்பதற்கான அடிப்படை உரிமைகள் ஆவணம் ஒன்றைத் தயாரிக்கும் பணியில் தன்னை ஈடுபடுத்திக் கொண்டார் அம்பேத்கர். சுயாட்சி பெற்ற இந்தியாவுக்கான எதிர்கால அரசியல் சட்டத்தில் தீண்டப்படாத வகுப்பு மக்களின் பாதுகாப்புக்கான ஓர் அரசியல் காப்புத் திட்டம் என்று அந்த ஆவணத்துக்குப் பெயரிட்டிருந்த அம்பேத்கர், அதை இந்தியா வின் எதிர்கால அரசியல் சட்டத்தில் சேர்க்கவேண்டும் என்ற கோரிக்கையோடு சிறுபான்மைத் துணைக்குழுவிடம் சமர்ப் பித்தார்.

அந்த அறிக்கையின் முக்கிய அம்சங்கள் சில:

- ★ இந்தியாவில் இருக்கும் ஏனைய சாதியினர் அனுபவிக்கும் அத்தனை உரிமைகளும் தீண்டப்படாத வகுப்பினருக்கும் கிடைக்கப்பெற வேண்டும்.
- ★ தீண்டாமை என்பது முற்றிலுமாக ஒழிக்கப்படவேண்டும்.
- ★ சட்டசபைகளில் போதிய பிரதிநிதித்துவம் வழங்கப்பட வேண்டும். தனி வாக்காளர் தொகுதி மூலம் தங்கள் பிரதிநிதி களைத் தாங்களே தேர்ந்தெடுத்துக்கொள்ள வேண்டும்.

★ அரசுப் பணிகளில் மக்கள்தொகைக்கு ஏற்ப பிரதிநிதித் துவம் தரப்படவேண்டும்.

★ அரசுப் பணிகளில் ஆட்களைத் தேர்வு செய்து அவர்களுடைய பணிகளைக் கட்டுப்படுத்தும் தேர்வாணைக் குழுவில் தங்களுக்குப் போதிய பிரதிநிதித்துவம் தரப்பட வேண்டும்.

அறிக்கையை நகலெடுத்து இந்தியாவுக்கு அனுப்பிய அம்பேத்கர், அந்த அறிக்கைக்குத் தங்களுடைய ஆதரவைத் தெரிவித்து தீர்மானம் நிறைவேற்றுமாறு தன்னுடைய ஆதரவுத் தலைவர்களைக் கேட்டுக்கொண்டார். தீர்மானம் நிறைவேறியுள்ளதை பிரிட்டிஷ் பிரதமர் ராம்சே மெக்டொனால்டுக்குத் தந்தி மூலம் தெரிவிக்குமாறு கேட்டுக்கொண்டார்.

அம்பேத்கர் சொன்ன பிறகு மறுபேச்சு ஏது? விறுவிறுவென தீர்மானங்கள் நிறைவேற்றப்பட்டன. ஏராளமான தந்திகள் பிரிட்டிஷ் பிரதமருக்கு வந்துசேர்ந்தன.

பிறகு ஜனநாயகக் கட்சியினர், குடியரசுக் கட்சியினர், தொழிலாளர் கட்சியினர் உள்ளிட்ட அனைத்து அரசியல் கட்சிப் பிரதிநிதிகளையும் சந்தித்து, தீண்டப்படாத மக்களின் நிலை குறித்தும் அவர்களுக்கு வழங்கப்பட வேண்டிய உரிமைகள் குறித்தும் பேசினார் அம்பேத்கர்.

'இந்தியக் குடிமகன் எவருக்கும் அவருடைய சாதி, சமய, நிற வேறுபாடு காரணமாக பொதுப்பணியில் நியமனம் மறுக்கப்படக்கூடாது என்பது இந்திய அரசாங்கச் சட்டம். இதன்படி தீண்டப்படாத சாதியினரில் தகுதி உள்ளவர் ஒவ்வொருவரும் அந்த நியமனம் குறித்து நிச்சயிக்கப்பட்டுள்ள தேர்வில் தேறும் ஒவ்வொருவரும் அந்தந்தப் பொதுப் பணியில் நியமனம் பெறவேண்டும். ஆனால் உண்மை நிலை என்ன?

தீண்டப்படாத சாதியைச் சேர்ந்த ஒருவர் காவல்துறை பணிக்கு மனு செய்தால் அவருடைய விண்ணப்பத்தை ஏற்றுக்கொள்ள முடியாது என பகிரங்கமாகச் சொல்கிறார்கள் அதிகாரிகள். ராணுவ வேலைக்கும் இதே கதிதான். கேட்டால், தீண்டப்படாத சாதியினரைச் சேர்த்துக்கொள்ளமுடியாது என்கிறார்கள்.

தீண்டப்படாத சாதியினர் பயணம் செய்யும்போது வழியில் உள்ள தங்கும் விடுதிகளில் அவர்கள் தங்குவதற்கு அனுமதிக்கப்

படுவதில்லை. பேருந்துகளில் அவர்களுக்கு இடம் கொடுப்ப தில்லை. பொதுப்பள்ளிகளில் பிள்ளைகளுக்கு இடம் தரப்படுவ தில்லை. பொதுக்கிணறுகளில் இருந்து நீர் எடுப்பதற்கு அனு மதிக்கப்படுவதில்லை.

எங்களுக்கும் இந்துக்களுக்கும் இடையே முழுமையான பிரி வினை நடத்தப்பட வேண்டும். அரசியல் காரணங்களுக்காக நாங்கள் இந்துக்கள் என்று பொதுவாக அழைக்கப்படுகிறோமே தவிர சமுதாயத்திலே இந்துக்கள் அவர்களுடைய சகோதரர் களாக எங்களை பாவிப்பதில்லை.

எங்களுடைய எண்ணிக்கையாலும் வாக்குரிமை பலத்தாலும் கிடைத்த அரசியல் பலன்களை தத்தமது நலன்களுக்காக அவர் கள் பயன்படுத்திக்கொண்டார்கள். ஆனால் அதற்கு நாங்கள் எதையுமே பெறவில்லை. இந்துக்களால் இந்துக்கள் என்று அழைக்கப்படாத மற்ற சமூகத்தினர் நடத்தப்படுவதைக் காட்டிலும் மிக மோசமான நிலையில் எங்களை இந்துக்கள் நடத்துகிறார்கள். அதன் காரணமாகவே நாங்கள் இந்துக்களிடம் இருந்து பிரிவினை வேண்டும் என்று கோருகிறோம்.

கூட்டுத்தொகுதி அல்லது தனித்தொகுதி என்ற பிரச்னையில் எங்கள் நிலைப்பாடு இதுதான். வயது வந்தவர்கள் அனைவருக் கும் வாக்குரிமை என்பதை எங்களுக்குக் கொடுத்தால், நாங்கள் கூட்டுத்தொகுதியையும் அதிலடங்கிய ஒதுக்கப்பட்ட இருக்கை களையும் ஏற்றுக்கொள்ளத் தயார். வயது வந்தோர்க்கு வாக் குரிமை என்பதை நீங்கள் எங்களுக்குக் கொடுக்கவில்லை என்றால் எங்கள் பிரதிநிதித்துவத்தைப் பெற தனித்தொகுதி முறையை நாங்கள் கேட்க வேண்டியிருக்கும்.'

ஆயிரத்தெட்டு வேலைகள் இருந்தபோதும் புத்தகம் மீதான காதலைக் கொஞ்சம் குறைத்துக்கொள்ள அம்பேத்கர் தயாராக இல்லை. நேரம் கிடைக்கும்போதெல்லாம் அருகில் இருக்கும் பழைய புத்தகக் கடைகளுக்குச் சென்று புத்தகங்களைச் சேகரித்தார். அவருடைய அறைகள் பெட்டிகளால் நிரம்பின. பெட்டிகள் புத்தகங்களால் நிரம்பின.

ஆசை ஆசையாக வாங்கிய புத்தகங்களைப் படித்துக்கொண்டு இருக்கும் சமயத்தில் அம்பேத்கருக்கு இரண்டு மகிழ்ச்சிதரக் கூடிய செய்திகள் வந்துசேர்ந்தன.

மஹத் நகரில் இருக்கும் சௌதாகர் குளம் தொடர்பாக நீதி மன்றத்தில் நடந்த வழக்கில் தீண்டப்படாத சாதியினருக்கு ஆதரவாகத் தீர்ப்பு வந்துள்ளது என்ற செய்தி அம்பேத்கரை துள்ளி யெழச் செய்தது. தீண்டப்படாத சாதியினரின் அதிகபட்ச தியாகத்தையும் உழைப்பையும் கோரிய அந்த வழக்கில் நல்ல தீர்ப்பு கிடைத்திருப்பதாகத் தனது நண்பர்களிடம் சொல்லி ஆனந்தம் அடைந்தார். கிட்டத்தட்ட அதேசமயத்தில் பம்பாய் மாகாண சட்டசபைக்கு அம்பேத்கர் தேர்வு செய்யப்பட்டுள்ள செய்தியும் கிடைத்தது.

பல்வேறு துணைக்குழுக்களின் அறிக்கைகளைப் பதிவு செய்து கொண்டபிறகு வட்டமேஜை மகாநாடு ஜனவரி 31, 1931 அன்று ஒத்திவைக்கப்பட்டது. முடிவுகள் எதுவும் அதிகாரப்பூர்வமாக எடுக்கப்படாததாலும் இந்தியப் பிரதிநிதிகளுக்கு மத்தியில் எந்தவிதமான உடன்பாடும் எட்டப்படாததாலும் வட்டமேஜை மகாநாடு தோல்வி அடைந்ததாகவே கருதப்பட்டது. ஆனால் அம்பேத்கரோ மகாநாடு வெற்றிகரமாக நடந்தது என்றே எழுதினார்.

'இந்தியாவில் சுயாட்சி அமைவதற்கான அடித்தளத்தை வட்ட மேஜை மகாநாடு அமைத்துவிட்டதாகவே நான் கருதுகிறேன். அதேசமயம் இன்னொரு கோணத்தில் பார்க்கும்போது அரசியலமைப்புக்கான அடித்தளத்தில் காரையைக் காட்டிலும் மணலே அதிகம் இருப்பதாகத் தோன்றுகிறது. ஆகவே அடித்தளம் போதுமான அளவுக்கு பலமுள்ளதாக இல்லை. இருப்பினும் தீண்டப்படாத வகுப்பினருக்கான உரிமைகள் என்ற அளவில் பார்த்தால் வட்டமேஜை மகாநாடு ஒரு வெற்றிகரமான மாநாடுதான்' தீர்க்கமான குரலில் சொன்னார் அம்பேத்கர்.

11

# வட்டமேஜை எண்: 2

வட்டமேஜை மகாநாடு முடிந்தது. காங்கிரஸ் தோல்வி என்றது. அம்பேத்கர் வெற்றி என்றார். ஆனாலும் இறுதி லாபம் காங்கிரஸ் கட்சிக்குத்தான். மகாநாட்டுக்கு முன்னதாகக் கைது செய்யப் பட்டு சிறையில் அடைக்கப்பட்டிருந்த காங்கிரஸ் தலைவர் களும் தொண்டர்களும் விடுதலை செய்யப்பட்டனர்.

காந்திக்கு பரம சந்தோஷம். போதாக்குறைக்கு வைஸ்ராய் இர்வின் பிரபுவிடம் இருந்து வேறு பேச்சுவார்த்தைக்கு அழைப்பு வந்தது. பேச்சுவார்த்தைகள் தொடங்கின. மார்ச் 5, 1931 அன்று காந்தி - இர்வின் ஒப்பந்தம் கையெழுத்தானது.

பேச்சுவார்த்தை திருப்திகரமாக இருந்தது. ஒத்துழையாமை இயக்கத்தைக் காங்கிரஸ் கைவிடுகிறது. அடுத்து நடைபெற இருக்கும் இரண்டாவது வட்டமேஜை மகாநாட்டில் கலந்து கொள்வதற்கு தயாராக இருக்கிறோம். காந்தியிடம் இருந்து அறிவிப்பு வெளியானது.

முதல் வட்டமேஜை மகாநாட்டைத் தொடர்ந்து அம்பேத்கர் பல பொதுக்கூட்டங்களிலும் மாநாடுகளிலும் கலந்துகொண்டு பேசினார். இன்னொரு விஷயம் பாக்கி இருந்தது. முதலாவது வட்டமேஜை மகாநாட்டில் கலந்துகொள்ள இங்கிலாந்து சென்றிருந்த சமயத்தில் பம்பாய் மாகாண சட்டசபைக்கு

அம்பேத்கர் தேர்வு செய்யப்பட்டிருந்தார் அல்லவா? அதற்கான பதவிப் பிரமாணத்தை இப்போது எடுத்துக்கொண்டார்.

இரண்டாவது வட்டமேஜை மகாநாட்டில் கலந்துகொள்ள இருக்கும் தலைவர்களின் பட்டியல் வெளியிடப்பட்டது. காந்தி, அம்பேத்கர், ஜின்னா, சரோஜினி நாயுடு உள்ளிட்டோர் அந்த மகாநாட்டுக்கு அழைக்கப்பட்டனர்.

இந்தமுறை கூட்டாட்சி அமைப்புத் துணைக்குழுவில் அம்பேத்கரின் பெயரை பிரிட்டிஷ் ஆட்சியாளர்கள் சேர்த்திருந்தனர். புதிய அரசியல் அமைப்புச் சட்டத்தை உருவாக்குவதில் இந்தக் குழுவின் பங்களிப்பு பிரதானமாக இருக்கும் என்று எதிர்பார்க்கப்பட்டது.

கலந்துகொள்வோர் பட்டியலில் இடம்பெற்ற காந்தி அப்போது மலபார் மலைவாசஸ்தலம் ஒன்றில் ஓய்வெடுத்துக் கொண்டிருந்தார். அவர் மகாநாட்டில் கலந்துகொள்வாரா என்பது மூடு மந்திரமாகவே இருந்தது. அவர் என்ன செய்யப் போகிறார் என்ற கேள்வி ஏற்படுத்தும் பரபரப்புக்கு சற்றும் குறையாமல் இருந்தது என்ன செய்துகொண்டிருக்கிறார் என்பது.

ஆகஸ்டு 6, 1931 அன்று அம்பேத்கருக்குக் கடிதம் ஒன்று வந்தது. அனுப்பியவர் காந்தி. போராட்டத்துக்குத் தயார் ஆகிறார் என்றால் அதற்கு முன்னால் எதிரியின் மனநிலை என்ன என்பதைத் தெரிந்துகொள்வார். அதற்கேற்ற வகையில் வியூகம் வகுப்பார். காந்தி பயன்படுத்தும் சாத்வீகமான உத்தி இது.

இப்போதைக்கு தீண்டப்படாத சாதியினர் பிரச்னைதான் கொளுந்துவிட்டு எரிந்து கொண்டிருக்கிறது. அவர்களை வழி நடத்துபவர் யார்? அம்பேத்கர். எனில், அவர்தான் எதிரி. அவருக்கு கடிதம் ஒன்றை எழுதினார். 'நேரம் ஒதுக்கமுடியும் என்றால் அன்று இரவு எட்டு மணிக்கு நானே நேரில் வந்து சந்திக்கிறேன்'

கடிதம் வந்துசேர்ந்தபோது அம்பேத்கருக்குக் காய்ச்சல். காந்தி நேரில் வருகிறார் என்றதும் அம்பேத்கர் எழுந்து உட்கார்ந்தார். இரண்டாவது வட்டமேஜை மகாநாடு நடக்க இருக்கும் சமயத்தில் காந்தியின் சந்திப்பு முக்கியமானது என்பது அம்பேத்கரை துள்ளியெழ வைத்திருந்தது.

'நானே நேரில் வந்து சந்திக்கிறேன்' என்று காந்திக்கு பதில் அனுப்பினார் அம்பேத்கர்.

சந்திக்கவேண்டும் என்று விருப்பம் இருந்தது. கடமை இருந்தது. ஆனால் உடல்? ஒத்துழைக்கவில்லை. முரண்டு பிடித்தது. பயணம். களைப்பு. அலைச்சல். காய்ச்சலின் அளவு ஏறுமுகத்தில் இருக்கும்போது அசையக்கூட முடியாது. எங்கே நகர்வது? பேப்பரை எடுத்தார். இன்னொரு கடிதம். காந்திக்கு. காய்ச்சல் குணமடைந்ததும் நேரில் வருகிறேன். மன்னிக்கவும்.

ஆகஸ்டு 14, 1931 அன்று காந்தி - அம்பேத்கர் சந்திப்பு நடந்தது.

**காந்தி :** என் மீதும் காங்கிரஸ் மீதும் உங்கள் மனத்துக்குள் ஏதோ வருத்தம் இருப்பதாக நினைக்கிறேன். தீண்டப்படாத சாதியினரின் பிரச்னைகள் பற்றி என்னுடைய பள்ளிப்பருவம் முதல் நான் சிந்தித்துக் கொண்டிருக்கிறேன். அப்போது நீங்கள் பிறந்திருக்க மாட்டீர்கள். காங்கிரஸ் கட்சியின் செயல்திட்டத்தில் தீண்டப்படாத சாதியினர் பிரச்னையைச் சேர்த்து, காங்கிரஸ் மேடைகளில் இதை ஒரு அரசியல் கொள்கை முழக்கமாக நான்தான் மாற்றினேன். காங்கிரஸ் தலைவர்களுக்கு அதில் விருப்பமில்லை. தீண்டப்படாதார் பிரச்னை மதம் தொடர்பானது, சமூகம் தொடர்பானது என்று காரணம் காட்டினர். எதிர்த்தனர். தீண்டப்படாதவர்களின் முன்னேற்றத்துக்காக காங்கிரஸ் கட்சி இதுவரை கிட்டத்தட்ட இருபது லட்சம் ரூபாய் செலவழித்திருக்கிறது. இருந்தும், உங்களைப் போன்ற மனிதர்கள் என்னையும் காங்கிரஸ் கட்சியையும் எதிர்ப்பது எனக்கு வியப்பாக இருக்கிறது.

**அம்பேத்கர்:** காங்கிரஸ் கட்சி எங்கள் பிரச்னைகளுக்குப் பெயரவு அங்கீகாரம் கொடுத்தது என்னவோ உண்மைதான். ஆனால் அதற்கு மேலாக எதுவுமே செய்யவில்லை. இருபது லட்சம் ரூபாய் செலவழிக்கப்பட்டதாகச் சொல்கிறீர்கள். என்னைக் கேட்டால் அந்தத் தொகை முழுவதுமே வீணாகிவிட்டது என்றுதான் சொல்வேன். ஒருவேளை அந்தத் தொகை என்னிடம் இருந்திருக்குமானால் என்னுடைய மக்களின் மனநிலையில், பொருளாதார நிலையில் பிரமிக்கத்தக்க மாற்றங்களை என்னால் ஏற்படுத்தியிருக்க முடியும். காங்கிரஸ் கட்சியில் உறுப்பினராகச் சேர்வதற்கு கதர் அணியவேண்டும் என்பதைக் கட்டாயமாக வைத்திருப்பது போல தீண்டாமை ஒழிப்பையும் நிபந்தனையாக வைத்திருந்தால் சிறப்பாக இருந்திருக்கும். நாங்கள் காங்

கிரஸையோ, இந்துக்களையோ, பெரிய தலைவர்களையோ, மகாத்மாக்களையோ நம்புவதற்குத் தயாராக இல்லை. மகாத்மாக்கள் என்பவர்கள் பெரும் பரபரப்பைக் கிளப்பிக் கொண்டு வரும் மாய உருவங்கள். அவர்களால் எந்த உயர்வும் ஏற்படுவதில்லை என்றுதான் வரலாறு சாட்சியம் அளிக்கிறது. உண்மையைச் சொல்லவேண்டும் என்றால் எனக்குத் தாய்நாடு என்பதே கிடையாது.

**காந்தி:** உங்களுக்குத் தாய்நாடு இருக்கிறது. வட்டமேஜை மகா நாட்டில் நீங்கள் ஆற்றிய செயல்கள் பற்றி எனக்குக் கிடைத்த தகவல்களின்படி நீங்கள் மதிப்புமிக்க ஒரு நாட்டுப்பற்றாளர் என்பதை நான் அறிகிறேன்.

**அம்பேத்கர்:** இங்கே நாங்கள் நாய்களை விடவும், பூனைகளை விடவும் இழிவாக நடத்தப்படும்போது இதை நான் தாய்நாடு என்று எப்படி அழைக்க முடியும்? எதை என்னுடைய சொந்த மதம் என்று நினைக்கமுடியும்? இங்கே குடிப்பதற்குக்கூட நாங்கள் தண்ணீரைப் பெற முடியாத நிலை இருக்கிறதே? சுயமரியாதை உணர்வுள்ள எந்தவொரு தீண்டப்படாதவனும் இந்த நாட்டைப் பற்றிப் பெருமையாக நினைக்க முடியாதே? இந்த நாடு எங்கள் மீது எண்ணற்ற அநீதிகளையும் இழிவுகளை யும் சுமத்தியுள்ளது. ஆகவே, தெரிந்தோ, தெரியாமலோ இந்த நாட்டின்மீது விசுவாசம் கொள்ளாத நிலைக்கு நாங்கள் இரை யாகிட நேர்ந்தால் அதற்கான பொறுப்பு இந்த நாட்டையே சேரும். ஏனெனில் எங்களுடைய செயல்களுக்குக் காரணமாக எந்த மண் இருக்கிறதோ அதுதான் நான் துரோகி என்று அழைக்கப்படவும் காரணமாக இருக்கிறது. முதல் வட்டமேஜை மகாநாடு இஸ்லாமியர்களின் அரசியல் உரிமைகளை, கோரிக்கைகளை அங்கீகரித்துள்ளது போலவே தீண்டப்படாத மக்களின் அரசியல் உரிமைகளையும் அங்கீகரித்துள்ளது. அவர் களுடைய அரசியல் உரிமைகளுக்காகவும் அவர்கள் போதிய அளவில் பிரதிநிதித்துவம் பெறவும் பரிந்துரை செய்துள்ளது. எங்களைப் பொறுத்தவரை இவை நன்மை தருவன. இதுபற்றி உங்கள் கருத்து என்ன?

**காந்தி:** அரசியல் ரீதியாக இந்துக்களிடம் இருந்து தீண்டப்படாத வர்களைத் தனியாகப் பிரிப்பதை நான் எதிர்க்கிறேன். அது தற்கொலைக்குச் சமமானது.

**அம்பேத்கர்:** உங்கள் கருத்தை வெளிப்படையாகச் சொன்னதற்கு நன்றி!

பேச்சை முடித்துக் கொண்டு சட்டென்று எழுந்த அம்பேத்கர், காந்தியிடம் விடைபெற்றுக் கொண்டு புறப்பட்டார். அப்போது அம்பேத்கரின் இதயம் கனத்திருந்தது. மாபெரும் தலைவர், நல்லிதயம் கொண்டவர், அஹிம்சை என்பதை வாழ்க்கைத் தத்துவமாகக் கொண்ட மனிதர். எப்போதும் இம்சைக்கு இலக்காகிக் கொண்டிருக்கும் தீண்டப்படாத சாதியினருக்கு ஒரு துரும்பைக் கிள்ளிப்போட இத்தனைத் தயக்கம் காட்டுகிறாரே!

அடுத்து கலந்துகொண்ட தீண்டப்படாத வகுப்பினர் மாநாடு ஒன்றில் பேசும்போது அம்பேத்கர் தனது அதிருப்தியையும் விரக்தியையும் வெளிப்படுத்தினார். ஒவ்வொரு வார்த்தையிலும் தீண்டப்படாத சாதியினருக்கு உண்மையைப் புரியவைக்கும் நோக்கம் பொதிந்திருந்தது.

'நம்முடைய முன்னேற்றத்துக்காக காந்தி இப்போது ஒன்றும் செய்யமாட்டார். நாம் நம்முடைய சொந்தக்கால்களில் நின்று கொண்டு எந்த அளவுக்கு முடியுமோ அந்த அளவுக்கு நம்முடைய உரிமைகளுக்காகப் போராட வேண்டும். உங்களுடைய போராட்டத்தைத் தொடர்ந்து முன்னெடுத்துச் செல்லுங்கள். ஆற்றல்களை ஒருமுகப்படுத்துங்கள். அதிகாரமோ, உரிமையோ, மரியாதையோ, எதுவாக இருந்தாலும் அது போராட்டத்தின் மூலமாகவே நம்மை வந்தடையும்'

•

இரண்டாவது வட்டமேஜை மகாநாட்டில் கலந்துகொள்வதற்காக லண்டன் புறப்பட்டார் அம்பேத்கர். காந்தி வருவாரா மாட்டாரா என்று எல்லோரும் எதிர்பார்த்துக் காத்திருந்தனர். பிறகு அவர் பயணத்தைத் தள்ளிவைத்துவிட்டது போல ஒரு செய்தி வந்தது.

உடனே இதுபற்றி செய்தியாளர்களிடம் பேசினார் அம்பேத்கர். 'காந்தி சின்னச்சின்னக் குறைபாடுகள் பற்றி அதிகம் கவலைப்படுகிறார். ஆனால் பெரிய பிரச்னைகளில் அக்கறை காட்டுவதில்லை. இந்தப் போக்கை என்னால் புரிந்துகொள்ள இயலவில்லை.'

அம்பேத்கர் லண்டன் சென்ற சிலநாள்களில் காந்தி, சரோஜினி நாயுடு, மதன் மோகன் மாளவியா உள்ளிட்டோர் லண்டன் வந்து

சேர்ந்தனர். செப்டெம்பர் 7, 1931 அன்று இரண்டாவது வட்ட மேஜை மகாநாடு தொடங்கியது. செப்டெம்பர் 15 அன்று வட்ட மேஜை மகாநாட்டின் கூட்டாசி அமைப்புக் குழுவில் காந்தி முதன்முறையாகப் பேசினார்.

வட்டமேஜை மகாநாட்டின் முதல் பேச்சில் அம்பேத்கரை சீண்டும் வகையில் பேசினார்.

உண்மையில் இந்தியாவில் உள்ள அத்தனை பிரிவுகளுக்கும் காங்கிரஸ் மட்டுமே பிரதிநிதி என்பது காந்தியின் எண்ணம். ஆனாலும் பிரிட்டிஷ் ஆட்சியாளர்கள் தங்களுக்கு வேண்டியவர்களுக்கு அழைப்பு கொடுத்து தனக்கு போட்டியை ஏற்படுத்த முயற்சி செய்திருப்பதாகவே கருதினார். அதையே தன்னுடைய பேச்சிலும் வெளிப்படுத்தினார்.

'காங்கிரஸ் கட்சி இந்தியர்களின் அனைத்து பிரிவினரையும் பிரதிநிதித்துவப்படுத்துகிறது. காங்கிரஸில் தலைவர்களாகவும் செயற்குழு உறுப்பினர்களாகவும் முஸ்லிம்கள் இருப்பதால் அவர்களுக்குப் பிரதிநிதி காங்கிரஸ் கட்சி. தீண்டாமை ஒழிப்பு காங்கிரஸ் கட்சியின் அரசியல் கொள்கை. ஆகவே, அவர்களுக்கும் காங்கிரஸ் கட்சியே பிரதிநிதி. சமஸ்தான அரசுகளின் உள் விவகாரத்தில் தலையிடாமல் இருப்பது என்ற கொள்கையின் மூலம் அவர்களுக்கு உதவி செய்து அவர்களையும் காங்கிரஸ் பிரதிநிதித்துவப்படுத்துகிறது. காங்கிரஸ் கட்சியின் தலைவர்களாக டாக்டர் அன்னிபெசண்ட், சரோஜினிநாயுடு ஆகியோர் செயல் பட்டதன் மூலம் பெண்களுக்கான பிரதிநிதியும் காங்கிரஸே. நானே காங்கிரஸ் கட்சியின் ஒரே பிரதிநிதி. இந்திய நாடு முழுமைக்கும் நான் ஒருவனே பிரதிநிதி. சமஸ்தானங்கள் என்ன செய்ய வேண்டும், என்ன செய்யக்கூடாது என்பதைப் பற்றிக் கருத்துக்கூற நமக்கு உரிமை இல்லை என்பது என்னுடைய பணிவான கருத்து.'

காந்தி பேசிய அன்றைய தினமே அம்பேத்கருக்கும் பேச வாய்ப்பு கிடைத்தது.

'இந்தியா முழுமைக்கும் அதாவது இந்திய மக்கள் தொகையில் கிட்டத்தட்ட தொண்ணூற்றைந்து சதவீத மக்களுக்குத் தான் மட்டுமே பிரதிநிதி என்று காந்தி கூறுகிறார். எனில், மீதமுள்ள ஐந்து சதவீத மக்களுக்கு யார்தான் பிரதிநிதி?' என்பதுதான் காந்திக்கு எதிராக அம்பேத்கர் வைத்த முதல்கேள்வி. பிறகு தொடர்ந்து பேசினார்.

'கூட்டாட்சி அமைப்புக் குழுவிடம் சமஸ்தான அரசுகள் கேட்பதை எல்லாம் கண்ணை மூடிக்கொண்டு கொடுத்து விட முடியாது. கூட்டாட்சியில் ஒரு சமஸ்தானம் சேர வேண்டும் என்று விரும்பினால் அதன் குடிமக்களுக்கு நாகரிகமான நல்வாழ்வை வழங்குவதற்குத் தேவையான வளங்களும் தகுதிகளும் தங்களிடம் இருக்கிறது என்பதை நிரூபிக்க வேண்டும். தவிரவும், கூட்டாட்சியின் நாடாளுமன்ற அவைக்கு சமஸ்தானங்கள் அனுப்பும் பிரதிநிதிகள் தேர்தல் மூலம் தேர்வு செய்யப்பட்டு அனுப்பப்பட வேண்டும். நியமன முறையில் இருக்கக்கூடாது.'

தீண்டப்படாத மக்கள் தனிப் பிரதிநிதித்துவம் கேட்பது பற்றி காந்தியின் கருத்து இதுதான்:

'தனிச்சலுகை வழங்குவது என்பது இந்து - முஸ்லிம் - சீக்கியர் என்ற வட்டத்துக்குள் மட்டுமே இருக்கவேண்டும். இதனை காங்கிரஸ் கட்சி வரலாற்றுக் காரணங்களுடன் ஏற்றுக்கொண்டுள்ளது. அதேசமயம் இந்த தனிச்சலுகைக் கொள்கையை எந்த வடிவத்திலும் காங்கிரஸ் கட்சி மற்றவர்களுக்கு இனி நீட்டிக்காது. தனிச்சலுகை கோருகின்றவர்களின் பட்டியலை நான் பார்த்தேன். தீண்டப்படாத சாதியினரைப் பற்றி அம்பேத்கர் என்ன சொல்ல வருகிறார் என்பதை என்னால் புரிந்துகொள்ள முடியவில்லை. தீண்டப்படாத சாதியினரின் நலன்களை எடுத்துரைக்கும் அவருடைய பொறுப்பு வாய்ந்த பணியில் காங்கிரஸ் கட்சியும் பங்கு கொள்ளும். இந்தியாவில் உள்ள எந்தவொரு தனி மனிதரின் அல்லது சமூகத்தின் நலனைப் போலவே தீண்டப்படாத சாதியினரின் நலனும் காங்கிரஸ் கட்சிக்கு முக்கியமானது. ஆகவே, மேலும் தனிப் பிரதிநிதித்துவம் கேட்கும் எந்தக் கோரிக்கையையும் நான் கடுமையாக எதிர்ப்பேன்.'

காந்தியின் பேச்சு அம்பேத்கரை ஆத்திரப்படுத்தியது. தீண்டப்படாத சாதியினர்மீது காந்தி தொடுத்த வார்த்தை யுத்தம் என்று விமரிசித்தார்.

செப்டெம்பர் 28, 1931 அன்று சிறுபான்மை கமிட்டி கூடுவதாக இருந்தது. அதற்கு முன்னால் அம்பேத்கரிடம் பேச்சுவார்த்தை நடத்த விரும்பினார் காந்தி. அதற்கான ஏற்பாடுகளை காந்தியின் மகன் தேவதாஸ் காந்தி செய்தார். அம்பேத்கர் - காந்தி சந்திப்பு நடந்தது. தீண்டப்படாத சாதியினர் பற்றி தான் சொல்லவருவது என்னவென்றே புரியவில்லை என்று சொன்ன காந்தி எதற்காகத்

தம்மைத் தற்போது அழைக்கிறார் என்ற கேள்வி அம்பேத்கருக்கு எழுந்தது. கொஞ்சம் குழப்பமும் இருந்தது.

'எல்லோரும் ஒத்துக்கொண்டால் அம்பேத்கரின் கோரிக்கை களை நானும் ஏற்றுக் கொள்கிறேன்' ஒரே வரியில் சொல்லி விட்டார் காந்தி. அம்பேத்கர் மேலும் குழப்பமடைந்தார். அது என்ன எல்லோரும் ஒத்துக்கொண்டால்? எங்கோ இடிக்கிறதே? ஏதேனும் திட்டம் வகுத்துக் கொண்டிருக்கிறாரா காந்தி? சட் டென்று முடிவுக்கு வரமுடியாமல் விடைபெற்றார் அம்பேத்கர்.

முஸ்லிம் தலைவர்கள் சிலர் காந்தியை ரகசியாகச் சந்தித்துப் பேச இருப்பது அம்பேத்கருக்குத் தெரியவந்தது. காந்தி பதில் அளித்ததன் பின்னணி புரிந்துவிட்டது அம்பேத்கருக்கு. முஸ்லிம் தலைவர்களுடன் பேச்சுவார்த்தை நடத்துவதற்கு வசதி யாக இருக்கட்டும் என்றே சிறுபான்மையினர் குழுவின் கூட் டத்தைக் கொஞ்சம் தள்ளிவைக்க வேண்டும் என்று காங்கிரஸ் தரப்பில் கோரிக்கை வைக்கப்பட்டது.

விஷயம் அம்பேத்கரின் கவனத்துக்குக் கொண்டுசெல்லப் பட்டது. ஆவேசம் அடைந்த அவர் தன்னுடைய அதிருப்தியை வார்த்தைகளாக வெளியிட்டார். யார் இவர்கள்? எல்லா சிறு பான்மையினர் பற்றியும் பேசுவதற்கு காந்திக்கும் காங்கிரஸுக்கும் அதிகாரம் கொடுத்தது யார்? அவர்கள் யாரை வேண்டுமானாலும் தாங்கிப் பிடிக்கட்டும். அதைப் பற்றி எனக்குக் கவலை இல்லை. ஆனால் எங்களைக் கட்டுப்படுத்தும் அதிகாரம் அவர்களுக்கு இல்லை. அவர்கள் எங்களுடைய பிரதிநிதிகளும் அல்ல.

ஆத்திரம் தணியவில்லை அம்பேத்கருக்கு. தொடர்ந்து பேசி னார். தீண்டப்படாத மக்களைப் பற்றிப் பேசுவதற்கு தங்களுக்கு பரிபூரண அதிகாரம் இருப்பதாக காந்தியோ, காங்கிரஸோ யார் சொன்னாலும் அல்லது அந்த அதிகாரத்தை அளித்திருப்பதாக எவர் சொன்னாலும் ஏற்றுக்கொள்ள முடியாது. அப்படிப்பட்ட அதிகாரத்தை என்னுடைய பங்கில் இருந்து எடுத்துக்கொள்ள வும் கூடாது. எடுத்துத்தரவும் கூடாது.

காந்தியின் முயற்சிகளுக்கு வெற்றி கிடைக்கவில்லை. முஸ்லிம் தலைவர்கள் பிடிகொடுப்பதாக இல்லை. காந்தி தளரவில்லை. இன்னும் கொஞ்சம் அழுத்தம் கொடுத்துக் கரைக்கலாம். கரைகிறதா பார்ப்போம் என்று நினைத்தார். சிறுபான்மைக்

குழுவின் கூட்டத்தை மேலும் கொஞ்சம் ஒத்திவைக்க வேண்டும் என்று கோரிக்கை விடுத்தார்.

ஆத்திரப்படுவதில் அர்த்தமில்லை. விஷயத்தை வேறு வழியில் திருப்பிப் பார்க்கலாம் என்று நினைத்தார் அம்பேத்கர்.

'காந்தி கூறுகின்ற வழிகளில் முடிவு ஏற்பட்டால் மகிழ்ச்சி. அதற்கு நான் எந்தவித எதிர்ப்பையும் தெரிவிக்க மாட்டேன். தீண்டப்படாத சாதி மக்களின் பிரதிநிதியாகிய எனக்கு இந்த இடத்தில் ஒரு சந்தேகம் ஏற்படுகிறது. சிறுபான்மை விவகாரங்கள் தொடர்பாக எந்த மாதிரியான குழுவை காந்தி நியமிக்கத் தீர்மானித்துள்ளார் என்பதை அறிய விரும்புகிறேன். அந்தக் குழுவில் தீண்டப்படாத மக்களுக்கும் பிரதிநிதித்துவம் கொடுக்கப்படவேண்டும்'

காந்தியும் சளைத்தவர் அல்ல; அம்பேத்கரின் கோரிக்கையை ஏற்றுக்கொள்வதாகச் சொன்னார் காந்தி. உடனே மீண்டும் அம்பேத்கர் பேசினார். காந்தியின் திடீர் ஒப்புதல் அம்பேத்கரை யோசிக்க வைத்தது. உள்ளுக்குள் எச்சரிக்கை மணி அடித்தது. தன்னுடைய பிடியை எளிதில் விட்டுவிடக்கூடாது என்று முடிவுசெய்தார்.

'எதிர்கால இந்திய அரசியல் சட்டத்தில் தீண்டப்படாத மக்கள் அரசியல் அங்கீகாரம் பெறுவதற்குத் தகுதியுடையவர்கள். அதை அரசியல் சட்டத்தில் சேர்க்கவேண்டும் என்று சிறுபான்மையோர் துணைக்குழு கடந்த ஆண்டு பரிந்துரை செய்தது நினைவிருக்கும். அந்தப் பரிந்துரைகளை காந்தி அமைக்க இருக்கும் குழு கவனிக்கும் என்று உத்தரவாதம் கொடுக்கப்பட வேண்டும். இல்லாவிட்டால் இந்தப் பிரச்னை குறித்து ஆராய்வதற்காக காந்தி அமைக்கும் குழுவில் நான் பங்கேற்பதில் எந்தவிதமான பலன் இருக்கும் என்று தெரியவில்லை.'

இடைப்பட்ட நேரத்தில் பிரதிநிதிகள் பலரும் பேசினர். மீண்டும் பேசுவதற்கு வாய்ப்பை ஏற்படுத்திக்கொண்டார் அம்பேத்கர்.

'இந்துக்கள் பிரச்னை, முஸ்லிம்கள் பிரச்னை, சீக்கியர்கள் பிரச்னை ஆகியவற்றோடு தீண்டப்படாத சாதியினர் பிரச்னை குறித்தும் காந்தி அமைக்கும் குழு ஆராய்ச்சி செய்யப்போகிறது என்று கருதுகிறேன். அப்படிச் செய்யும் பட்சத்தில் சிறு பான்மைக் குழுவை ஒத்திவைப்பதில் எனக்கு கருத்துவேறுபாடு இல்லை. முழுச்சம்மதமும் உண்டு. அதே சமயம், என்னை

இந்தக் குழுவில் சேர்க்காமல் விடுவதன்மூலம் கிடைக்கும் இடைவெளியை இந்து-முஸ்லிம் மற்றும் இந்து-சீக்கியர் பிரச்னையைத் தீர்த்துக்கொள்ள பயன்படுத்திக் கொள்ள முயற்சி செய்தால் காந்தி அமைக்கும் குழுவைக் கலைப்பதுதான் என்னுடைய இலக்காக இருக்கும்.'

அதன்பிறகு காந்திக்கும் முஸ்லிம் பிரதிநிதிகளுக்கும் இடையே பேச்சுவார்த்தை நடந்தது. பிறகு சீக்கியப் பிரதிநிதிகளிடமும் பேச்சுவார்த்தை நடத்தப்பட்டது. அங்கே என்ன முடிவு ஏற்படுகிறது என்ற விஷயம் அம்பேத்கருக்கு லேசுபாசாகத் தெரிவிக்கப்பட்டது. குறிப்பாக, முஸ்லிம் பிரதிநிதிகளின் பெரும்பாலான கோரிக்கைகளை காந்தி ஏற்றுக் கொண்டதால் இந்து - முஸ்லிம் பிரச்னை ஓரளவு சமரசத்தை எட்டியுள்ளதாகவும், இந்து - சீக்கியர் பிரச்னை தொங்கலில் இருப்பதாகவும் தெரிந்து கொண்டார் அம்பேத்கர். மேலும் முஸ்லிம் தலைவர்களை அம்பேத்கருக்கு எதிராகத் திருப்பும் முயற்சியில் காந்தி ஈடுபட்டிருப்பதாகவும் அம்பேத்கருக்கு நெருக்கமான சிலர் தகவல் கொடுத்தனர்.

காந்தி செய்தது தவறு. அதை எதற்காக மூடிவைக்கவேண்டும்? அம்பலப்படுத்துவிடலாம் என்ற முடிவுக்கு வந்தார். பேப்பர். பேனா. டைம்ஸ் ஆஃப் இந்தியாவுக்கு அம்பேத்கரிடம் இருந்து கடிதம் ஒன்று அனுப்பப்பட்டது. அந்தக் கடிதத்தின் சாரம் இதுதான்.

'எல்லோரும் ஒத்துக்கொண்டால் என்னுடைய கோரிக்கைகளை ஏற்பதாக என்னிடம் கூறிவிட்டு, பிற தலைவர்களுடன் ரகசிய சந்திப்பு நடத்தி, என்னுடைய கோரிக்கையை ஏற்கக்கூடாது என்பதற்காக வேலை செய்துவந்தார். மகாத்மா செய்யக்கூடாத செயல் அது. அவர் தீண்டப்படாத வகுப்பினரின் நண்பனும் அல்ல; நேர்மையான எதிரியும் அல்ல.'

தீண்டப்படாத சாதியினரின் பிரதிநிதியாக அம்பேத்கர் வட்ட மேஜை மகாநாட்டுக்கு வந்ததில் காந்திக்கு உடன்பாடு இல்லை என்பதை அவருடைய வார்த்தைகள் நிரூபித்தன.

வட்டமேஜை மகாநாட்டுக்கு வந்திருக்கும் பிரதிநிதிகளில் பெரும்பாலானோர் அவர்கள் சார்ந்திருக்கும் இயக்கம் அல்லது குழுவின் சார்பில் தேர்வு செய்யப்பட்டு வந்தவர்கள் அல்ல; பிரிட்டிஷாரின் ஆசியுடன் வந்தவர்கள். பிரச்னைகளைத்

தீர்ப்பதற்கு சிலருடைய பங்களிப்பு எதுவும் தேவையில்லை என்ற நிலையிலும் சிலர் வந்துள்ளனர் என்றார் காந்தி.

பொதுவாகப் பேசினாலும் அது யாரைக் குறிக்கிறது என்பதற்கு தனி அகராதி தேவையில்லை. தனக்கான முறை வரும்போது பேசிய அம்பேத்கர், காந்தியின் வெறுப்புக்கு பதிலளித்தார்.

'வட்டமேஜை மகாநாட்டில் கலந்துகொள்ள அரசாங்கத்தால் அழைக்கப்பட்டவன் என்பதில் எனக்குச் சந்தேகம் இல்லை. அதே சமயம் தீண்டப்படாத சாதி மக்களுக்குத் தங்களுடைய பிரதி நிதியைத் தேர்ந்தெடுக்கும் வாய்ப்பு தரப்பட்டிருக்கும் பட்சத்தில் நிச்சயம் அவர்களுடைய அதிகாரப்பூர்வமாக பிரதிநிதியாக என்னையே தேர்வு செய்திருப்பார்கள். நியமனமோ, தேர்வோ எதுவாக இருந்தாலும் நான் தீண்டப்படாத சாதி மக்களின் பிரதிநிதியாக மட்டுமே இங்கே பேசிக்கொண்டு இருக்கிறேன்.'

தீண்டப்படாத சாதியினர் நலன் குறித்து சில கோரிக்கைகளை முன்வைத்துப் பேசினார் அம்பேத்கர்.

1. தீண்டாமை காரணமாக ஒரு குடிமகனுடைய சமூக உரிமை யைப் பாதிக்கும் ஒரு பழக்கம் அல்லது வழக்கம் செயல் திறனற்றது என்று அரசியலமைப்புச் சட்டத்தில் விதிமுறை வகுக்கப்படவேண்டும்.

2. அரசுப் பணிகளிலும் காவல்துறைப் பணிகளிலும் ராணுவப் பணிகளிலும் தீண்டப்படாத சாதியினர் தாராள மாக நியக்கப்படவேண்டும்.

3. பஞ்சாப் மாகாணத்தில் உள்ள தீண்டப்படாத சாதியின ருக்கு பஞ்சாப் நில மாற்றச் சட்டத்தின்கீழ் நன்மைகள் கிடைக்க வழிவகை செய்யவேண்டும்.

4. அரசு அதிகாரி ஒருவர் தீண்டப்படாத சாதியினரின் நலனைப் பாதிக்கும் வகையில் அல்லது நலனைக் கவனிக் காமல் நடவடிக்கை எடுத்தால், கவர்னருக்கு அல்லது கவர்னர் ஜெனரலுக்கு மேல்முறையீடு செய்ய அந்தச் சாதியினருக்கு உரிமை வேண்டும்.

அம்பேத்கரின் பேச்சு. அவர் எடுத்துவைத்த வாதம். முன்வைத்த கோரிக்கைகள். எதுவுமே காந்திக்குப் பிடிக்கவில்லை. வட்ட மேஜை மகாநாட்டில் அம்பேத்கர் ஆளுமை காட்டிக்கொண்டு

இருந்தது காந்தி ஆதரவாளர்களுக்கு ரசிக்கும்படியாக இல்லை. தீண்டப்படாத சாதியினரை இந்து சமூகத்தில் இருந்து வேறு படுத்திக் காட்டுவதையே ஏற்கமுடியாத காந்திக்கு அம்பேத்கர் முன்வைத்த கோரிக்கைகள் உவப்பானதாக இல்லை. ஆகவே, நிராகரித்தார்.

அம்பேத்கர் முன்வைத்த தீண்டப்படாத வகுப்பினர் மேம்பாட்டுக் கோரிக்கைகளை காந்தி கடுமையாக எதிர்த்தது இந்தியாவில் இருக்கும் தீண்டப்படாத சாதியினர் மத்தியில் கடும் கொந்தளிப்பை ஏறப்டுத்தியது. காந்தியை எதிர்த்தும் அம்பேத்கரை ஆதரித்தும் ஏராளமான தந்திகள் இங்கிலாந்துக்கு அனுப்பப்பட்டன. வட்டமேஜை மகாநாட்டில் காந்தியின் கருத்துகளைக் கடுமையாக எதிர்த்துப் பேசிய அம்பேத்கருக்கு எதிராக காங்கிரஸ் கட்சியினரும் காங்கிரஸ் ஆதரவு பத்திரிகைகளும் அம்பேத்கருக்குக் கடும் கண்டனங்களைத் தொடர்ந்து பதிவு செய்துவந்தன.

•

சிறுபான்மையினர் குழுவின் கூட்டம் நடைபெற்றது. முஸ்லிம் கள், தீண்டப்படாதவர்கள், கிறித்தவர்கள், ஆங்கிலோ - இந்தியர்கள், ஐரோப்பியர்கள் ஆகியோரின் பொதுவான கோட் பாடுகள், தனிச்சலுகைகள் பற்றிய அறிக்கை ஒன்றைத் தயாரித் தனர். பிறப்பிடம், மதம், சாதி, சமயம் ஆகியவற்றின் அடிப்படை யில் அரசுப்பணிகள் நிராகரிக்கப்படக்கூடாது. அதிகாரமிக்க அல்லது மதிப்பு வாய்ந்த பதவிகளை ஏற்பதற்கு எந்தவித இடை யூறும் இருக்கக்கூடாது. குறிப்பிட்ட தொழிலை குறிப்பிட்டவர் கள் செய்யக்கூடாது என்று கெடுபிடிகள் இருக்கக்கூடாது. இதுதான் அந்த அறிக்கையின் உள்ளடக்கம்.

இந்த அறிக்கையில் சம்பந்தப்பட்டவர்களின் பிரதிநிதிகள் கையெழுத்திட்டனர். தீண்டப்படாதவர்களை அரசுப் பணி களிலும் ராணுவம் மற்றும் காவல் துறையில் சேர்த்துக்கொள்ள வேண்டும் என்ற கோரிக்கையும் அந்த அறிக்கையில் இடம் பெற்றது. அந்த அறிக்கையுடன் அம்பேத்கரும் இரட்டைமலை சீனிவாசனும் இணைந்து தயாரித்த துணை அறிக்கை ஒன்றும் இணைக்கப்பட்டது.

அந்தத் துணை அறிக்கை எதற்காக? இந்தியாவின் அனைத்து மாகாண சட்டசபைகளிலும் தீண்டப்படாத வகுப்பினரின் மக்கள் தொகைக்கு ஏற்ப அவர்களுக்குப் பிரதிநிதித்துவம் அளிக்கப்பட

வேண்டும் என்பதுதான் அந்தத் துணை அறிக்கையின் முக்கிய அம்சம். தீண்டப்படாதவர்களுக்குத் தகுந்த பெயர் மாற்றம் நடத்தப்படவேண்டும் என்ற கோரிக்கை அந்த அறிக்கையில் தான் இடம்பெற்றிருந்தது. சாதி இந்துக்கள் அல்லாதார், ப்ராட்டஸ்டண்ட் இந்துக்கள், இந்து மதத்தில் நம்பிக்கை இல்லாதார் என்ற மூன்று பெயர்களில் ஒன்றைச் சூட்டுங்கள் என்றார் அம்பேத்கர்.

பிறகு சிறுபான்மையினர் உடன்படிக்கை அறிக்கை வெளியானது. அதில் தீண்டப்படாத மக்களுக்கு தனி வாக்களர் தொகுதி வழங்கப்பட்டிருக்கும் செய்தி காந்திக்குச் சென்றது.

'மற்ற சிறுபான்மை மக்களின் கோரிக்கைகளை என்னால் புரிந்து கொள்ள முடிகிறது. ஆனால் தீண்டப்படாத சாதியினர் சார்பில் கோரப்படுபவை, என்னைப் பொறுத்தவரை பேரிடியாகவே தோன்றுகிறது. பெருவாரியாக உள்ள தீண்டப்படாத மக்களின் பிரதிநிதி என்று நான் என்னைக் கூறிக்கொள்வேன். காங்கிரஸ் சார்பில் மட்டுமல்ல, என் சார்பாகவும் இப்போது பேசுகிறேன். தீண்டப்படாத சாதியினரிடையே வாக்கெடுப்பு நடத்தினால், மற்ற எவரையும்விட நான்தான் மிக அதிகமான வாக்குகளைப் பெறுவேன் என்பது உறுதி. இந்தியாவில் ஒரு கோடியில் இருந்து மற்றொரு கோடிக்குப் போய், தனித்தொகுதி முறையும் இருக்கைகள் ஒதுக்கப்படுவதும் அவர்களுடைய இழி நிலையைப் போக்க சரியான வழிகள் இல்லையென்று தீண்டப் படாத மக்களிடையே பிரசாரம் செய்வேன். தங்கள் இழிவு நிலைக்கு தீண்டப்படாத மக்கள் வெட்கப்படத் தேவையில்லை. சாதி இந்துக்கள்தான் அவமானப்படவேண்டும். இந்து, முஸ் லிம், சீக்கியர்களுக்கு ஏற்புடைய எந்தவொரு தீர்வையும் காங்கிரஸ் ஏற்றுக்கொள்ள எப்போதும் தயாராக இருக்கிறது.'

'ஆனால், மற்ற எந்தவொரு சிறுபான்மையினருக்கும் தனி ஒதுக்கீடோ தனி வாக்காளர் தொகுதியோ அளிக்கப்படுவதை காங்கிரஸ் ஏற்காது. இந்து மதத்தில் பிளவு ஏற்படுவது எனக்கு எந்தவிதத்திலும் மனநிறைவு அளிக்காது. தீண்டப்படாத சாதியினர் விரும்பினால் இஸ்லாமிய மதத்துக்கோ அல்லது கிறித்தவ மதத்துக்கோ மாறிக்கொள்ளலாம். அதில் எனக்குக் கவலை இல்லை. ஆனால், இந்துமதம் இரண்டாகப் பிளவுபட்டு இயங்குவதை, அதனால் இந்து மதத்துக்கு ஏற்பட இருக்கும் கேடுகளையும் என்னால் எந்தக் காரணத்தை முன்னிட்டும்

பொறுத்துக்கொள்ள முடியாது. தீண்டப்படாத மக்களுக்கு அரசியல் உரிமைகள் வேண்டும் என்று கேட்பவர்களுக்கு இந்திய நாட்டைப் பற்றியும் இந்திய சமுதாய அமைப்பைப் பற்றியும் எதுவும் தெரியாது. ஆகவே, இந்தப் பிளவை எதிர்ப்பவன் நான் ஒருவனே என்றாலும் என்னுடைய இறுதி மூச்சு இருக்கும்வரை இதை எதிர்த்தே தீருவேன். அம்பேத்கர் தனக்கு ஏற்பட்ட கசப் பான அனுபவங்கள் காரணமாக நேர்மையுடன் முடிவெடுக்க முடியாமல் தடுமாறுகிறார்.'

அம்பேத்கர்-காந்தி இடையேயான வார்த்தை யுத்தம் இந்தியப் பிரதிநிதிகளை அதிர்ச்சியடையச் செய்தது. பிரிட்டிஷார் பிரமித்துப்போய் நின்றனர். சிறுபான்மை வகுப்பினரின் பிரச்னை களைத் தீர்ப்பதில் நிலவிய முட்டுக்கட்டைகளை அகற்றி, சுமூகத் தீர்வு காண பிரிட்டிஷ் பிரதமர் திட்டம் ஒன்றை வகுத்தார்.

அதன்படி முடிவெடுப்பதற்கான முழு அதிகாரத்தையும் எனக்கே வழங்கிவிடுங்கள். நான் எடுக்கும் முடிவுக்கு அனைவரும் கட்டுப்படுவோம் என்றும் சிறுபான்மைக் குழுவின் உறுப் பினர்கள் அனைவரும் கையெழுத்திட்டுக் கொடுத்துவிடுங்கள். இதுதான் பிரிட்டிஷ் பிரதமர் முன்வைத்த திட்டம்.

அதற்கு காந்தியும் மற்ற பிரதிநிதிகளும் சம்மதம் தெரிவித்து, விண்ணப்பத்தில் கையெழுத்திட்டனர். முடியாது என்று சொல்லிவிட்டார் அம்பேத்கார். இரண்டாவது வட்டமேஜை மகாநாடு ஒத்திவைக்கப்பட்டது. வெறுங்கையுடன் திரும்பு கிறேன்' என்றார் காந்தி. தன்னுடைய புத்தகப் பெட்டிகளை இரட்டைமலை சீனிவாசனிடம் கொடுத்துவிட்டு, ஓய்வெடுப் பதற்காக அமெரிக்கா புறப்பட்டார் அம்பேத்கர். பிறகு ஜனவரி 29, 1932ல்தான் இந்தியா திரும்பினார்.

# 12

# சிறைக்குள் ஒரு மோதல்!

'இந்தியாவில் இப்போது நான்தான் மிகவும் வெறுக்கப்படும் மனிதனாக இருக்கிறேன். இந்துக்களின் எதிரி என்று சித்திரிக்கப் படுகிறேன். இந்து மதத்தை அழிக்க வந்தவன் என்று திட்டு கின்றனர். இந்த நாட்டின் பெரிய எதிரி என்று எனக்கு முத்திரை குத்துகின்றனர். எந்த தீண்டப்படாத மக்களிடையே நான் பிறந்தேனோ, வளர்ந்தேனோ, வாழ்கின்றேனோ, அந்த மக்களின் உயர்வுக்காக என் உயிரைக் கொடுத்தேனும் தொண்டு செய்யவேண்டும் என்பது என்னுடைய எண்ணம். நியாயம் நிறைந்த என்னுடைய குறிக்கோளில் இம்மியளவும் விட்டுத்தர மாட்டேன். என்னுடைய எதிரிகளின் அச்சமூட்டுகின்ற, இழிந்த பழிப்புகள் பற்றியும் நான் எப்போதும் கவலைப்பட மாட்டேன்.'

இரண்டாவது வட்டமேஜை மகாநாடு முடிந்தபிறகும் அம் பேத்கர் மீதான வசவுகள் குறையவில்லை. காந்தியின் மதிப்பை சீர்குலைக்கும் நோக்கத்துடன் பிரிட்டிஷார் அம்பேத்கருக்கு அழைப்புவிடுத்திருக்கிறார்கள். அவர்களுடைய வலையில் சிக்கிக்கொண்ட அம்பேத்கர், அத்தனைத் தலைவர்களுக்கு மத்தியில் காந்தியை அவமானப்படுத்திவிட்டதாகக் குறைகூறிக் கொண்டிருந்தனர். அந்தக் குற்றச்சாட்டுகளுக்கு பதிலளிக்கும் வகையிலேயே பூனாவில் நடைபெற்ற பொதுக்கூட்டம் ஒன்றில் மேற்கண்டவாறு பேசினார் அம்பேத்கர்.

சாதி வாரி இடஒதுக்கீடு பிரச்னையில் எந்த முடிவும் எட்டப் படாமல் இருந்தது. அதற்கு தீர்வு காணும்வகையில் பிரிட்டிஷ் பிரதமர் ராம்சே மெக்டொனால்ட் சாதிவாரித் தீர்ப்பை அறிவித்தார். தீண்டப்படாத சாதியினருக்கு மாகாண சட்டசபை களில் தனிஇடஒதுக்கீடும் தங்கள் பிரதிநிதியைத் தேர்ந்தெடுக்க ஒரு வாக்குரிமையும் பொதுத்தொகுதியில் பிரதிநிதியைத் தேர்ந் தெடுக்க மற்றொரு வாக்குரிமையும், ஆக இரண்டு வாக்குரிமை களும் அந்தத் தீர்ப்பின்மூலம் அளிக்கப்பட்டு இருந்தன.

மற்ற சாதியினருக்கு வழங்கப்பட்டுள்ள உரிமைகளைக் காட்டி லும் தீண்டப்படாத சாதி மக்களுக்கு வழங்கப்பட்டுள்ள உரிமை கள் வெகு சொற்பமானவை. இதன்மூலம் தீண்டப்படாத சாதி யினரை திருப்தி செய்யமுடியாது. அவர்களுடைய அதிருப்திகள் அப்படியே இருக்கின்றன என்று கருத்து தெரிவித்தார் அம் பேத்கர். தன்னுடைய எண்ணத்தை நண்பர்களுக்கு கடிதம் மூலம் தெரிவித்தார்.

இந்த சாதிவாரித் தீர்ப்பு காந்திக்குப் பிடித்தமானதாக இல்லை. எரவாடா சிறையில் அடைக்கப்பட்டிருந்த காந்திக்கு சாதிவாரித் தீர்ப்பின் அம்சங்கள் எடுத்துச்சொல்லப்பட்டன. அஹிம்சாவாதி யின் முகத்தில் ஆத்திரம் பொங்கியது.

தீண்டப்படாத மக்களுக்கு தனித் தொகுதி கொடுத்தால் அது தன்னுடைய மரணத்துக்கு ஒப்பானது என்று பிரிட்டிஷ் அமைச் சரவைக்கு பகிரங்க மிரட்டல் விடுத்தார். தனித்தொகுதி வழங் கும் திட்டத்தைக் கைவிடும்வரை உண்ணாவிரதம் இருக்கப் போகிறேன் என்றார். ஆனால் முஸ்லிம்களுக்கும் கிறித்தவர் களுக்கும் சீக்கியர்களுக்கும் தனித்தொகுதி வழங்கியது பற்றி காந்தி தரப்பில் இருந்து மௌனம் மட்டுமே வந்தது. இது ஏன்? இதுதான் அம்பேத்கர் எழுப்பிய கேள்வி.

இத்தனைக்கும் பிரிட்டிஷ் பிரதமர் ராம்சே மெக்டொனால்ட் எடுக்கும் முடிவுக்கு, தான் கட்டுப்படுவதாக காந்தி கையெழுத்து போட்டுக் கொடுத்திருந்தார்.

ஆனாலும் தீர்ப்பை எதிர்த்துப் போராட முடிவுசெய்தது விநோத மாகப் பார்க்கப்பட்டது. நாடு முழுக்கப் பதற்றம் ஏற்பட்டுள் ளதாக காங்கிரஸ் தலைவர்கள் பக்கத்தில் இருந்து அலறல் சத்தம் கேட்டது. நிலைமை எல்லை மீறுகிறது! காந்தியின் உயிருக்கு ஆபத்து! காங்கிரஸ் தலைவர்கள் பதறத் தொடங்கினர். அவர்கள்

தரப்பில் இருந்து மதன் மோகன் மாளவியா களத்தில் இறங்கினார். செப்டெம்பர் 19, 1932 அன்று பம்பாயில் இந்துத் தலைவர்களின் மாநாடு ஒன்றுக்கு ஏற்பாடு செய்யப்பட்டது. தந்தி மூலம் அம்பேத்கருக்கும் தகவல் தெரிவித்தார் மாளவியா.

புரிந்துவிட்டது அம்பேத்கருக்கு. சாதிவாரித் தீர்ப்பில் குளறுபடி செய்யத் தயாராகிவிட்டது காங்கிரஸ் கூடாரம். அதற்கான முஸ்தீபுகளில் ஒன்றே காந்தியின் உண்ணாவிரத அறிவிப்பு. தீண்டப்படாத சாதியினரின் உரிமைகளுக்கு உலை வைக்கும் முயற்சியைத் தடுத்து நிறுத்தவேண்டும் என்று நினைத்தார் அம்பேத்கர்.

'காந்தியின் உயிரைக் காப்பாற்றவேண்டும் என்ற காரணத்துக்காக சாதிவாரித் தீர்ப்பில் ஏதேனும் மாற்றம் செய்யப்படுவதாக இருந்தால் தன்னிடம் கண்டிப்பாக ஆலோசனை செய்ய வேண்டும். அதேசமயம் தீண்டப்படாத மக்களுக்கு வழங்கப் பட்டுள்ள உரிமைகளில் எதையும் குறைத்துக்கொள்ளத் தயாராக இல்லை' என்று அறிக்கை வெளியிட்டார் அம்பேத்கர்.

மேலும், முஸ்லிம்களுக்கும் சீக்கியர்களுக்கும் தனித்தொகுதி வழங்கியது இந்திய நாட்டை பிளவுபடுத்தாது என்று எல்லோ ரும் நம்பும்பட்சத்தில் தீண்டப்படாத மக்களுக்கு தனித்தொகுதி வழங்குவது மட்டும் எப்படி நாட்டைப் பிளவு படுத்துவிடும்? என்று கேள்வியெழுப்பினார்.

'நாட்டில் எத்தனையோ ரட்சகர்கள் இருக்கிறார்கள். மகாத்மாக் கள் இருக்கிறார்கள் என்று சொல்கிறார்கள். ஆனால் தாழ்த்தப் பட்ட மக்களுடைய நிலை மட்டும் இன்னமும் மோசமான நிலையிலேயே இருக்கிறது' என்றார் அம்பேத்கர்.

செப்டெம்பர் 19, 1932 அன்று மதன் மோகன் மாளவியா தலைமை யில் இந்துத் தலைவர்கள் மாநாடு கூடியது. அதில் அம்பேத்கர் கலந்துகொண்டார். எம்.சி. ராஜா, டாக்டர் மூஞ்சே, டாக்டர் ராஜேந்திர பிரசாத், சாப்ரு, கமலா நேரு, உள்ளிட்ட பல முக்கியத் தலைவர்களும் கலந்து கொண்டனர். அம்பேத்கர் பேசத் தொடங்கினார்.

'தீண்டப்படாத மக்களின் உரிமைகளுக்கு எதிராக காந்தி உண்ணா விரதம் தொடங்கி இருப்பது வருத்தத்துக்குரிய விஷயம். காந்தி யின் ஒப்பற்ற உயிரைக் காப்பாற்ற ஒவ்வொருவரும் முயற்சி

செய்யவேண்டும் என்பது மிகவும் சரியானதுதான். எனினும், காந்தியிடம் இருந்து மாற்று யோசனை எதுவும் வராத நிலையில் இந்தச் சிக்கலைத் தீர்ப்பதற்கு வழியே தெரியவில்லை. ஆகவே, காந்தியிடம் இருந்து ஒரு மாற்றுத்திட்டத்தை நீங்கள் பெற்றுக் கொண்டு வாருங்கள். அப்போதுதான் என்னால் விவாதத்தில் கலந்து கொள்ளமுடியும். ஆனால் ஒன்று மட்டும் உறுதி. காந்தி யின் உயிரைக் காப்பாற்றவேண்டும் என்பதற்காக என்னுடைய மக்களின் நலன்களுக்கு எதிராக முன்வைக்கப்படும் எந்தவொரு திட்டத்தையும் நான் ஏற்கமாட்டேன்.'

அம்பேத்கர் பிடிகொடுக்கவில்லை. கொடுக்கவும் மாட்டார் என்பதுதான் சில காங்கிரஸ் தலைவர்களின் கணிப்பாக இருந் தது. விவகாரத்தின் விபரீதம் கருதி சில முக்கியத் தலைவர்கள் மட்டும் எரவாடா சிறைக்குச் சென்று காந்தியைச் சந்தித்துப் பேசுவது என்று முடிவு செய்யப்பட்டது.

அப்போது காந்தி, தீண்டப்படாத மக்களுக்கு தனி இட ஒதுக்கீடு அளிப்பதில் தனக்கு தனிப்பட்ட முறையில் எந்தவிதமான எதிர்ப் பும் கிடையாது என்று சொன்னதாக மாநாட்டில் அறிவிக்கப் பட்டது. ஆனால் அம்பேத்கரோ தெள்ளத் தெளிவாகப் பேசினார்.

'உண்ணாவிரதத்தை ஒருவாரத்துக்குத் தள்ளிவைக்குமாறு காந்தியிடம் கோருங்கள். அதன்பிறகு விவாதித்து முடிவுசெய்து கொள்ளலாம். எந்தக் காரணத்தை முன்னிட்டும் என்னுடைய மக்களுக்குச் செய்யவேண்டிய கடமைகளில் இருந்து நான் பின்வாங்க மாட்டேன். என்னை நீங்கள் விளக்குக் கம்பத்தில் தூக்கில் போட்டாலும்கூட என்னுடைய மக்களின் நியாயமான உரிமைகளுக்கு நான் துரோகம் செய்யமாட்டேன். அதைப் புரிந்துகொள்ளுங்கள்' மாநாடு தாற்காலிகமாக ஒத்திவைக்கப் பட்டது.

பிறகு மாநாட்டின் முக்கியஸ்தர்கள் கூடி சில திட்டங்களை வகுத்தனர். ஒதுக்கீடு செய்யப்பட்டுள்ள ஒவ்வொரு இடத்துக் கும் முதலில் தீண்டப்படாத சாதியைச் சேர்ந்தவர்கள் மூன்று நபர்களைத் தேர்ந்தெடுக்கவேண்டும். அதன்பிறகு அந்த மூன்று நபர்களுள் ஒருவரை சாதி இந்துக்களும் தீண்டப்படாத சாதி யினரும் இணைந்து தேர்தலில் வாக்களித்து தேர்வு செய்ய வேண்டும். இந்தத் திட்டங்கள் வகுக்கப்பட்டுக் கொண்டிருந்த

சமயம் அம்பேத்கரும் தனது நண்பர்களுடன் ஆலோசனையில் ஈடுபட்டிருந்தார்.

மற்ற இந்துத் தலைவர்கள் தாங்கள் கலந்துபேசி எடுத்த முடிவை அம்பேத்கரிடம் சொன்னார்கள். அதை ஏற்றுக்கொண்ட அம்பேத்கர், பிரதமர் கொடுத்த தீர்ப்பில் இருப்பதைக் காட்டிலும் அதிகமான இடங்கள் தீண்டப்படாத மக்களுக்கு ஒதுக்க வேண்டும் என்று கேட்டார். அதற்கு மற்ற தலைவர்களும் சம்மதம் தெரிவித்தனர். சமாதானக்கொடி லேசாகப் பறப்பது போலத் தெரிந்தது.

பிறகு எரவாடா சிறையில் இருக்கும் காந்தியைச் சந்திப்பதற்காக மாநாட்டில் கலந்துகொண்ட மற்ற தலைவர்கள் பூனாவுக்குப் புறப்பட்டனர். அங்கிருந்து அம்பேத்கரைத் தொலைபேசியில் தொடர்புகொண்டு பூனாவுக்கு வருமாறு அழைப்பு விடுத்தார் சாப்ரு.

திட்டத்தை முழுமையாக வாசித்தார் காந்தி. சில நொடிகள் மௌனம். முகத்தில் எந்தச் சலனமும் இல்லை. 'தேர்தல் நடத்தப்பட இருக்கும் எல்லா தொகுதிகளுக்கும் இரண்டு கட்டத் தேர்தல்கள் நடத்தப்படவேண்டும்' இதுதான் காந்தி சொன்ன திருத்தம்.

மீண்டும் கருத்துவேறுபாடுகள் முளைத்தன. நிலைமையைச் சமாளிக்க காந்திக்கும் அம்பேத்கருக்கும் இடையே சந்திப்புக்கு ஏற்பாடு செய்ய விரும்பினர் மற்ற தலைவர்கள். ஜெயகர், பிர்லா, ராஜாஜி உள்ளிட்ட தலைவர்களுடன் எரவாடா சிறைக்கு சென்று காந்தியைச் சந்தித்தார் அம்பேத்கர். பேச்சுவார்த்தை தொடங்கியது.

'நீங்கள் எப்போதுமே நியாயமற்ற முறையில்தான் எங்களிடம் நடந்துகொள்கிறீர்கள்.'

அம்பேத்கரின் தொடக்கமே காட்டமாக இருந்தது.

'அப்படியொரு தோற்றம் ஏற்படுவது என்னுடைய தலைவிதி' என்று பதிலளித்தார் காந்தி.

பிறகு தீண்டப்படாத மக்களுக்கு கிடைக்கவேண்டிய உரிமை கள், தொகுதிகள் பற்றித் தன்னுடைய கருத்துகளைத் தெரிவித் தார் அம்பேத்கர். எல்லாவற்றையும் கேட்டுக்கொண்ட காந்தி நிதானம் குறையாமல் பேசினார்.

‘உங்கள் கருத்துகள் பெரும்பாலானவற்றில் எனக்குக் கருத்து ஒற்றுமை உண்டு. என்னுடைய உயிரைக் காப்பாற்றுவதில் தங்களுக்கு அக்கறை இருப்பதாகக் கூறினீர்களே?’ என்று வினவினார்.

உடனே அம்பேத்கர், ‘ஆம், உங்கள் தொண்டு முழுவதையும் தீண்டப்படாத மக்களின் முன்னேற்றத்துக்காகப் பாய்ச்சுவீர்கள் என்றால் நீங்கள் எங்கள் பாராட்டுக்குரிய தலைவராகி விடுவீர்கள்’ என்று பதிலளித்தார்.

உடனே காந்தி, ‘சாதிவாரி ஒதுக்கீட்டுத் தீர்ப்பில் உங்களுடைய மக்களுக்கு அளிக்கப்பட்டுள்ள உரிமைகளை நீங்கள் இழக்க மாட்டீர்கள் என்பதை என்னால் புரிந்துகொள்ள முடிகிறது. வேட்பாளர் தேர்வு முறையில் நீங்கள் முன்வைக்கும் திட்டத்தை ஏற்றுக்கொள்கிறேன். ஆனால் அதே முறையை எல்லா தொகுதிகளுக்கும் பின்பற்றவேண்டும் என்பதுதான் என்னுடைய கோரிக்கை. நீங்கள் பிறப்பால் ஒரு தீண்டப்படாதவர். நான் விருப்பத்துடன் ஏற்றுக்கொண்ட கொள்கை காரணமாக நானும் ஒரு தீண்டப்படாதவனே. ஆகவே நாம் இருவரும் பிரிக்க முடியாதபடி ஒன்றாக இணைந்திருக்க வேண்டும். இந்து சமூகத்தில் பிரிவினை ஏற்படுவதைத் தடுக்க என்னுடைய உயிரைக் கொடுக்கவும் தயாராக இருக்கிறேன்’ என்றார்.

காந்தியின் வார்த்தைகள் அம்பேத்கரை அசைத்துப் பார்த்தன. அவருடைய ஆலோசனைகளை ஏற்றுக்கொள்வதாகக் கூறிய அம்பேத்கர், காந்தியிடம் இருந்து விடைபெற்றார்.

அடுத்தடுத்த காரியங்கள் நடக்கத் தொடங்கின. முக்கியமாக, தீர்மானத்தின் கூறுகள் வடிவமைக்கப்பட்டன. ராஜாஜி உள்ளிட்ட தலைவர்களின் விடாமுயற்சியின் பலனாக அம்பேத்கர், காந்தி இடையே கருத்து ஒற்றுமை ஏற்பட்டது.

முதல் கட்டத் தேர்தல்களை எத்தனை ஆண்டுகளுக்கு நடத்துவது, வேட்பாளர் குழுவில் எத்தனை பேர் இடம்பெறுவது, சட்டமன்றத்தில் எத்தனை இடங்களை ஒதுக்குவது, தீண்டப்படாதவர்கள் மத்தியில் எத்தனை ஆண்டுகளுக்குப் பிறகு கருத்துக்கணிப்பு நடத்துவது என்பது குறித்து அம்பேத்கர் உள்ளிட்ட தலைவர்கள் பலரும் தொடர்ந்து பேச்சுவார்த்தையில் ஈடுபட்டனர்.

இவற்றில் கருத்துக்கணிப்பு இருபத்தைந்து ஆண்டுகளுக்குப் பிறகுதான் நடத்தப்பட வேண்டும் என்பது அம்பேத்கரின் நிலைப்பாடு. ஆனால் மற்ற இந்துத் தலைவர்களோ, 'அத்தனை பெரிய கால அவகாசம் தேவையில்லை. குறைந்த ஆண்டுகளே போதுமானது' என்றனர். ஆனால் அம்பேத்கர் பிடிகொடுக்க வில்லை. அவரை சமாதானம் செய்ய முடியாமல் மற்ற தலைவர்கள் கையைப் பிசைந்துகொண்டு நின்றனர்.

இதற்கிடையே காந்தியின் உடல்நிலை மோசமடைந்திருப்பதாக செய்தி ஒன்று வந்துசேர்ந்தது. இனியும் பொறுமை காப்பதில் அர்த்தமில்லை. காந்தியை நேரில் சந்திப்போம். விவாதிப் போம். முடிவு கிடைக்கும் என்றனர் தலைவர்கள். ஏற்றுக் கொண்டார் அம்பேத்கர். எரவாடா சிறைக்கு மீண்டும் சென்று காந்தியைச் சந்தித்தார்.

'கருத்துக்கணிப்பு ஐந்து ஆண்டுகளில் நடத்தலாம்' என்றார் காந்தி. ஆனால் அம்பேத்கரோ அதை ஏற்கவில்லை. மறுநாள் பேச்சுவார்த்தை நடத்தலாம் என்று முடிவானது.

மாகாண சட்டசபையில் 148 இடங்களைத் தீண்டப்படாத வகுப்பினருக்கு வழங்குவது என்றும் நாடாளுமன்றத்தில் பத்து சதவீத இடங்கள் தீண்டப்படாதவர்களுக்கு ஒதுக்குவது என்றும் முடிவு செய்யப்பட்டது. ஆனால் கருத்துக்கணிப்பு விவகாரம் மட்டும் தொடர்ந்து தொங்கலில் இருந்தது.

மீண்டும் சிறைக்கு சென்று காந்தியிடம் பேசினார் அம்பேத்கர். அப்போது அம்பேத்கருடன் டாக்டர் சோலங்கி, ராஜாஜி ஆகியோரும் சென்றனர். அப்போது காந்தி பேசியதிலிருந்து:

'சட்டத்தின் மூலம் நூற்றுக்கு நூறு பாதுகாப்பு பெற எல்லாவித உரிமையும் உங்களுக்கு உண்டு. ஆயினும், நெருப்புக்குச் சமமான இந்தப் படுக்கையில் இருந்து உங்களைக் கெஞ்சிக் கேட்டுக்கொள்கிறேன். உங்களுக்கு எல்லா உரிமைகளும் கண்டிப்பாக வேண்டும் என்று வற்புறுத்தாதீர்கள். மனச்சாட்சி தட்டி எழுப்பப்பட்டுவிட்டது. அதற்காக நான் ஆண்டவனுக்கு நன்றி சொல்லக் கடமைப்பட்டிருக்கிறேன். சாதி இந்துக்களிடம் இருந்து சட்டத்தின் துணைகொண்டு நூற்றுக்கு நூறு பாது காப்பை எடுத்துக்கொள்ள முற்படுவீர்களானால், அந்த சாதி இந்துக்களிடம் தற்போது வேகமாகப் பரவிவரும், தங்களைத்

தாங்களே தூய்மைப்படுத்திக் கொள்வதும் மனத்தூய்மை பெறுவதுமான வழிகள் தடைபட்டுப் போகும்.'

காந்தி தொடர்ந்தார்.

'தீண்டப்படாத மக்களுக்கு இழைக்கப்பட்டுவரும் ஒரு குறிப்பிட்ட தீமை ஒருவேளை கட்டுப்படுத்தப்படலாம். ஆனால், இந்துமதத்தில் கறை தொடர்ந்து இருக்கும். தீண்டாமை என்பது இந்துமதத்தில் ஊறிக்கிடக்கும் கறையின் அறிகுறியே தவிர வேறில்லை. இந்துமதத்தில் உள்ள இந்தக் கறை அடியோடு நீக்கப்படவேண்டும். இல்லையென்றால், அது மீண்டும் மீண்டும் தலைதூக்கவே செய்யும். அதோடு நம்முடைய அரசியல் சமுதாய அமைப்பை பாழ்படுத்திவிடும். கடந்தகால பாவங்களை தங்களிடம் இருந்து துடைத்தெறிய இந்துக்களுக்கு இறுதி சந்தர்ப்பம் கொடுங்கள். பத்து அல்லது பதினைந்து ஆண்டுகள் கழித்த பிறகுதான் வாக்கெடுப்பு என்று நீங்கள் கூறுவதில் பலனில்லை. இந்துக்கள் தங்களைத் திருத்திக்கொள்ள வெறும் ஐந்து ஆண்டுகள் போதும். இந்த ஐந்து ஆண்டுகளில் அவர்கள் நல்வழிக்கு வரவில்லை என்றால் எப்போதும் வர மாட்டார்கள். ஆகவே, எங்கள் மனச்சாட்சிப்படி ஐந்து ஆண்டு கெடுவே போதுமானது. மக்கள் சம்மதம் பெற வாக்கெடுப்பு நடத்தவேண்டும் என்பதை ஒப்புக்கொள்கிறேன். ஆனால் ஐந்து ஆண்டுகள் முடிந்தவுடனேயே அது நடைபெற வேண்டும். இந்த விஷயத்தில் நான் பிடிவாதமாக இருக்கிறேன். முடிவாக உங்களிடம் கூறுகிறேன்; ஐந்து ஆண்டுகள் அல்லது என்னுடைய உயிர்.'

மீண்டும் தன்னுடைய உயிரைப் பணயமாக முன்வைத்தார் காந்தி. ஐந்தாண்டுகள் என்பதை ஏற்கவே முடியாது. வேண்டுமானால் பத்து ஆண்டுகள் என்று இருக்கட்டும் என்றார் அம்பேத்கர். முடிவு ஏற்படுவதில் முட்டுக்கட்டைகள் தொடர்ந்தன. இறுதியாக, கால அவகாசத்தைக் குறிப்பிடாமல் ஒரு ஒப்பந்தத்தில் கையெழுத்திட்டுக் கொள்ளலாம் என்ற யோசனை முன்வைக்கப்பட்டது.

ராஜாஜி மூலமாக இந்த முடிவு காந்திக்குச் சென்றது. அவர்கள் அத்தனை பேரும் காந்தியின் உயிரை வைத்து தன்னை மிரட்டுவதாகவே உணர்ந்தார் அம்பேத்கர். காந்தியின் உயிர் முக்கியம் என்று சொல்லும் காங்கிரஸ் தலைவர்கள் ஒருபக்கம்.

இன்னொரு பக்கம் தீண்டப்படாத சாதியினரின் எதிர்காலம். தர்மசங்கடத்தின் உச்சம். காந்தியின் கருத்தை ஏற்பதைத் தவிர வேறு வழியில்லை என்ற நிலைக்கு வந்திருந்தார் அம்பேத்கர் அல்லது அழைத்துவரப்பட்டிருந்தார்.

உடனடியாக ஒப்பந்தம் எழுதும் பணிகள் தொடங்கின. செப்டெம்பர் 24, 1932 அன்று ஒப்பந்தம் ஒன்று இறுதி செய்யப்பட்டது. பூனா ஒப்பந்தம் என்ற பெயரில் உருவான அந்த ஒப்பந்தத்தில் சாதி இந்துக்கள் சார்பாக மதன் மோகன் மாளவியா மற்றும் தீண்டப்படாத சாதி மக்களின் சார்பாக அம்பேத்கர் ஆகியோர் கையெழுத்து போட்டனர்.

**பூனா ஒப்பந்தத்தின் கூறுகள்**

பம்பாய்க்குப் பதினைந்து, பஞ்சாப்புக்கு எட்டு, அசாமுக்கு ஏழு என்ற அளவில் தீண்டப்படாத சாதியினருக்கு இடங்கள் ஒதுக்கீடு செய்யப்படவேண்டும்.

தீண்டப்படாத சாதியினருக்கு ஒதுக்கப்பட்ட இடங்களுக்குக் கூட்டுத் தேர்தல் முறைப்படி தேர்தல் நடத்தப்படவேண்டும். தீண்டப்படாத சாதியினர் தங்களுடைய தொகுதி அளவில் தேர்தல் அமைப்பு ஒன்றை உருவாக்கிக்கொள்ளவேண்டும். ஒவ்வொரு தொகுதிக்கும் நான்கு நபர்களைத் தேர்ந்தெடுக்க வேண்டும். அதிக வாக்குகள் பெற்றுத் தேர்வாகக்கூடிய நால்வரும் பொதுத் தேர்தலில் போட்டியிடுவார்கள். அந்த நால்வருடைய பெயர்களும் பொதுத் தேர்தலுக்கான வாக்காளர் பட்டியலில் இடம்பெற்றிருக்கவேண்டும். இதே முறையில்தான் மத்திய சட்டமன்றத்துக்கும் தேர்தல் நடத்தப்படும். மொத்த தொகுதிகளில் பதினெட்டு சதவீதம் தொகுதிகள் தீண்டப்படாத சாதியினருக்கு ஒதுக்கப்படும்.

மத்திய சட்டசபை மற்றும் மாநில சட்டமன்றங்களுக்காக தீண்டப்படாத மக்களுக்கென ஒதுக்கப்பட்டிருக்கும் தொகுதி களில் எண்ணிக்கை சம்பந்தப்பட்ட மேல்சாதி இந்துக்களுக்கும் தீண்டப்படாத சாதியினருக்கும் ஒரு முடிவுக்கு வரும்வரை தொடரும்.

தீண்டப்படாத சாதியைச் சேர்ந்தவர் என்ற காரணத்தால் மாவட்ட மற்றும் பஞ்சாயத்து யூனியன் போன்ற அரசு சார்ந்த

நிறுவனங்களில் வேலைபார்க்க எவருக்கும் தடை விதிக்கக் கூடாது. அந்த நிறுவனங்களில் தீண்டப்படாத சாதியினருக்கு பிரதிநிதித்துவம் உறுதிசெய்யப்படவேண்டும். தீண்டப்படாத சாதி மக்களின் கல்வி வளர்ச்சிக்காக ஒவ்வொரு மாநிலத்திலும் கணிசமான அளவில் நிதி ஒதுக்கீடு செய்யப்படவேண்டும்.

பிறகு சாப்ரூ, ஜெயகர், ராஜேந்திர பிரசாத், ஜி.டி. பிர்லா, ராஜாஜி, இரட்டைமலை சீனிவாசன், எம்.சி.ராஜா, தேவதாஸ் காந்தி உள்ளிட்டோர் கையெழுத்திட்டனர். பிறகு அம்பேத்கரின் பேனாவைத் தான் வாங்கிக் கொண்டு, தனது பேனாவை அவரிடம் கொடுத்து தன்னுடைய மகிழ்ச்சியை வெளிப்படுத்தி னார் ராஜாஜி.

•

ஒப்பந்தம் கையெழுத்தானது தொடர்பாகவும் அதில் உள்ள அம்சங்கள் குறித்தும் பிரிட்டிஷ் அமைச்சரவை மற்றும் வைஸ் ராய்க்குத் தகவல் தெரிவிக்கப்பட்டது. பிறகு ஒப்பந்தத்தை உறுதி செய்வதற்காக பம்பாய் வணிகர் சங்க அரங்கில் தலைவர்கள் பலரும் கலந்து கொள்ளும் வகையில் கூட்டம் ஒன்றுக்கு ஏற்பாடு செய்யப்பட்டது. அதில் அம்பேத்கர் உள்ளிட்ட தலைவர்கள் பலரும் கலந்துகொண்டனர்.

தீண்டாமை ஒழிக்கப்படவேண்டும். பிறப்பின் காரணமாக எவரை யும் தீண்டப்படாதவர் என்று ஒதுக்கக்கூடாது. தீண்டாமையின் வேர்களை அறுப்பதற்கு இந்துக்கள் உதவி செய்யவேண்டும். அந்தக்கூட்டத்தில் இந்த மூன்று தீர்மானங்களும் நிறைவேற்றப் பட்டன. மேலும், தன்னுடைய மக்களின் உரிமைகளை நிலை நாட்டுவதற்காகத் தொடர்ந்து போராடிய அம்பேத்கருக்குப் பாராட்டும் தெரிவிக்கப்பட்டது. அம்பேத்கர் பேசத் தொடங்கி னார். பலத்த கைத்தட்டல்கள். ஆரவாரம். எல்லாம் அடங்கியதும் இவர் ஆரம்பித்தார்.

'நடந்தவை அனைத்தும் என்னுடைய கற்பனைக்கு எட்டா தவை. மிகப்பெரிய மனப்போராட்டத்துக்கும் குழப்பத்துக்கும் மத்தியிலேயே இந்த முடிவு எடுக்கப்பட்டிருக்கிறது. என்னைப் போல் இக்கட்டான நிலைக்கு வேறு எந்த மனிதனும் ஆளாகி இருப்பானா என்று தெரியவில்லை. ஒருபுறம் காந்தியின் உயிர். இன்னொரு பக்கம் என்னுடைய மக்களின் உரிமைகள். இருப்

பினும் சாப்ரு, ராஜாஜி, காந்தி ஆகியோரின் ஒத்துழைப்புடன் இந்தத் தீர்வு எட்டப்பட்டுள்ளது. உண்மையில் வட்டமேஜை மகாநாட்டில் நான் முன்வைத்த கருத்துகளை காந்தி ஏற்றுக் கொண்டிருந்தால் தற்போது இத்தனை தர்மசங்கடமான நிலை மையை எதிர்கொண்டிருக்க வேண்டிய அவசியமே ஏற்பட்டிருக் காது. எனினும் சாதி இந்துக்கள் இந்த ஒப்பந்தத்தைப் புனிதத் தன்மை கொண்டதாக ஏற்றுக்கொண்டு, அதன்படி நேர்மையுடன் நடந்துகொள்ளவேண்டும்'

உண்ணாவிரதத்தை முடித்துக்கொண்டார் காந்தி!

# 13

## கடவுளே வந்தாலும்...

ஆலய நுழைவு. தாழ்த்தப்பட்ட மக்களின் உரிமைகளை மீட்டெடுத்துத் தருவதற்கு இது மட்டுமே ஆயுதம் அல்ல. அரசியல் அதிகாரம் பெறுவதன் மூலம்தான் அவற்றை சாத்தியப் படுத்த முடியும். ஆகவே, உங்களுடைய சக்திகளை ஆலய நுழைவில் பயன்படுத்தி வீணாக்க வேண்டாம். வேறு இலக்கு களை வென்றெடுப்பதில் செலுத்துங்கள்.

பூனா ஒப்பந்தத்துக்குப் பிறகு ஆலய நுழைவில் ஆர்வம் செலுத் திய தீண்டப்படாத சாதி மக்களிடம் அம்பேத்கர் முன்வைத்தது இந்தக் கருத்தைத்தான்.

நிறைய ஊர்களுக்குச் சென்றார். ஏராளமான பொதுக்கூட்டங் களில் பேசினார். உலக வாழ்க்கைக்கு எது அவசியம் என்பதைக் கண்டுபிடியுங்கள். அதை நோக்கியே உங்கள் பயணம் இருக்க வேண்டும். உணவு, உடை, உறைவிடம், கல்வி, மருத்துவம் எல்லாவற்றுக்குமே அடிப்படை பணம். அதைப் பெறுவதிலும் உங்களுடைய உழைப்பும் கவனமும் இருக்கவேண்டியது அவசியம். உங்களுடைய வலிமைகளைப் புரிந்து கொள்ளுங் கள். அதைப் பெருக்கிக் கொள்ளுங்கள். அவற்றைக் கொண்டு உங்கள் வாழ்க்கையை வளப்படுத்திக் கொள்ளுங்கள் என்று வலியுறுத்தினார்.

தீண்டப்படாத மக்களைப் பீடித்திருக்கும் அபாயம் நிறைந்த நோய் மூடநம்பிக்கை என்பது அம்பேத்கரின் கருத்து. அவற்றைப் பட்டியல் போட்டுவைத்துக்கொண்டு விமரிசிக்கத் தொடங்கினார். உங்களுடைய கழுத்தில் இருக்கும் துளசி மாலை கடன்காரனிடம் இருந்து உங்களைக் என்றுமே காப்பாற்றப் போவதில்லை. ராமன் போற்றியை நெக்குருகப் பாடினால் குத்தகைச் சலுகை கிடைத்துவிடும் என்று தயவுசெய்து நம்பா தீர்கள். பாதயாத்திரை போனால் யாரும் நமக்கு இலவசமாக மாதச் சம்பளம் தரமாட்டார்கள். மாய பிம்பங்களை நம்பாதீர்கள். மூடப்பழக்கவழக்கங்களை ஒதுக்கித் தள்ளுங்கள். கிடைக்கும் துளியளவு அரசியல் அதிகாரத்தையும் அலட்சியம் செய்து விடாதீர்கள். பிறகு நம்மைக் கைத்துக்கி விடுவதற்கு யாருமே இருக்கமாட்டார்கள். ஒவ்வொரு விஷயத்திலும் கவனமாக இருங்கள். எச்சரிக்கையுடன் இருங்கள்.

●

அம்பேத்கரின் கவனம் மூன்றாவது வட்டமேஜை மகாநாட்டின் மீது குவிந்தது. நடந்து முடிந்த இரண்டு வட்டமேஜை மகாநாடு களில் எடுக்கப்பட்ட முடிவுகள் குறித்து சில இணைப்புகளைச் செய்வது, விடுபட்ட விஷயங்களைச் சேர்ப்பது தொடர்பாகப் பேசுவது, புதிய மத்திய அரசை உருவாக்குவது பற்றி முடி வெடுப்பது ஆகியவற்றுக்காக மூன்றாவது வட்டமேஜை மகா நாடு கூட்டப்பட்டது. அதில் கலந்துகொள்வதற்காக கப்பல் மூலம் லண்டன் புறப்பட்டார் அம்பேத்கர்.

அவருடைய மனம் தீண்டப்படாத சாதியினரின் எதிர்காலம் குறித்தே சிந்தித்துக் கொண்டிருந்தது. சௌத்பரோ கமிட்டி என் கிறோம். சைமன் கமிஷன் என்கிறோம். வட்டமேஜை மகாநாடு கள் போடுகிறோம். பூனா ஒப்பந்தம் என்கிறோம். இரட்டை வாக்குரிமை. தனித்தொகுதி. கூட்டுத்தொகுதி. ஆயிரத்தெட்டு பேசுகிறோம். எல்லாம் எதற்காக?

சாதி இந்துக்கள் தீண்டப்படாத சாதியினரைப் புறக்கணிக்கக் கூடாது. அவர்களையும் மனிதர்களாக ஏற்றுக்கொள்ள வேண்டும் என்பதற்காகத்தானே? ஆனால் இவையெல்லாம் ஒப்பந்தங்களால் மட்டுமே சாத்தியமாகக் கூடிய சங்கதிகள் அல்ல; உண்மையில் சட்டங்களோ, ஒப்பந்தங்களோ இருதரப் பினரையும் ஒருங்கிணைத்து விடாது. அன்பு. அதுதான் அற்புத

மான பாதை. அந்தப் பாதையில் பயணம் செய்தால் மாத்திரமே ஒருங்கிணைப்பை உருவாக்கமுடியும். தீண்டப்படாத சாதியினரை மனிதனாக மதிக்க வேண்டும் என்ற எண்ணம் சாதி இந்து விடம் வரவேண்டும். அதற்கு அவர்கள் மத்தியில் ஏதேனும் பிரமிக்க மாற்றம் ஏற்படவேண்டும். அதற்குரிய புரிதல் ஏற்பட வேண்டும்.

அதை எப்படி உருவாக்குவது? பயணம் முழுக்க சிந்தித்துக் கொண்டே போனார் அம்பேத்கர்.

இர்வின் பிரபுவின் முயற்சியால் இரண்டாவது வட்டமேஜை மகாநாட்டில் கலந்துகொண்ட காந்தியும் காங்கிரஸும் மூன்றாவது மாநாட்டைப் புறக்கணித்துவிட்டனர். கடந்தமுறை வெறுங்கையுடன் திரும்புகிறேன் என்று காந்தி குறிப்பிட்டதுதான் அம்பேத்கரின் நினைவுக்கு வந்தது.

காந்தி கலந்துகொள்ளாவிட்டாலும் மாநாடு நடக்கும். ஆகவே, நான் கலந்துகொள்வேன். அம்பேத்கரும் முஸ்லிம் தலைவர்களும் கலந்துகொண்டனர். காங்கிரஸைப் போலவே பிரிட்டிஷ் பிரதிநிதிகளும் மாநாட்டில் ஆர்வம் செலுத்தவில்லையோ என்ற சந்தேகம் அம்பேத்கருக்கு எழுந்தது.

வயதுவந்த அனைவருக்கும் வாக்குரிமை என்பது இப்போதைக்கு சாத்தியமில்லை என்று பிரிட்டிஷ் ஆட்சியாளர்கள் கூறிவிட்டனர். ஆனால் வாக்குரிமை என்பது மேலும் சில பிரிவினருக்கும் விரிவுபடுத்தப்படும் என்ற அறிவிப்பு ஓரளவுக்கு நிம்மதியைக் கொடுத்தது. முக்கியமாக, தீண்டப்படாத சாதியினரில் பெரும்பாலானோர்க்கு வாக்குரிமை வழங்குவதற்கான விதியை உருவாக்குவது என்று முடிவெடுக்கப்பட்டது.

ஆயினும் அம்பேத்கருக்குப் பல விஷயங்களில் அதிருப்தி ஏற்பட்டிருந்தது. மூன்றாவது வட்டமேஜை மகாநாட்டில் காங்கிரஸ் கலந்துகொள்ள மறுத்துவிட்டது முதல் அதிருப்தி. கடந்த இரண்டு மகாநாடுகளின்போது பிரிட்டிஷார் காட்டிய ஆர்வத்தை மூன்றாவது மகாநாட்டில் காட்டவில்லை என்பது இரண்டாவது அதிருப்தி. கூட்டாட்சியின் அமைப்புமுறை பற்றிய ஆவணம் ஆய்வுக்கு வைக்கப்பட்டபோதும் அதுகுறித்து விவாதம் செய்வதற்கான தேதி அறிவிக்கப்படாமலேயே இருந்தது மூன்றாவது அதிருப்தி.

ஒருவழியாக டிசம்பர் 24, 1932 அன்று மூன்றாவது வட்டமேஜை மகாநாடு நிறைவுற்றதாக அறிவிப்பு வெளியானது. வருத்தம் தோய்ந்த முகத்துடன் புறப்பட்ட அம்பேத்கர், பம்பாய் திரும்பினார்.

●

மூன்றாவது வட்டமேஜை மகாநாட்டில் பரஸ்பர கருத்து மோதலில் ஈடுபட வாய்ப்பு ஏற்படாததாலோ என்னவோ, அது முடிந்தபிறகு வார்த்தை யுத்தத்தை இருவரும் தொடங்கினர். ஆலய நுழைவு விவகாரத்தைக் கையிலெடுத்துக்கொண்டார் அம்பேத்கர்.

'தீண்டப்படாத மக்களுக்கான முழுமையான விடுதலையை கல்வியும் பொருளாதார நிலையுமே தீர்மானிக்க முடியும். அந்த இரண்டும் தீண்டப்படாத மக்களுக்குக் கிடைக்கும் போது ஆலயக் கதவுகள் தானாகவே திறக்கும். சக மனிதனை மதிக்காமல் இருப்பது இழிவானது என்று இந்துக்கள் கருதினால் கோயில்களைத் தீண்டப்படாத மக்களுக்குத் திறந்து விடுங்கள். இல்லாவிட்டால் பூட்டியே வைத்துக் கொள்ளுங்கள். இனி ஆலய நுழைவைப் பற்றி நான் கவலைகொள்ளவும் போவதில்லை. போராடவும் போவதில்லை. நான் கோயில் நுழைவை ஏற்றுக்கொண்டு, நால் வருணமும் சாதிமுறையும் ஒழிய வேண்டும் என்று போராடினால் காந்தி என் பக்கம் இருப்பாரா?'

காந்தியை நோக்கிக் கேள்வி எழுப்பினார் அம்பேத்கர்.

'இந்து மதத்தில் பிறந்த காரணத்தால் மட்டுமே நான் இந்துவாக இருக்கவில்லை. அதை நான் விரும்பித் தேர்வு செய்தேன். அதையே பரிபூரணமாக நம்புகிறேன். ஆகவே, நான் ஒரு இந்து. என்னுடைய கருதுகோளின்படி இந்து மதத்தில் உயர்வு, தாழ்வு என்பது கிடையாது. வர்ணாஸ்ரமத்தை எதிர்த்துப் போராட அம்பேத்கர் விரும்புகிறார் என்றால் அவருடைய அணியில் என்னால் இருக்கமுடியாது. ஏனெனில், இந்துமதத்தின் பிரிக்க முடியாத கூறு வர்ணாஸ்ரமம் என்று நம்புபவன் நான்.'

காந்தியுடனான மோதலுக்குப் பிறகு அம்பேத்கரின் வார்த்தைகளில் அனல் பறந்தது. தன்னுடைய மக்களுக்கு விழிப்புணர்வு ஊட்டவேண்டும் என்பதைக் காட்டிலும் அவர்களுடைய தன்

மான உணர்ச்சியைத் தட்டி எழுப்பவேண்டும் என்று நினைத்தார்.

அந்த பாதையிலேயே அவருடைய பேச்சும் இருந்தது.

'நீங்கள் எதை இழந்தீர்களோ அதை மற்றவர்கள் ஆக்கிரமித்துக் கொண்டிருக்கிறார்கள். நீங்கள் சுமந்துகொண்டிருக்கும் இழிவுகளின் மீதுதான் மற்றவர்களின் பெருமை நிலைகொண்டுள்ளது. வருமானத்துக்கு வழியில்லாமல் வறுமையிலும் இழிவுகளிலும் நீங்கள் துன்பப்படுவதற்கு உங்கள் முற்பிறவிப் பாவங்களுக்கான தண்டனை என்று கருதினால் அதைவிட மோசமான எதுவுமே இல்லை. உங்களுக்கு மேலே இருப்பவர்களின் துரோகமும் அடக்கி ஆளும் கொடுமையுமே எல்லாவற்றுக்கும் காரணம். உங்களிடம் நிலம் இல்லை. ஏன்? மற்றவர்கள் உங்களுடைய நிலங்களைப் பறித்துக் கொண்டார்கள். நீங்கள் பதவிகளில் இல்லை. ஏன்? அவற்றை மற்றவர்கள் ஏகபோகமாக ஆக்கிக் கொண்டார்கள். ஆகவே விதியை நம்பவேண்டாம். உங்களுடைய திறமையை நம்புங்கள். வலிமையை நம்புங்கள். இறந்த விலங்குகளின் இறைச்சியை உண்ணாதீர்கள். சுயமரியாதையுடன் வாழப் பழகிக்கொள்ளுங்கள். நாம் உயரவே முடியாது என்ற எதிர்மறை எண்ணத்தைக் கைவிடுங்கள். நம்மால் ஒன்றுமே முடியாது என்ற காலம் மலையேறிவிட்டது. இது புதிய உலகம். புதிய வரலாற்றை எழுதுங்கள். புரட்சி செய்யுங்கள்.'

•

'அம்பேத்கர் இஸ்லாமிய மதத்துக்கு மாறப்போகிறார்.' இந்துத் தலைவர்கள் மத்தியில் பரபரப்பைப் பற்றவைத்தது அந்தச் செய்தி. இல்லை, மாற மாட்டார் என்று அடித்துச் சொன்னார்கள் ஒரு பிரிவினர். காந்தியின் மீது கொண்ட கோபம் காரணமாகவே அம்பேத்கர் மதம் மாறும் முடிவை எடுத்திருக்கிறார் என்ற கருத்தும் எழுந்தது. ஆளாளுக்கு கருத்து சொன்னார்கள். எது செய்தி, எது வதந்தி என்றே தெரியவில்லை. அம்பேத்கர் விளக்கம் கொடுத்தால்தான் சந்தேகம் தீரும் என்ற நிலை. அவரே பேசினார்.

'நான் இந்துவாக இருக்கப்போவதில்லை. இஸ்லாமிய மதத்தையும் ஏற்கவில்லை. ஆனால் பௌத்த மதம் பற்றித் தொடர்ந்து படித்துக்கொண்டிருக்கிறேன். எதுவாக இருந்தாலும் என்

னுடைய மக்களிடம் ஆலோசனை பெற்ற பிறகுதான் முடி வெடுப்பேன். அதேசமயம் என்னுடைய மக்களின் விதியைத் தீர்மானிக்கும் பணியில் நான் மூழ்கியுள்ளேன். என்னுடைய தனித்தன்மை, சுதந்தரம் பற்றி நான் தற்சமயம் நினைத்துப் பார்க்கக்கூட விரும்பவில்லை. என்னுடைய மக்களின் பிரச்னை கள் தீர்க்கப்படாத வரையில் நான் வேறு பணிகளின் நாட்டம் கொள்ளமாட்டேன்.'

இஸ்லாமிய மதத்துக்கு மாறப்போவதில்லை என்று சொன்னது பலருக்கும் நிம்மதியைக் கொடுத்தது. கூடவே, பௌத்தம் பற்றிப் படிப்பதாகப் பொடி வைத்தது இன்னொரு குழப்பத்தை ஏற்படுத்தியது. ஒருவேளை அவருடைய மனத்தில் பௌத்தம் நுழைந்திருக்கிறதோ என்று நினைத்தனர்.

அதை உறுதிசெய்வது போல தன்னுடைய வீட்டைக் கொஞ்சம் மாற்றி அமைத்தார். கட்டடக்கலை பற்றிய நுணுக்கங்களை அவர் ஏற்கெனவே படித்திருந்ததால் அவரே வடிவமைக்கும் வேலையில் தன்னை ஈடுபடுத்திக் கொண்டார். இத்தனை ஆண்டுகளும் உழைப்பைச் சிந்திச் சேகரித்த புத்தகங்களைப் பத்திரமாக வைக்கவேண்டும் என்ற காரணத்துக்காக அதிகம் முயற்சி செய்து வீட்டை மாற்றி அமைத்துக்கொண்டே இருந்தார் அம்பேத்கர்.

கட்டி முடித்தபிறகு அந்த வீட்டுக்கு ராஜக்ருஹா என்ற புதிய பெயரையும் கொடுத்தார். பௌத்த மன்னர் பிம்பிசாரரின் தலைநகரின் பெயர் அது. போதாது? அம்பேத்கர் விரைவில் பௌத்த மதத்துக்கு மாறப்போகிறார் என்று பேசத் தொடங்கி விட்டார்கள்.

•

சோகம் கப்பிய முகத்துடன் அமர்ந்திருந்தார் அம்பேத்கர். மனைவி ராமாபாய்க்கு உடல்நிலைக்குறைவு. மனைவியை நினைத்து, அவருடைய கடமை உணர்வு குறித்து உருகத் தொடங்கினார். வீட்டில் வருவோர் போவோர் எண்ணிக்கை அதிகமாக இருந்தாலும் துளியும் முகத்தை சுளிக்காமல் எல்லா பணிகளையும் செய்தார்.

உயிர் பிழைக்கவேண்டும் என்பதற்காக ஏராளமான மருந்து களுக்கு ஏற்பாடு செய்தார். எதுவுமே பலன் கொடுக்கவில்லை.

மே 27, 1935 அன்று அவருடைய மனைவி ரமாபாய் மரணம் அடைந்தார். எதற்கும் கலக்கம் அடையாத அம்பேத்கரை அந்த மரணம் நிலைகுலையச் செய்துவிட்டது.

முழுக்க மழிக்கப்பட்ட தலையுடனும் வருத்தம் தோய்ந்த முகத் துடனும் காட்சியளித்த அம்பேத்கர் காவி உடை உடுத்திக் கொண்டு துறவிபோல வாழத் தொடங்கினார். சகஜநிலையை அடைவதற்கு வெகுநாள்கள் பிடித்தன.

அவருடைய கனத்தை இதயத்தை லேசாக்கும் வகையில் அவருக்குப் புதிய பொறுப்பு ஒன்று வந்துசேர்ந்தது. ஜூன் 1, 1935 அன்று பம்பாய் சட்டக்கல்லூரியின் முதல்வராக நியமிக்கப் பட்டார் அம்பேத்கர். தன்னைச் சூழ்ந்திருந்த சோகம் என்ற புகை மூட்டத்தில் இருந்து வெளியே வந்த அம்பேத்கர், புதிய பணியில் தன்னுடைய கவனத்தைச் செலுத்தத் தொடங்கினார்.

இருந்தும் அம்பேத்கரை பற்றி இரண்டு செய்திகள் வலம் வந்தன.

அம்பேத்கர் தற்போது ஏற்றிருப்பது அரசுப்பணி. ஆகவே, அவரால் இனிமேல் அரசியல் பணிகளை மேற்கொள்ள முடி யாது. விரைவில் அரசியலுக்கு முழுக்கு போட்டுவிடுவார் என்பது ஒரு செய்தி. அம்பேத்கர் விரைவில் மதம் மாறப்போகி றார். அதற்கான அறிவிப்பை விரைவில் வெளியிடப்போகிறார் என்பது இன்னொரு செய்தி.

அக்டோபர் 13, 1935. இயோலாவில் நடைபெற்ற மாநாட்டில் கிட்டத்தட்ட பத்தாயிரம் பேர் கலந்துகொண்டனர். அப்போது பேசிய அம்பேத்கர் தன்னைப் பற்றி வலம்வந்து கொண்டிருக் கும் இரண்டாவது கேள்விக்குப் பதிலளிக்கும் வகையில் பேசினார்.

'நம்முடைய பிரச்னைகளைத் தீர்ப்பதற்காக இறுதி முடிவை எடுக்கவேண்டிய நேரம் வந்துவிட்டது. நம்மை இழிவுபடுத்தும் இந்துமதத்தை விட்டு வெளியேறி, சமத்துவத்தையும் சம உரிமையையும் அளிக்கும் வேறொரு மதத்துக்குச் செல்வது சிறந்தது. இந்து மதத்துடனான தொடர்புகளை அறுத்து எறியுங் கள். வேறு மதத்தைத் தேர்வு செய்து ஆறுதலையும் சுயமரியாதை யையும் பெறுங்கள். சமத்துவத்தையும் சம உரிமையையும் தரக்கூடிய மதமா என்று உறுதி செய்துகொண்டு அந்த மதத்தில்

இணையுங்கள். என்னுடைய போதாத காலம் நான் இந்துமதத் தில் பிறந்துவிட்டேன். அதன்காரணமாக தீண்டப்படாதவனாகி விட்டேன். என்னுடைய பிறப்பைத் தேர்வு செய்வது என் னுடைய சக்திக்கு அப்பாற்பட்டது. ஆனால் இந்துமதத்தின் மரியாதை கெட்ட, இழிவுபடுத்தும் சூழ்நிலையின்கீழ் நான் வாழ மறுப்பது என்பது என்னுடைய சக்திக்கு உட்பட்ட விஷயம். இந்து மதத்தில் தொடர்ந்து நீடித்தால் நாயைவிடவும் பூனையை விடவும் கேவலமாக வாழ வேண்டும். ஆகவே, நான் இந்து வாகப் பிறந்தாலும் இந்துவாக சாகமாட்டேன்'

*அம்பேத்கரின் பேச்சு நாடு தழுவிய அளவில் ஆச்சரியத்தையும் அதிர்ச்சியையும் ஒருசேர ஏற்படுத்தியது. அம்பேத்கர் தனது ஆதரவாளர்களுடன் நம்முடைய மதத்தில் இணைந்தால் எத்தனை அற்புதமாக இருக்கும் என்று இஸ்லாமியர்கள், கிறித்த வர்கள், சீக்கியர்கள், பௌத்தர்கள் நினைத்தனர்.*

*தங்களுடைய எண்ணத்தை நிறைவேற்றிக்கொள்ளும் விதமாக அம்பேத்கருக்குக் கடிதங்களை எழுதிக் குவிக்கத் தொடங்கினர். விஷயம் ஹைதராபாத் நிஜாமை எட்டியது. அம்பேத்கருடன் சேர்ந்து பெருவாரியான தீண்டப்படாத மக்கள் இஸ்லாமிய மதத்துக்கு மாறவிரும்பினால் நான் மட்டற்ற மகிழ்ச்சி அடைவேன் என்று சொன்ன அவர், ஐந்து கோடி ரூபாய் வரை அதற்காக செலவு செய்யத் தயாராக இருப்பதாகக் கூறினார்.*

*இஸ்லாமியர் தலைவர்களுள் ஒருவரான கே.எல். கௌபா, அரசியல், பொருளாதார, மதம் தொடர்பான அத்தனை அம்சங் களிலும் தீண்டப்படாத மக்கள் சம அந்தஸ்துடன் நடத்தப்படு வார்கள் என்று தன்னுடைய கடிதத்தில் உறுதிமொழி கொடுத் திருந்தார்.*

*இஸ்லாமியர் தரப்பில் இருந்து ஒன்றுக்கு இரண்டு பேர் அம்பேத்கருக்கு அழைப்புவிடுத்துவிட்ட பிறகு கிறித்தவர்கள் அமைதியாக வேடிக்கை பார்ப்பார்களா என்ன? பம்பாய் மெத்தாடிஸ்ட் பிஸ்கோபல் சர்ச்சின் பாதிரியார் பிரிண்டன் தோபர்ன் பட்லே, அம்பேத்கரின் அறிவிப்பை கிறித்தவ சர்ச்சு கள் வரவேற்பதாகவும் தீண்டப்படாத மக்கள் வாழ்க்கையில் முன்னேறுவதை மத மாற்ற அறிவிப்பு நோக்கமாகக் கொண்டுள்ளது. அவர்களுக்குப் புதிய விடியல் காத்திருப்பதாகத் தெரிகிறது என்றார்.*

அடுத்ததாக பௌத்தப் பிரதிநிதி களமிறங்கினார். பனாரஸ் மகாபோதி சங்கச் செயலாளர் அம்பேத்கருக்கு அனுப்பிய தந்தியில், ஆசியாவின் பெரும்பகுதியில் உள்ள மக்களால் பின்பற்றப்படும் பௌத்த மதத்தை அம்பேத்கரும் அவருடைய ஆதரவாளர்களும் தேர்வு செய்வதை அன்புடன் வரவேற்ப தாகவும் எங்களுக்குள் சாதி வேறுபாடு கிடையாது என்றும் கூறியிருந்தார்.

சீக்கிய மதம் கடவுள் ஒருவரே என்ற தத்துவத்தைப் பின்பற்று கிறது. தீண்டப்படாத மக்களின் கோரிக்கைகளை சீக்கியமதம் நிறைவு செய்கிறது என்று அமிர்தசரஸ் பொற்கோவிலின் நிர் வாகக்குழு துணைத்தலைவர் தந்தி அனுப்பினார்.

அம்பேத்கரின் அறிவிப்பும் அதன் எதிர்வினைகளும் காந்தியை மிகவும் பாதித்துவிட்டது. தீண்டப்படாத சாதியினர் எந்த மதத் தில் வேண்டுமானாலும் சேர்ந்துகொள்ளட்டும்: ஆனால் எந்தக் காரணத்தை முன்னிட்டும் இந்துமதம் பிளவுபடுவதை நான் அனுமதிக்க மாட்டேன் என்று வட்டமேஜை மகாநாடு நடை பெற்றபோது கூறிய காந்தியை அம்பேத்கரின் அறிவிப்பு கவலை கொள்ளச் செய்துவிட்டது.

'தீண்டாமை அதன் இறுதி யாத்திரையை மேற்கொண்டிருக்கும் சமயத்தில் அம்பேத்கரின் மதமாற்ற அறிவிப்பு அதிருப்தி அளிப் பதாக உள்ளது. மதம் என்பது விரும்பியபோது மாற்றிக்கொள்ளும் வீடோ, சட்டையோ அல்ல. ஆன்மாவோடு இரண்டறக் கலந்து விட்ட விஷயம். மதமாற்றம் அடைபவர்களால் அவர்களுடைய இலக்குகளை அடைய முடியாது. ஏனெனில், படிப்பறிவற்ற அந்த மக்கள் அவர்களுடைய முன்னோர்கள் பின்பற்றிய சடங்குகளைத் தான் பின்பற்றுவார்களே தவிர அம்பேத்கரின் பேச்சைக் கேட்க மாட்டார்கள்.'

அம்பேத்கருக்கு நெருக்கமாக இருந்த தீண்டப்படாத தலைவர் களுக்கும் அம்பேத்கரின் அறிவிப்பு அதிர்ச்சியைக் கொடுத்தது.

'இன்று இந்துமதத்தில் தீண்டப்படாத மக்களாகக் கருதப்படும் நாம் மதமாற்றத்துக்குப் பிறகு இன்னொரு மதத்தினரால் தீண்டப் படாத மக்களாகக் கருதப்படுவோம்' என்றார் பம்பாய் தீண்டப் படாத வகுப்புத் தலைவரான தியோருக்கர். 'மதம் மாறுங்கள் என்று கூறியுள்ளது தற்கொலை செய்துகொள்ளுங்கள் என்று

சொன்னதற்கு ஒப்பானது' என்றார் இன்னொரு தலைவரான கஜ்ரோல்கர்.

'தீண்டப்படாத வகுப்பு மக்கள் மதம் மாறிச் சென்றுவிட்டால் அவர்களுடைய எண்ணிக்கை வெகுவாகக் குறைந்துவிடும். அது ஆதிக்க சக்திகளுக்குச் சாதகமாக அமைந்துவிடும். தீண்டப் படாதவர்கள் தங்களுடைய உரிமைகளுக்காகவும் கொள்கை களுக்காகவும் தொடர்ந்து போராட வேண்டும். இதுவே ஆண்மையானது. இதுதான் தீண்டப்படாத மக்களுக்கு வழங்கக் கூடிய சிறந்த அறிவுரை' என்றார் அம்பேத்கரின் அணுக்க நண்பரான இரட்டைமலை சீனிவாசன்.

சலசலப்புகள் அடங்குவதாகத் தெரியவில்லை. அடுத்த சுற்று தொடங்கிவிட்டது. பாதிரியார்கள், சீக்கியர்கள், முஸ்லிம்கள் என்று மீண்டும் ஒருமுறை அழைப்பு விடுக்கப்பட்டது.

பலமுறை பல பாதிரியார்கள் அம்பேத்கரிடம் மதமாற்றம் பற்றிப் பேசினார். எல்லோருக்கும் அம்பேத்கர் சொன்ன பதில் ஒன்றுதான். கிறித்தவ மதத்திலும் சாதிகள் இருக்கின்றன. அவற்றை ஒழித்துவிட்டு வாருங்கள். பிறகு பேசலாம். அடுத்து, இஸ்லாமியர்கள் பேசிப் பார்த்தார்கள். ம்ஹூம். அம்பேத்கர் அசைந்துகொடுக்கவில்லை.

அடுத்து சீக்கிய மதத் தலைவர்கள் களத்தில் இறங்கினர். சமத் துவமே எங்கள் அடையாளம். ஆகவே, உங்கள் தலைமையில் தாழ்த்தப்பட்ட மக்கள் சீக்கிய மதத்தில் இணைந்தால் மகிழ்ச்சி அடைவோம் என்று சீக்கிய மதத்தலைவர்கள் அம்பேத்கருக்குத் தந்திகள் அனுப்பினர். அவர்கள் அழைப்பை ஏற்று சீக்கிய மத நிகழ்ச்சி ஒன்றில் கலந்துகொண்ட போதும் திட்டவட்டமான முடிவு எதையும் சொல்லவில்லை.

அடுத்து இலங்கையில் இருந்து லோக்நாத் என்கிற புத்தபிட்சு ஒருவர் அம்பேத்கரை சந்தித்துப் பேசினார். புத்த மதம் பற்றிய தன்னுடைய நேர்மறை எண்ணங்களை அவரிடம் வெளிப் படுத்தவே, அம்பேத்கர் பௌத்த மதத்தில் இணையப் போவதாக செய்திகள் கசியத் தொடங்கின. மதம் மாறும் முடிவைக் கைவிடுங்கள் என்று இந்துமதத் தலைவர்கள் வற்புறுத்தத் தொடங்கினர். இன்னும் சிலரோ, மதம் மாறுவது என்ற முடிவில் இருந்து அவர் மாறமாட்டார் எனும் பட்சத்தில் சீக்கிய மதத்தைத்

தேர்வு செய்யட்டும். மாறாக, இஸ்லாமையோ, கிறித்த வத்தையோ தேர்வு செய்வது ஆபத்தில் முடிந்துவிடும் என்றனர்.

‘நாங்கள் எந்த மதத்துக்கு மாறுவது என்று இன்னமும் முடிவு செய்யவில்லை என்பது என்னவோ உண்மைதான். ஆனால் எங்களை முன்னேற்றப் பாதையில் செலுத்தாத இந்து மதத்தில் இருந்து விலகுவது என்பது நாங்கள் தீர்க்கமாக எடுத்த முடிவு. சமுதாய ஏற்றத்தாழ்வுதான் இந்து மதத்தின் அடிப்படை. தீண்டப்படாத மக்களின் வளமான எதிர்காலத்துக்கும் நீடித்த மகிழ்ச்சிக்காகவும் மதம் மாற முடிவெடுத்துளேன். இன்னொரு விஷயத்தில் கவனமாக இருக்கவேண்டும். தனிமனிதர்கள் தனித்தனியே மதம் மாறுவது நாம் எதிர்பார்க்கும் பலன்களைத் தரும் என்று உறுதியாகச் சொல்வதற்கில்லை. மாறாக, புதிய மதத்தில் தனிமைப்படுத்தப்படுவதற்கான வாய்ப்புகள் அதிகம். ஆகவே, மதம் மாறும் விஷயத்தில் அவசரப்படவேண்டாம்.’

இந்துமகா சபை தமது காரியக் கமிட்டியை அவசரமாகக் கூட்டியது. அம்பேத்கர் மதம் மாறக் கூடாது என்று வலியுறுத்தித் தீர்மானம் நிறைவேற்றியது. பிறகு இந்து மகா சபையில் இருந்து அனுப்பப்பட்ட பிரதிநிதிகள் வந்து அம்பேத்கரை சந்தித்துப் பேசினர். அப்போது அவர்களிடம் இரண்டு நிபந்தனைகளை விதித்தார் அம்பேத்கர். ஒன்று, இனி இந்து மதத்தில் ஒரே வர்ணம்தான் இருக்கவேண்டும். நான்கு வர்ணங்கள் கூடாது. இரண்டாவது, ஒரு மனிதனின் சாதியை அவனுடைய பிறப்பை வைத்து முடிவுசெய்யக்கூடாது.

இந்துமகா சபையின் பிரதிநிதிகள் அமைதியாக அமர்ந்திருந் தனர். பிறகு அம்பேத்கரே பேசினார். ‘நாடறிந்த தலித் தலைவர் களுள் ஒருவரும் சாதி இந்துக்களாலேயே மிகச்சிறந்த இந்து வாகப் போற்றப்படுபவர் கே.கே. சகத். அவரை ஒரு வருடத் துக்கு மராட்டிய சங்கராச்சாரியாராகத் தேர்வு செய்துவிடுங்கள். சித்பவான் பிராமணர்கள் வந்து அவருக்கு பாதபூஜைகள் செய்யட்டும். அதன்மூலம் இந்து சமூகத்தில் எந்தவித ஏற்றத் தாழ்வும் கடைப்பிடிக்கப் படுவதில்லை என்று நிரூபியுங்கள். உடனடியாக மதமாற்றத்தை ஒத்திவைத்துக் கொள்கிறோம்.’

அதன்பிறகு அந்தப் பிரதிநிதிகளிடம் இருந்து எந்த பதிலும் வரவில்லை.

'இன்னும் ஐந்தாண்டுகளில் மதமாற்றம் மேற்கொள்ளப்படும். இடைப்பட்ட காலத்தில் சாதி இந்துக்கள் அவர்களுடைய ஆக்கப்பூர்வமான செயல்கள் மூலமாகத் தனக்கு நம்பிக்கை ஏற்படுத்தினால் மதமாற்ற முடிவை மறு ஆய்வு செய்வேன்.'

எச்சரிக்கைகளை எதிரிகளுக்கு மட்டும் கொடுத்துவிட்டு ஒதுங்கும் ரகத்தைச் சேர்ந்தவர் அல்ல அம்பேத்கர். தன்னுடைய மக்களுக்குத் தேவையான எச்சரிக்கைகளை, ஆலோசனைகளை அதட்டல் தொனியில் சொல்லிவிடுவார்.

'தீண்டப்படாத சாதியைச் சேர்ந்தவன் என்கிற அடையாளத்தை அழிக்க விரும்புவது நியாயமானது. அதற்காக சில இளைஞர்கள் தங்களுடைய பெயர்களை மாற்றிவைத்துக் கொள்வதாகக் கேள்விப்பட்டேன். அது எனக்கு உவப்பானதாக இல்லை. மதமாற்றம் ஒன்றுதான் தீர்வாக இருக்கமுடியும். பெயர் மாற்றம் எந்தவித சலனத்தையும் ஏற்படுத்தாது என்பதைப் புரிந்து கொள்ளுங்கள். இந்து மதத்தை விட்டு விலகி சீக்கிய மதத்துக்கோ, இஸ்லாமிய மதத்துக்கோ, கிறித்தவ மதத்துக்கோ சென்றுவிடுகிறோம் என்று வைத்துக்கொள்ளுங்கள். அடுத்த சில நொடிகள் நம்முடைய நிலைமை சுபிட்சத்தின் உச்சத்துக்குச் சென்றுவிடாது. நாம் சென்று சேரும் மதத்திலும் சில போராட்டங்களில் ஈடுபடத்தான் வேண்டும். அதில் சந்தேகம் இல்லை. இஸ்லாமியராக மாறிவிட்டால் நாம் நவாபாகவோ, கிறித்தவராக மாறிவிட்டால் போப்பாண்டவராகவோ ஆகிவிட முடியாது. இருந்தபோதும் நான் மதம் மாறும் முடிவில் உறுதியாக இருக்கிறேன். கடவுளை என்னுடைய கண்ணுக்கு முன்னால் நிறுத்தினாலும்கூட என்னுடைய முடிவு மாறாது.'

# 14

# வாயில் கடவுள்; அக்குளில் கத்தி!

தேர்தல் அறிவிப்பு வெளியானது. காங்கிரஸ் உள்ளிட்ட அரசியல் கட்சிகள் தங்களைத் தேர்தலுக்குத் தயார்படுத்திக் கொண்டிருந்தன. அம்பேத்கருக்கும் தேர்தலில் போட்டியிட விருப்பம் இருந்தது. ஆனாலும் தன்னிச்சையாக முடிவெடுக்க அவருக்கு விருப்பமில்லை. நண்பர்களை அழைத்தார். ஆதர வாளர்களை அழைத்தார். பேசினார். அரசியல் கட்சி தொடங்கு வது என்று முடிவானது.

அம்பேத்கருக்குத் தீண்டப்படாத சாதியினர் ஒரு கண் என்றால் தொழிலாளர்கள் இன்னொரு கண். தொழிலாளர்களுக்கு ஏதே னும் செய்யவேண்டும் என்று மனத்துக்குள் எப்போதும் சொல்லிக்கொண்டிருந்தார். பம்பாய் நெசவாலைத் தொழி லாளர்கள் தொடர் வேலை நிறுத்தத்தில் ஈடுபட்டபோது அதில் தலையிட்டு சில நடவடிக்கைகளை எடுத்தவர் அவர். அவர் களுடைய நலனையும் உத்தேசித்து ஆகஸ்டு 1936ல் உருவாக்கிய தன்னுடைய கட்சிக்கு சுதந்தரத் தொழிலாளர்கள் கட்சி என்று பெயர் வைத்தார்.

அம்பேத்கரும் தேர்தலுக்குத் தயாரானார். விடிய விடிய ஆலோ சனை செய்து தன்னுடைய கட்சிக்கென்று பிரத்யேகமாகத் தேர்தல் அறிக்கை ஒன்றைத் தயாரித்தார். அதில் கீழ்க்காணும் அம்சங்கள் பிரதானமாக இடம்பெற்றிருந்தன.

★ விவசாயத்தை நம்பி வாழ்க்கை நடத்துவோரின் எண்ணிக்கையைக் குறைக்க பழைய தொழிற்சாலைகள் புதுப்பிக்கப்படும். புதிய தொழிற்சாலைகள் உருவாக்கப்படும்.

★ சூழ்நிலை மற்றும் தேவைகளுக்கு ஏற்ப தொழிற்சாலைகளின் நிர்வாகத்தை அரசே ஏற்று நடத்தும். தொழிற்சாலைகள் அரசுடைமையாக்கப்படும்.

★ நிலக்கிழார்கள் விவசாயக் குத்தகைக்காரர்களிடம் இருந்து அதிக தொகை வசூலிப்பது, குத்தகை செய்யும் நிலங்களில் இருந்து வெளியேற்றுவதைத் தடுப்பது ஆகியவற்றுக்காக சில சட்டத்திருத்தங்கள் செய்யப்படும்.

★ நிலத்தில் வேலை செய்யும் விவசாயிகளுக்கு தொழிற்சாலைத் தொழிலாளர்களுக்குக் கிடைப்பது போலவே ஊதியம் கிடைக்க வழிவகை செய்யப்படும்.

★ தொழிற்சாலைகளில் தொழிலாளர்களை வேலைக்கு அமர்த்துதல், வேலையில் இருந்து நீக்குதல், பதவி உயர்வு போன்ற விஷயங்கள் நியாயமான முறையில் நெறிப்படுத்தப்படும்.

★ தொழிலாளர்கள் வேலை செய்யும் நேரம் முறைப்படுத்தப்படும். நியாயமான கூலி கிடைக்கவும் அடிப்படை வசதிகளுடன் கூடிய குடியிருப்புகளை உருவாக்கவும் நடவடிக்கை எடுக்கப்படும்.

★ வேலையில்லாதவர்களுக்கு தரிசு நிலங்கள் பிரித்துக் கொடுக்கப்படும். அதன்மூலம் வேலையில்லாத் திண்டாட்டம் குறைக்கப்படும்.

★ ஆன்மிக மற்றும் பொது அறக்கட்டளைகளில் இருந்து கிடைக்கும் நிதி பள்ளிக்கூடம், மாணவர் தங்கும் விடுதிகள் ஆகியவற்றுக்குப் பயன்படுத்தப்படும்.

★ கிராமங்களில் சமுதாயக் கூடங்கள், நூலகங்கள், திரையரங்குகள் ஆகியவற்றை உருவாக்குவதன்மூலம் அவர்களுடைய தரம் மேம்படுத்தப்படும்.

அம்பேத்கர் நாடறிந்த தலைவர். பிரபலமானவர். கொள்கையாளர். இருந்தும் அவர் உருவாக்கிய கட்சி தேசிய அளவில்

தேர்தலைச் சந்திக்கத் தயாராக இல்லை. பம்பாய் மாகாணத்தில் மட்டுமே போட்டியிடும் நிலையை எடுத்தது. பம்பாய் மாகாணத்தில் மொத்தம் 175 இடங்கள். அவற்றில் 15 இடங்களில் மட்டுமே தீண்டப்படாத வகுப்பினருக்கு ஒதுக்கப்பட்டிருந்தன. இது சட்டமன்றத்தில் எந்தவித திருப்புமுனையையும் ஏற்படுத்த முடியாத எண்ணிக்கை.

தேர்தல் என்று வந்துவிட்ட பிறகு தலைகளின் எண்ணிக்கைதான் பேசும் என்பதில் அம்பேத்கர் தெளிவாக இருந்தார். தேர்தல் முக்கியம். வெற்றி அதைவிட. வெற்றிக்காக சில அரசியல் வியூகங்களை வகுக்கத் தொடங்கினார். சில சாதி இந்துத் தலைவர்களுடன் பேச்சுவார்த்தை நடத்திய அம்பேத்கர், பொதுத் தொகுதியிலும் சில வேட்பாளர்களை நிறுத்த முடிவு செய்தார். சில சுயேட்சை வேட்பாளர்களுக்கும் அம்பேத்கர் ஆதரவு கொடுத்தார்.

இந்துத் தலைவர்களுடன் கூட்டு ஏற்படுத்திக்கொண்டது, அவர்களுக்கு ஆதரவளிக்க முன்வந்தது விமரிசனத்துக்கும் கேலிக்கும் ஆளானது. ஆனால் அதை அம்பேத்கர் துளியும் பொருட்படுத்தவில்லை. காங்கிரஸ் யாரை வேட்பாளர்களாக நிறுத்துகிறது, யாருடைய நிதியில் தேர்தலைச் சந்திக்கிறது என்பதெல்லாம் தனக்குத் தெரியாததல்ல என்று சொல்லிவிட்டு தேர்தல் வேலைகளில் ஈடுபடத் தொடங்கினார்.

'பாதிக்கப்பட்டவர்கள், பாதிப்பை ஏற்படுத்துபவர்கள் என்ற இரண்டு தரப்பையும் இணைத்து அரசியல் செய்கிறது காங்கிரஸ் கட்சி. ஆனால் அதை சுதந்தரத் தொழிலாளர் கட்சி செய்யாது. ஜனநாயக நடைமுறைகள் பற்றி மக்களுக்கு அறிவுறுத்தும் பணியில் தொடர்ந்து ஈடுபடும்' இதுதான் அம்பேத்கர் வலியுறுத்திய விஷயம்.

தொடர்ந்து பல இடங்களில் தேர்தல் பிரசாரத்தில் ஈடுபட்டார். பலம் பொருந்திய காங்கிரஸ் கட்சியை எதிர்த்து தேர்தல் கடலில் நீந்துவது அத்தனை சுலபமானதாக இருக்காது என்பதை அம்பேத்கர் முன்கூட்டியே உணர்ந்திருந்தார். அதற்கேற்றபடி தொண்டர்களுக்கு நம்பிக்கையூட்டும் வகையில் பேசினார். அவருக்கு ஆதரவாக போபாத்கரின் ஜனநாயக சுயராஜ்ஜியக் கட்சி செயல்பட்டது.

அந்தத் தேர்தலில் ஈ மற்றும் எஃப் வார்டுகளில் போட்டியிட்டார் அம்பேத்கர். அவரை எதிர்த்து காங்கிரஸ் உள்ளிட்ட சில

கட்சிகள் வேட்பாளர்களை நிறுத்தின. பிரபல கிரிக்கெட் பந்து வீச்சாளரான பல்வன்கரும் ராஜ்போஜ், தியோருக்கர் போன்றவர்களும் இருந்தனர். இந்த இருவருமே தீண்டப்படாத சாதியைச் சேர்ந்தவர்கள். அம்பேத்கருக்கும் நெருக்கமானவர்களே.

பிப்ரவரி 17, 1937 அன்று தேர்தல் நடைபெற்றது. அந்தத் தேர்தலில் பதினேழு வேட்பாளர்களைக் களமிறக்கி இருந்தார் அம்பேத்கர். இருவரைத் தவிர அத்தனை பேரும் வெற்றி பெற்றனர். ஆம். அம்பேத்கரும் முதன்முறையாக பம்பாய் மாகாணத் தேர்தலில் போட்டியிட்டு வெற்றி பெற்றிருந்தார்.

வெற்றிக் கொண்டாட்டம் தொடங்கிவிட்டது. அம்பேத்கருக்கு அளவற்ற மகிழ்ச்சி. அந்த சந்தோஷம் அடங்குவதற்கும் இன்னொரு நல்ல செய்தியும் வந்து சேர்ந்தது.

மஹத் நகராட்சியின் சௌதாகர் குளத்தில் நீரெடுக்கும் உரிமை தீண்டப்படாத மக்களுக்கும் உண்டு என்ற தீர்ப்பை உயர்நீதி மன்றம் வழங்கியிருந்தது. அம்பேத்கருக்குக் கிடைத்த இரட்டை வெற்றி என்று தாழ்த்தப்பட்ட மக்கள் சந்தோஷப்பட்டனர். சட்டமன்றத்தில் எதிர்கட்சி வரிசையில் அமர்ந்தார் அம்பேத்கர்.

●

அந்தத் தேர்தலில் காங்கிரஸ் பெரிய அளவிலான வெற்றியைப் பெற்றிருந்தது. ஆகவே, காங்கிரஸ் கட்சி அம்பேத்கருக்கு நிதி யமைச்சர் இலாகாவை வழங்கும் என்று பேச்சு எழுந்தது. ஆனால் அம்பேத்கரோ அதைத் திட்டவட்டமாக மறுத்தார்.

'கூட்டணி ஆட்சியில் எனக்கு நம்பிக்கை கிடையாது. என்னையும் என்னுடைய கட்சியையும் காங்கிரஸ் கட்சிக்குள் கரைக்கும் எண்ணம் எனக்கு இல்லை. ஆகவே, அமைச்சர் பதவி என்ன, முதலமைச்சர் பதவியே கொடுத்தாலும் அதை ஏற்க நான் தயாராக இல்லை. ஒருவேளை, என்னுடைய சுய சிந்தனையின் அடிப்படையில் சுதந்தரமாக செயல்பட காங்கிரஸ் கட்சி அனுமதிக்கும் பட்சத்தில் பதவியை ஏற்பது குறித்து யோசிப்பேன். ஆனால் அதற்கான வாய்ப்புகள் அறவே இல்லை'

நல்ல அளவில் வெற்றி பெற்றிருந்தபோதும் பம்பாய் மாகாணத்தில் காங்கிரஸ் கட்சி ஆட்சி அமைக்க மறுப்பு தெரிவித்தது. இதனையடுத்து தன்ஜி ஷாபி கூப்பர், ஜம்னாதான் மேத்தா

ஆகியோர் தலைமையில் இடைக்கால அரசு அமைக்கப்பட்டது. ஆனால் அந்த ஆட்சிக்கு எதிராக காங்கிரஸ் கட்சி நம்பிக்கை யில்லாத் தீர்மானம் ஒன்றைக் கொண்டுவந்தது.

நானும் நாற்காலியில் அமரமாட்டேன். வேறொருவர் அமர் வதிலும் எனக்கு விருப்பமில்லை. தான் கொண்டு வந்த நம்பிக்கையில்லாத் தீர்மானத்துக்கு ஆதரவு தரவேண்டும் என்று அம்பேத்கரிடம் கோரிக்கை வைத்தது காங்கிரஸ் கட்சி. போய்வாருங்கள் என்று சொல்லிவிட்டார் அம்பேத்கர்.

பிறகு தங்களுக்குள் பேசி முடிவெடுத்த காங்கிரஸ் தலைவர்கள் அரசமைக்க விரும்புவதாக அறிவித்தனர். இதனையடுத்து கூப்பர் அரசு ராஜினாமா செய்தது. அதன்பிறகு காங்கிரஸ் அரசு பதவியேற்றது. எல்லோரும் பகவத் கீதையின் மீது கைவைத்து பதவிப் பிரமாணம் எடுத்துக்கொண்டார். ஆனால் அம்பேத்கர் அதற்கு மறுத்துவிட்டார்.

காங்கிரஸ் அமைச்சரவையில் ஒரு தாழ்த்தப்பட்ட உறுப்பினர்கூட இல்லாதது அம்பேத்கரை அதிருப்தியடையச் செய்திருந்தது. இதுகுறித்து மக்களிடம் தன்னுடைய ஆதங்கத்தை வெளிப்படுத்தி, ஒற்றுமையை வலியுறுத்தினார்.

சட்டமன்றத்தில் அமைச்சர்களின் சம்பளம் குறித்த மசோதா ஒன்று கொண்டுவரப்பட்டது. அதில் சம்பளம், வீட்டுப்படி,பயணப்படி ஆகியவை தரப்படும் முறையில் அம்பேத்கருக்கு அதிருப்தி ஏற்பட்டது. ஆகவே, அந்த மசோதாவை எதிர்த்துப் பேசிய அவர், அமைச்சர்களுக்கான சம்பளம் என்பது அமைச்சரின் சமுக அந்தஸ்து, அவருடைய பொருளாதார பின்னணி, ஜனநாயகப் பணிகள் மற்றும் நிர்வாகத் திறன், அரசின் நிதிநிலை ஆகியவற்றின் அடிப்படையில் இருக்கவேண்டும் என்றார்.

அடிக்கடி பொதுமக்களைச் சந்தித்த அவர், சாதி ஒழிப்பு, நிலப் பிரபுத்துவ ஒழிப்பு ஆகிய இரண்டும் மக்களின் நல்வாழ்வுக்கு முன்னால் கிடக்கும் மிகப்பெரிய முட்டுக்கட்டைகள். அவற்றை எல்லோரும் ஒன்று சேர்ந்துதான் அகற்றவேண்டும் என்றார் அம்பேத்கர். கொத்தடிமை முறை முற்றிலுமாக ஒழிக்கப்பட வேண்டும் என்று வலியுறுத்திய அம்பேத்கர், பம்பாய் மாகாண சட்டமன்றத்தில் அதற்கான மசோதா ஒன்றையும் கொண்டு வந்தார்.

பிரிட்டிஷார் இந்தியாவை விட்டு வெளியேறிய பிறகும் தாழ்த்தப் பட்ட மக்கள் நிலப்பிரபுக்கள் மற்றும் பிராமணர்களிடம் இருந்து நிறைய அடக்குமுறைகளை எதிர்கொள்ள வேண்டியிருக்கும். ஆகவே, எல்லாவற்றுக்கும் தயாராக இருக்கவேண்டும் என்று அவர்களுக்கு எச்சரிக்கை விடுத்தார் அம்பேத்கர்.

மேலும், காங்கிரஸ் மற்றும் கம்யூனிஸ்ட் கட்சிகளில் தான் இணையாமல் இருப்பது ஏன் என்பதற்கு விளக்கம் ஒன்றையும் கொடுத்தார் அம்பேத்கர். 'தொழிலாளர்கள், விவசாயிகள், ஏழைகள் பற்றித் துளியும் கவலைப்படாதவர்கள் காந்தியும் காங்கிரஸூம் என்பது என்னுடைய அழுத்தந்திருத்தமான நம் பிக்கை. உண்மையிலேயே காங்கிரஸ் கட்சி ஒரு புரட்சிகரமான அமைப்பாக இருந்திருந்தால் அதில் நான் சேர்ந்திருப்பேன். காந்தியின் தத்துவத்தின்படி விவசாயி என்பவன் ஏரோடு பூட்டப்படும் மூன்றாவது மாடு மட்டுமே'.

கம்யூனிஸ்டுகள் தங்களுடைய அரசியல் நோக்கங்களுக்காகத் தொழிலாளர்களைச் சுரண்டுபவர்கள். கம்யூனிஸ்டுகள் பிரச்னை களின் நடைமுறைத் தன்மையை ஒருபோதும் காண்பதே யில்லை. ஆகவே, கம்யூனிஸ்டுகளின் முதல் எதிரி நான் என்றார் அம்பேத்கர்.

பம்பாய் மாகாண சட்டசபையில் அம்பேத்கர் முன்வைத்த ஒரு விஷயம் விவசாயிகளின் மீது அவர் கொண்டிருந்த அபரிமித மான பாசத்தை வெளிப்படுத்தும் வகையில் இருந்தன. ஒன்று, கோட்டி முறை ஒழிப்பு. நிலங்களைக் குத்தகைக்கு எடுத்துள்ள வர்கள் அமல்படுத்தியுள்ள கொத்தடிமை முறையை அகற்ற வேண்டும் என்பதுதான் அம்பேத்கர் கொண்டுவந்த மசோதாவின் நோக்கம்.

குத்தகை முறையை ஒழித்து, நிலங்களை சம்பந்தப்பட்ட விவசாயிகளிடம் ஒப்படைப்பதன்மூலம் அவர்களுக்கான நில உரிமை மீட்கப்படும் என்றார் அம்பேத்கர். அதேசமயம் நிலங்களை வைத்திருந்தவர்களுக்கு உரிய ஈட்டுத்தொகையைக் கொடுக்க வேண்டும் என்றும் அம்பேத்கர் தனது மசோதாவில் வலியுறுத்தினார்.

1938 ஏப்ரலில் பம்பாய் மாகாணத்தில் இருந்து கர்நாடகம் தனியாகப் பிரிக்கப்படவேண்டும் என்ற கோரிக்கை வலுவடைந் திருந்தது. அதுகுறித்துப் பேசிய அம்பேத்கர், கர்நாடகம் தனியே

பிரிக்கப்பட்டால் லிங்காயத்து சமுதாயத்தில் ஆதிக்கத்துக்கு அந்தப் பகுதி வந்துவிடும். நாம் அனைவரும் இந்தியர் என்ற உணர்வை உருவாக்குவதே நம்முடைய இலக்கு. அந்த உணர்வு கரு நிலையிலேயே உள்ளது. அதை மெல்ல மெல்ல வளர்க்க வேண்டிய பொறுப்பு நமக்கு இருக்கிறது என்றார்.

அந்தச் சமயத்தில் அமைச்சரவையில் தீண்டப்படாத சாதியைச் சேர்ந்தவர் ஒருவரை சேர்த்துக்கொள்வதற்கு காந்தி எதிர்ப்பு தெரிவித்தது அம்பேத்கரின் கவனத்துக்கு வந்தது. அம்பேத்கரின் எதிர்வினை காட்டமாக இருந்தது.

'அரசியலில் நான் காந்தியை எதிர்க்கிறேன். ஏன்? காந்தியிடம் எனக்கு நம்பிக்கை இல்லை. தீண்டப்படாத மக்களுக்காக காந்தி ஏதேனும் நல்லது செய்வார் என்று என்னால் நம்பமுடிய வில்லை. அவருடைய பேச்சுகளும் அந்த நம்பிக்கையை ஏற்படுத்தவில்லை. தீண்டப்படாத சாதியினரின் முன்னேற்றத்தில் காந்திக்கு ஆர்வம் இருந்திருக்குமேயானால் தீண்டப்படாத சாதியைச் சேர்ந்தவரை அமைச்சரவையில் சேர்த்துக்கொள்ள வேண்டும் என்று வலியுறுத்தியிருக்க மாட்டாரா? வாயில் கடவுளின் பெயரை உச்சரித்துக்கொண்டே தன்னுடைய அக்குளுக்குள் கத்தியை மறைத்து வைத்திருக்கும் மனிதனுக்கு மகாத்மா என்று பெயர் சூட்டினால் அது மோகன் தாஸ் கரம்சந்த் காந்திக்கும் பொருந்தும்.'

★

செப்டெம்பர் 1938ல் தொழிற்சாலை பிரச்னைகள் தொடர்பாக பம்பாய் சட்டமன்றத்தில் மசோதா ஒன்று கொண்டுவரப்பட்டது. அதன்படி சில குறிப்பிட்ட சூழ்நிலைகளில் தொழிலாளர்கள் வேலை நிறுத்தத்தில் ஈடுபடுவது சட்ட விரோதம். ஆனால் இதனை அம்பேத்கர் கடுமையாக எதிர்த்தார்.

தொழிலாளர்களின் அடிப்படை உரிமைகளைப் பறிக்கும் இந்தச் சட்டம் அவர்களைப் பழிவாங்கும் ரத்தவெறி கொண்டது. சுதந்தரம் என்பது புனிதமான உரிமை என்றால் வேலை நிறுத்தம் செய்வதற்கான சுதந்தரமும் புனிதமான உரிமை. வேலை நிறுத்தம் என்பது உரிமையை நிலைநாட்டும் நோக்கத்துக்காகச் செய்யப்படும் ஒரு தவறு. அதற்காக அதை தண்டனைக்குரிய குற்றமாகக் கருதமுடியாது. அதேபோல, ஒரு மனிதனை அவனுடைய விருப்பத்துக்கு எதிராக வேலை செய்யும்படி

வற்புறுத்துவது அவனை அடிமையாக்குவதற்குச் சமம். ஜன நாயகம் என்ற பெயரால் தொழிலாளர்கள் அடிமைப்படுத்தப்படு வதை ஏற்கமுடியாது என்று ஆவேசம் குறையாமல் பேசினார் அம்பேத்கர். விவகாரம் விஸ்வரூபம் எடுக்கத் தொடங்கியது.

நவம்பர் 7, 1938 அன்று ஜவுளித் தொழிலாளர்கள் சங்கமும் சுதந்தரத் தொழிலாளர் கட்சியும் இணைந்து மசோதாவுக்கு எதிராக வேலை நிறுத்தத்தில் ஈடுபட முடிவு செய்தனர். பம்பாய் மாகாணத் தொழிலாளர் யூனியன் காங்கிரஸ் அமைப்பும் இந்த ஒருநாள் வேலைநிறுத்தப் போராட்டத்துக்கு ஆதரவு கொடுத் தது. கட்சியினர் மற்றும் தொழிலாளர்கள் மத்தியில் பேசிய அம்பேத்கர் வேலை நிறுத்தத்தின் அவசியம் குறித்துப் பேசினார். நகரம் முழுக்க துண்டுப் பிரசுரங்கள் விநியோகம் செய்யப் பட்டன.

காம்கார் மைதானத்தில் கிட்டத்தட்ட எண்பதாயிரம் தொழி லாளர்கள் குழுமினர். மும்பையில் உள்ள அனைத்து ஆலைகளும் மூடப்பட்டிருந்தன. மசோதாவுக்கு எதிராக போராட்டம் வலுக்கத் தொடங்கியது. தொழிலாளர்கள் அதிகாரத்தைக் கைப்பற்றுவதன் மூலமே பிரச்னைகள் தீரும் என்று தொழி லாளர்களிடம் பேசினார் அம்பேத்கர்.

ஒருநாள் போராட்டம் கடுமையான எதிர்ப்புகளுக்கு மத்தியில் வெற்றிகரமாக நடந்து முடிந்தது. வேலை நிறுத்தம் முடிந்த பிறகு நடைபெற்ற பொதுக்கூட்டத்தில் பிரபல தொழிற்சங்கத் தலைவர்களான பி.டி. ரணதிவே, எஸ்.ஏ. டாங்கே உள்ளிட் டோர் கலந்துகொண்டு பேசினர். மாகாண அரசுக்கு எதிராக அம்பேத்கர் முன்னின்று நடத்திய தொழிலாளர் போராட்டம் வெற்றிபெற்றது!

# 15

## ஜின்னாவுடன் ஒரு கைகுலுக்கல்

இந்தியாவில் கூட்டாட்சி முறை விரைவில் அமலாக இருக்கிறது என்பதுதான் அப்போது அரசியல் களத்தில் விவாதிக்கப்பட்டுவந்த சங்கதி. காங்கிரஸ் தலைவராக இருந்த சுபாஷ் சந்திர போஸ், அம்பேத்கர் ஆகியோர் அந்தக் கூட்டாட்சி முறையைக் கடுமையாக எதிர்த்தனர். ஆனால் இந்து மகாசபை ஆதரவுக்கரம் நீட்டியது. இஸ்லாமியர்களைக் கட்டுப்படுத்தி, இந்தியாவை ஒன்றுபடுத்த கூட்டாட்சி முறை அவசியம் என்று இந்துமகா சபையின் தலைவர்கள் கருதினர்.

'கூட்டாட்சித் திட்டம் இந்தியாவை விடுதலையை நோக்கி அழைத்துச் செல்வதற்குப் பதிலாக விடுதலைக்கான வழியை நிரந்தரமாக அடைத்துவிடும் என்றே தோன்றுகிறது. ஏனெனில் கூட்டாட்சியில் பங்கேற்கும் பிரிட்டிஷ் இந்தியாவின் பிரதிநிதிகள் சுதந்தரமானவர்கள். ஆனால் இந்திய சமஸ்தானங்களின் பிரதிநிதிகள் பிரிட்டிஷ் அதிகாரிகளுக்குக் கட்டுப்பட்டவர்களாக இருப்பர். கூட்டாட்சியால் அவர்களைக் கட்டுப்படுத்த முடியாது. கூட்டாட்சிக்கான சமஸ்தானப் பிரதிநிதிகளாக யார் செல்ல வேண்டும் என்று முடிவெடுக்கும் அதிகாரம் மறைமுகமாக பிரிட்டிஷ் அதிகாரிகள் வசமே இருக்கும். ஓர் உறுப்பு அரசுதான் இந்தியாவுக்கு ஏற்றது. ராணுவம், வெளியுறவு போன்ற துறைகள் கூட்டாட்சியின் பொறுப்பில் இருக்காது. ஆகவே கூட்

டாட்சித் தத்துவம் பிரிட்டிஷ் இந்தியாவில் ஜனநாயகத்தை அழித்துவிடும்.' உறுதிபடக் கூறினார் அம்பேத்கர்.

இரண்டாம் உலகப்போர் தொடங்கியிருந்தது. பிரிட்டிஷ் இந்தியாவும் போரில் ஈடுபட்டிருந்தது. இதில் அம்பேத்கருக்கு உடன்பாடில்லை. ஆனால் காந்தியும் காங்கிரஸும் பிரிட்டிஷா ருக்கு ஆதரவு கொடுத்தனர். அம்பேத்கரோ பிரச்னையை இன் னொரு கோணத்தில் பார்த்தார். 'போர் முடிந்தபிறகு பிரிட்டிஷ் பேரரசில் இந்தியா எப்படிப்பட்ட அந்தஸ்துடன் இருக்கும் என் பதை உடனடியாக அறிவிக்க வேண்டியது பிரிட்டிஷ் ஆட்சியாளர் களின் கடமை. எத்தகைய உயர்ந்த நோக்கங்களுக்காக இந்தப் போர் நடக்கிறதோ அந்தக் கொள்கைகளின் பலன்கள் போர் முடிந்த பிறகு தங்கள் நாட்டுக்கும் கிடைக்கும் என்று உறுதியளிக்கப்பட வேண்டும். இல்லாவிட்டால் இந்தியர்கள் ஆர்வத்துடனும் முழு மூச்சுடனும் போரில் கலந்துகொள்ள மாட்டார்கள்.'

சுதந்தர ஜனநாயக இந்தியா பாதுகாப்புத்துறை விவகாரங்களில் அனைத்து சுதந்தர நாடுகளுடன் ஒத்துழைக்கும் என்று அறி வித்தார் காந்தி. ஆனால் ஒட்டுமொத்த இந்தியர்களுக்கும் காங் கிரஸ் கட்சியே பிரதிநிதியாக இருக்கமுடியாது என்றார் அம்பேத் கர். அதன்பிறகு வைஸ்ராய் லின்லித்கோ பிரபு 52 இந்தியத் தலைவர்களை தனித்தனியே அழைத்துப் பேசினார்.

குறிப்பாக, காந்தி, நேரு, அம்பேத்கர், சாவர்க்கர், வல்லபபாய் படேல், சுபாஷ் சந்திர போஸ் ஆகியோர் முக்கியமானவர்கள். இறுதியாக அறிக்கை வெளியிட்ட வைஸ்ராய், போர் முடிந்த பிறகு இந்திய அரசியல் சட்டம் திருத்தி அமைக்கப்படும் என் றார். அந்தச் சட்டம் சிறுபான்மையினரின் ஒத்துழைப்புடனேயே திருத்தப்படும் என்ற உறுதிமொழியையும் வைஸ்ராய் வழங்கி னார். மேலும் போர் நடந்துகொண்டிருப்பதை முன்னிட்டு அனைத்து அரசியல் கட்சிகளின் பிரதிநிதிகளையும் உள்ளடக்கிய ஆலோசனைக்குழு ஒன்று அமைக்கப்படும் என்றும் அறிவிக்கப் பட்டது.

ஆனால் காங்கிரஸ் காரிய கமிட்டி அந்த அறிக்கைக்கு அதிருப்தி வெளியிட்டு, மாகாண அமைச்சர்கள் தங்கள் பதவிகளை ராஜி னாமா செய்யுமாறு கோரியது. காந்தியின் வேண்டுகோளுக்கு இணங்க 1939 நவம்பரில் காங்கிரஸ் அமைச்சரவைகள் பதவி விலகின. எனினும் அந்த நாளை சுதந்தர தினமாகக் கொண்

டாடப் போவதாக அறிவித்தார் முஸ்லிம் லீக் தலைவர் முகமது அலி ஜின்னா. அந்தக் கொண்டாட்டத்தில் தானும் இணைந்து கொள்வதாக அறிவித்தார் அம்பேத்கர்.

இரண்டு தலைவர்களும் ஒரே மேடையில் இணைந்து காந்தியையும் காங்கிரஸையும் கடுமையாக விமரிசித்தனர். அந்த மேடையிலும்கூட அம்பேத்கர் தீண்டப்படாத சாதியினரை விட்டுக் கொடுத்துவிடவில்லை. 'இஸ்லாமியர்கள் ஒடுக்குமுறைகளுக்கு ஆளாகிறார்கள் என்பதை ஜின்னாவால் ஐந்து சதவீதமே நிரூபிக்கமுடியும். ஆனால் தீண்டப்படாத சாதியினர் கொடுமைக்கும் ஒடுக்குமுறைக்கும் ஆளாகிறார்கள் என்பதை நூற்றுக்கு நூறு சதவீதம் நிரூபிக்கமுடியும்.'

# 16

# வேண்டும் பிரிவினை!

பிரிவினை கோஷம் கேட்கத் தொடங்கியிருந்தது. ஜின்னா ஒருபக்கம் இந்தியப் பிரிவினை தவிர்க்கமுடியாதது என்று சொல்லிக்கொண்டிருந்தார். பிரிவினை என்பதை எந்தக் காலத்திலும் அனுமதிக்க முடியாது என்று காந்தி இன்னொரு பக்கம் உரத்த குரலில் முழங்கிக்கொண்டிருந்தார்.

1940 ஏப்ரல் மாதத்தில் நடைபெற்ற காங்கிரஸ் கட்சி மாநாட்டில் இந்தியாவைப் பிளவுபடுத்தும் எந்தவொரு திட்டத்தையும் ஏற்க முடியாது என்றும் தாய் நாட்டைக் கூறுபோடுவதை அனுமதிக்க முடியாது என்றும் அறிவிக்கப்பட்டது. ஆனால் முஸ்லிம் லீக் கட்சியோ முஸ்லிம்களுக்கென்று தனி தேசம் அமைக்கப்பட்டே தீரவேண்டும் என்றும் அதிகம் உறுதி காட்டியது.

முஸ்லிம்கள் பெரும்பான்மையினராக உள்ள இந்தியாவின் மேற்கு மற்றும் கிழக்கு பகுதிகளைச் சுதந்தரமான தனிநாடாக உருவாக்கவேண்டும் என்று லாகூரில் நடைபெற்ற முஸ்லிம் லீக் ஆண்டு மாநாட்டில் தீர்மானம் நிறைவேற்றப்பட்டது. காந்தி, ஜின்னா என்ற இரண்டு துருவங்கள் பரஸ்பர மோதலில் ஈடுபட்டிருந்தபோது இன்னொரு துருவமான அம்பேத்கர் நீண்ட நெடிய கட்டுரை ஒன்றை கைவலிக்க எழுதிக்கொண்டிருந்தார்.

பாகிஸ்தான் பற்றிய எண்ணங்கள் என்பதுதான் அதன் தலைப்பு. பின்னர் அது புத்தகமாக வெளியானது. காந்தி, ஜின்னா என்ற

இரண்டு முக்கியத் தலைவர்களாலும் ஏற்றுக் கொள்ளப்பட்ட அந்தப் புத்தகம் பாகிஸ்தான் அல்லது இந்தியப் பிரிவினை என்ற தலைப்பில் மறுபதிப்பு செய்யப்பட்டது.

இந்துக்களின் முன்னேற்றம், அமைதி, விடுதலை ஆகியவற்றைக் கருத்தில் கொண்டு பார்த்தால் பிரிட்டிஷ் இந்தியா என்பது இந்துஸ்தான், பாகிஸ்தான் என்ற இரண்டு தேசங்களாகப் பிரிக்கப்பட வேண்டும். முஸ்லிம்கள் என்பவர்கள் தனியான தேசிய இனத்தைச் சேர்ந்தவர்கள் என்பதை எல்லோரும் ஒப்புக்கொள்ளவேண்டும் என்பதுதான் அம்பேத்கர் முன்வைத்த வாதம்.

இயற்கை வளங்களைப் பொறுத்தவரை இந்தியா செழிப்பாகவே இருக்கிறது. ஆகவே, பாகிஸ்தான் பிரிந்துபோவதால் இந்தியாவுக்குப் பெரிய நஷ்டங்கள் எதுவும் இல்லை. இஸ்லாமியர்களின் நாட்டுப்பற்றில் சந்தேகம் இருக்கும்போது அவர்களை உள்ளுக்குள்ளேயே வைத்துக் கொண்டு எதிரியாகப் பாவிப்பதைக் காட்டிலும் வெளியே அனுப்பிவிட்டு எதிரியாகப் பாவிப்பது நியாயமானது என்றார் அம்பேத்கர்.

எப்படி துருக்கியும் கிரீஸும் பல்கேரியாவும் மக்களைப் பரிமாற்றம் செய்துகொண்டு தங்களுக்குள் நிலவிய பூசல்களை முடிவுக்குக் கொண்டுவந்தனவோ அதைப்போல பாகிஸ்தானில் இருக்கும் இந்துக்கள் அனைவரும் இந்தியாவுக்கு வந்துவிட வேண்டும், இந்தியாவில் இருக்கும் முஸ்லிம்கள் பாகிஸ்தானுக்குச் சென்றுவிட வேண்டும். இது ஆக்கப்பூர்வமான மாற்றமாக இருக்கும் என்றும் ஆலோசனை கூறினார் அம்பேத்கர்.

பாகிஸ்தானுக்கு ஆதரவான கருத்துகளைத் தன்னுடைய புத்தகத்தில் முன்வைத்த அம்பேத்கர், முஸ்லிம்களின் குறைபாடுகளையும் பட்டியலிடத் தவறவில்லை.

இஸ்லாமியர்களின் அரசியல் சமூகச் சீர்திருத்தத்தை அடிப்படையாகக் கொண்டதல்ல; மதத்தை அடிப்படையாக கொண்டது. அவர்கள் தமது மதத்தை உலக மதமாகக் கருதுகிறார்கள். அவர்கள் கடைப்பிடிக்கும் சகோதரத்துவம் என்பது உலக மானுட சகோதரத்துவம் அல்ல. அவர்களுக்கு உள்ளாகவே பின்பற்றிக்கொள்ளும் சகோதரத்துவம்.

இஸ்லாமியர் அல்லாத மக்களிடம் அவர்கள் பகையையும் வெறுப்பையும் உமிழ்கின்றனர். முஸ்லிமால் ஆளப்படும்

நாட்டுக்கு விசுவாசமாக இருக்கும் அவர்கள் முஸ்லிம் அல்லாத வரால் ஆளப்படும் நாட்டை எதிரி நாடாகவே நினைக்கிறார்கள் என்று விமரிசித்தார்.

இந்தியாவையோ, இந்துக்களையோ அவர்கள் உறவினர்களாகக் கருதுவார்கள் என்று கருதுவதற்கு எந்தவிதமான முகாந்திரமும் இல்லை. இந்துக்களின் பலவீனங்களைத் தங்களுக்குச் சாதக மாகப் பயன்படுத்திக் கொள்ளும் போக்கிரித்தனமான காரியங் களில் முஸ்லிம்கள் ஈடுபடுவதாக அந்த நூலில் குறிப்பிட்டார் அம்பேத்கர்.

வலிமையான மத்திய அரசு அமையவேண்டும் என்றால் பாகிஸ் தான் என்ற புதிய தேசத்தைப் பிரித்தெடுக்க வேண்டியது அவசிய மான ஒன்று. இல்லாவிட்டால் எதிர்கால விளைவுகள் மிகவும் மோசமானதாக அமையும். பிரிட்டிஷ் இந்தியாவைப் பிரிக்காத பட்சத்தில் அதன் விளைவும் கொடுமையாக இருக்கும். வலிந்து திணிக்கப்படும் ஒற்றுமை முன்னேற்றத்துக்கு முட்டுக்கட்டை யாக இருக்கும். சுதந்தர வேட்கையின் நம்பிக்கைகள் சிதறிவிடும் என்று எச்சரிக்கை விடுத்தார்.

இந்தியா ஒன்றுபட்ட நாடாகவே இருக்க வேண்டும் என்று வலி யுறுத்தினால் இந்திய நாட்டின் எதிர்காலக் கனவுகள் அனைத் துமே சீரழிந்துவிடும். கட்டாயத்தின் காரணமாக ஒரே நாடாக வைக்கப்படும் இந்தியா உயிரோட்டத்துடன் திகழாது. மேலும் இதில் தொடர்புடைய மூன்றாவது நாடான பிரிட்டனின் பிரச்னையும் இதனால் தீர்வுக்கு வராது. இருவேறுபட்ட நிலை என்ற விஷம் இந்தியாவைப் பற்றிப் படரும். அதனால் இந்தியா தன்னுடைய வலிமையை இழந்து நலிவடையும்.

உயிருள்ள பிணமாக, இறந்த பின்னும் புதைக்கப்படாத உடலாக இந்தியா காட்சி தரும். இத்தகைய இரட்டை நிலையில் தோன்றக் கூடிய இருண்ட காட்சிகளையும் இந்தியாவைப் பாகிஸ்தான், இந்துஸ்தான் என்று பிரிப்பதால் ஏற்படக்கூடிய நன்மை களையும் ஒப்பிட்டுப் பாருங்கள். பிரிவினை என்பது அவரவர் நாட்டின் எதிர்காலத்தை நிர்ணயிப்பதற்கான டொமினியன் அந்தஸ்துடன் இருப்பதா அல்லது முழுச் சுதந்தர நாடாக ஆவதா என்பதற்கான புதிய வழியைக் காட்டும் என்று எழுதினார் அம்பேத்கர்.

இந்திய ராணுவத்தில் மஹர் உள்ளிட்ட தாழ்த்தப்பட்ட மக்கள் அதிக அளவில் சேர வேண்டும் என்று வலியுறுத்தினார் அம்பேத்கர். அதை ஏற்று ஏராளமான தீண்டப்படாத சாதியைச் சேர்ந்த இளைஞர்கள் ராணுவத்தில் தங்களை இணைத்துக் கொண்டனர். மஹர்களுக்கென்று பிரத்யேக பிரிவு ஒன்றும் இந்திய ராணுவத்தில் உருவாக்கப்பட்டது. இது அம்பேத்கரின் தொடர் முயற்சிகளுக்குக் கிடைத்த வெற்றியாகக் கருதப் பட்டது. ராணுவத்துக்கு நபர்களைத் தேர்வு செய்யும் குழுவில் மஹர்களும் இடம்பெற்றனர்.

இந்திய ராணுவத்தில் இஸ்லாமியர்களின் அதிக அளவிலான பங்களிப்பைக் குறைப்பது நல்லது என்று சொன்ன அம்பேத்கர், சாதி இந்துக்களுக்கு எதிராக நான் போராடி வருவது உண்மை தான். ஆனாலும் என்னுடைய தேசப் பாதுகாப்பு முக்கியம் என்றார் அம்பேத்கர். முற்றிலும் புரிந்துகொள்ள முடியாத தலைவராக இருக்கிறாரே என்று காங்கிரஸ் தலைவர்களும் பிரிட்டிஷாரும் ஆச்சரியத்தில் மூழ்கினர்.

மார்ச் 1942ல் சர் ஸ்டாஃபோர்ட் கிரிப்ஸ் தூதுக்குழு இந்தியா வந்தது. அந்தக் குழு இந்தியாவில் இருக்கும் முக்கியத் தலைவர் கள் பலரையும் சந்தித்துப் பேசியது. அரசியல் சூழ்நிலை குறித்து அம்பேத்கருடனும் பேசியது. மார்ச் 30, 1942 அன்று எம்.சி. ராஜாவும் அம்பேத்கரும் இணைந்து சென்று கிரிப்ஸுடன் பேச்சுவார்த்தை நடத்தினர்.

போர் முடிந்தபிறகு ஓர் அரசியல் அமைப்புச் சபையைக் கூட்டவேண்டும். அது இந்திய சமஸ்தானங்களின் ஒத்துழைப் புடன் அரசியல் அமைப்புச் சட்டத்தை வடிவமைக்க வேண்டும். ஆனால் இந்திய யூனியனில் சமஸ்தானங்கள் சேர்வதா, வேண்டாமா என்பது சமஸ்தானங்களின் உரிமை என்றது கிரிப்ஸ் திட்டம். ஆனால் இதை பெரும்பாலான தலைவர்கள் ஏற்க வில்லை.

அந்தக் குழுவுடன் நடந்த பேச்சுவார்த்தைகள் காங்கிரஸ், முஸ்லிம் லீக், இந்து மகா சபை என்று யாரையும் திருப்திப்படுத்தவில்லை. அம்பேத்கருக்கும் கிரிப்ஸ் திட்டத்தில் உடன்பாடு இல்லை என்றுகூறி அதை நிராகரிப்பதாக அறிவித்தார். அதேசமயம் தன்னுடைய கருத்தை அந்தக் குழுவிடம் எழுத்து மூலமாகத்

தெரிவித்தார். எந்த அரசியல் சட்டத்திருத்தமாக இருந்தாலும் அது தாழ்த்தப்பட்ட மக்களுக்கு பாதுகாப்பு வழங்கக்கூடியதாக இருக்க வேண்டும் என்பதுதான் அம்பேத்கரின் வாதம்.

தேசிய அளவில் தீண்டப்படாத மக்கள் ஒருங்கிணைக்கப்பட வேண்டும் என்று விரும்பினார் அம்பேத்கர். இந்தியா முழுவதும் உள்ள தீண்டப்படாத மக்களின் தலைவர்களுக்கு அழைப்பு விடுத்தார். தெளிவான கொள்கைகளும் நோக்கங்களும் கொண்ட ஓர் அனைத்திந்திய அமைப்பை எல்லா மாகாணங்களிலும் உள்ள அனைத்து தீண்டப்படாத சாதியினர் மற்றும் தலைவர்களின் ஒத்துழைப்புடன் ஏற்படுத்தவேண்டும் என்று விரும்பினார் அம்பேத்கர். இதற்கிடையே அம்பேத்கருக்கு புதிய பொறுப்பு ஒன்று காத்திருந்தது!

# 17

# காந்திக்குக் கடிதம்

ஜூலை 2, 1942. வைஸ்ராய்க்கான நிர்வாகக்குழு விரிவு படுத்தப்பட்டது. சர்.சிபி. ராமசாமி அய்யர், எம்.என். ராய், ஜம்னாதாஸ் மேத்தா, அம்பேத்கர், சண்முகம் செட்டியார், சர் முகமது உஸ்மான், சர்.ஜெ.பி. ஸ்ரீவஸ்தவா, ஜோகேந்திர சிங் ஆகியோர் வைஸ்ராய்க்கான ஆலோசனைக் குழு உறுப்பினர்களாக நியமிக்கப்பட்டனர். தொழிலாளர் நலத்துறை அமைச்சர் பொறுப்பு அம்பேத்கருக்குத் தரப்பட்டது. நேற்றுவரை போராளியாக மட்டுமே வலம்வந்துகொண்டிருந்த அம்பேத்கருக்கு தற்போது முக்கியத்துவம் வாய்ந்த பதவி கிடைத்திருப்பதால் அவர் எப்படி நடந்துகொள்வார் என்ற கேள்வி எழுந்தது. அதற்கு அம்பேத்கர் அளித்த பதில் இதுதான்:

'நான் ஏழையாகப் பிறந்தவன். ஏழைகளின் மத்தியில் வளர்ந்தவன். ஏழைகளைப் போலவே ஈரமான தரைக்கு மேலே சாக்குத் துணியைப் போட்டு அதன்மீது படுத்து உறங்கியவன். அவர்களுடைய சுக, துக்கங்களில் பங்குபெற்றவன். ஆகவே, என்னுடைய போக்குகளில் இருந்து நான் மாறமாட்டேன். தில்லியில் உள்ள என்னுடைய வீட்டின் கதவுகள் என்னுடைய நண்பர்களாகிய உங்களுக்காக எப்போதும் திறந்தே இருக்கும்.'

1942 ஜூலையில் நாகபுரியில் மாநாடு ஒன்றுக்கு ஏற்பாடு செய்யப்பட்டது. அதில் கலந்துகொள்வதற்காக நாக்பூர் வந்த

அம்பேத்கரை ஆயிரக்கணக்கில் திரண்டிருந்த தாழ்த்தப்பட்ட இளைஞர்கள் வரவேற்றனர். அதில் தீண்டப்படாத சாதியைச் சேர்ந்த பெண்கள் மாநாட்டில் பேசிய அம்பேத்கர் பெண்களுக்குப் பல அறிவுரைகளையும் ஆலோசனைகளையும் வழங்கினார்.

'தூய்மையாக இருக்கக் கற்றுக்கொள்ளுங்கள். தீய பழக்கங்களைக் கைவிடுங்கள். உங்களுடைய பிள்ளைகளைப் படிக்க வையுங்கள். வாழ்க்கையில் முன்னேற வேண்டும் என்ற வேட்கையை அவர்களுக்கு ஊட்டுங்கள். அவர்களுடைய தன்னம்பிக்கையை வளர்த்துவிடுங்கள். அவர்களிடம் இருக்கும் தாழ்வு மனப்பான்மையை விரட்டுங்கள். பிள்ளைகளுக்குத் திருமணம் செய்துவிடவேண்டும் என்று அவசரப்படாதீர்கள். திருமணம் ஒரு சுமை. திருமணத்துக்குப் பிறகு ஏற்கவேண்டிய கூடுதல் பொறுப்புகளைத் தாங்கிக் கொள்ளும் அளவுக்கு வருவாய் ஈட்டக்கூடிய தகுதியை உங்கள் பிள்ளைகள் அடையும் வரையில் திருமணத்தை அவர்கள் மீது திணிக்காதீர்கள். அதிகமான பிள்ளைகளைப் பெற்றுக்கொள்வது ஒரு குற்றம் என்று கருதுங்கள். திருமணம் செய்துகொள்ளும் ஒவ்வொரு பெண்ணும் கணவனுக்கு நல்ல நண்பனாக, வாழ்க்கைத் துணைவியாக, இல்வாழ்வில் சம உரிமை கொண்டவராக, அடிமையாக இருக்க மறுப்பவராக இருக்கவேண்டும். தங்களுடைய பெற்றோரிடம் இருந்து தாங்கள் பெற்ற வாழ்க்கையைக் காட்டிலும் சிறந்த வாழ்க்கையை உங்கள் குழந்தைகளுக்கு அளிக்கவேண்டும் என்று ஒவ்வொருவரும் உறுதி எடுத்துக் கொள்ளுங்கள்.'

தீண்டப்படாதவர்களும் இந்திய அரசியலமைப்புச் சட்டமும் என்ற தலைப்பில் நீண்ட கட்டுரை ஒன்றை எழுதினார். அதில் அந்த மக்கள் எப்படி இந்தியாவில் அடிமைகளைக் காட்டிலும் மோசமான நிலையில் இருக்கிறார்கள் என்பதையும் காந்தி, நேரு போன்ற ரட்சகர்கள் தாழ்த்தப்பட்ட மக்களின் நலன்களில் காட்டும் அக்கறை குறித்தும் எழுதினார். பிறகு அந்தக் கட்டுரை காந்தியும் தாழ்த்தப்பட்டோரின் முன்னேற்றமும் என்ற தலைப்பில் புத்தகமாக வெளியானது.

பிரிட்டிஷ் அமைச்சரவையில் தொழிலாளர் அமைச்சராக தொடர்ந்து நீடித்துவந்தார் அம்பேத்கர். அப்போது வைஸ்ராய் லின்லித்கோவிடம் சில கோரிக்கைகளை முன்வைத்தார்.

ஐ.சி.எஸ். பணிகளில் தீண்டப்படாத மக்களுக்கான சதவீதத்தை அதிகரிக்க வேண்டும், முஸ்லிம்களுக்கு வழங்குவது போல மக்கள் தொகையின் அடிப்படையில் தீண்டப்படாத மக்களுக்கு வேலை வாய்ப்புகள் தர வேண்டும், தீண்டப்படாத மக்கள் கல்விக்கான நிதியை அதிக அளவில் ஒதுக்க வேண்டும். டெல்லியில் தீண்டப்படாத மாணவர்களுக்கு சில இடங்களைத் தனியே ஒதுக்கீடு செய்யவேண்டும், மத்திய கவுன்சிலில் தீண்டப்படாத பிரதிநிதித்துவத்தை அதிகரிக்க வேண்டும், செயலாக்க கவுன்சிலில் தீண்டப்படாத உறுப்பினர் ஒருவரைக் கூடுதலாகச் சேர்க்கவேண்டும் என்ற ஆறு கோரிக்கைகளை வலியுறுத்தியிருந்தார் அம்பேத்கர்.

காங்கிரஸ் கட்சிக்கும் பிராமண ஆதிக்கத்துக்கும் எதிரான பிரசாரத்தில் தொடர்ந்து ஈடுபட்டார் அம்பேத்கர். காங்கிரஸ் என்பது தீப்பிடித்து எரியும் வீடு. அதில் நுழைந்து உங்கள் வாழ்க்கையை பஸ்பமாக்கிக்கொள்ள வேண்டாம். அதிலிருந்து விலகியே இருங்கள். தாழ்த்தப்பட்ட மக்கள் அனைவரும் மற்ற கட்சிகளின் சென்று சிதறாமல் ஒரே இடத்தில் ஒருங்கிணைந்து இருந்தால் நிச்சயம் பிரிட்டிஷார் தீண்டப்படாதோர் உரிமை களை மறுக்கத் துணியமாட்டார்கள். தீண்டப்படாத மக்களாகிய நமக்குத் தேவை முதல் தரக்குடிமகன் அந்தஸ்துதான். அதற்குக் கீழான எதையும் ஏற்கத் தேவையில்லை. நாம் முதலாளிகள் போல நடந்துகொள்ளவேண்டுமே தவிர அடிமைகளைப் போல அல்ல என்று பேசினார் அம்பேத்கர்.

காந்தி மீண்டும் ஒத்துழையாமை இயக்கத்துக்கு அழைப்பு விடுத்தார். ஆகஸ்ட் புரட்சி என்று அந்தப் போராட்டத்துக்கு பிரபலமான பெயர் கிடைத்தது. ஆத்திரமடைந்த பிரிட்டிஷ் அரசு காங்கிரஸ் தலைவர்களையும் தொண்டர்களையும் கைது செய்யும் நடவடிக்கையில் இறங்கியது. போராட்டம். கிளர்ச்சி. வன்முறை. எங்கு பார்த்தாலும் பதற்றம். அம்பேத்கர் இந்த ஆகஸ்டு புரட்சியை ஏற்றுக்கொள்ளவில்லை.

பிப்ரவரி 10, 1943. காந்தி உண்ணாவிரதம் தொடங்கினார். அப் போது காந்தி ஆகாகான் மாளிகையில் சிறைவைக்கப்பட்டிருந் தார். அப்போது வைஸ்ராய்க்கான ஆலோசனைக் குழு உறுப் பினர்கள் உடனடியாகத் தங்களது பதவிகளை ராஜினாமா செய்ய வேண்டும் என்ற கோரிக்கை எழுந்தது. ஆனால் அம்பேத்கரோ அந்த கோரிக்கையை அலட்சியம் செய்துவிட்டார்.

இந்தியப் பிரிவினை குறித்த விவாதங்கள் நாடு தழுவிய அளவில் நடந்துகொண்டிருந்த சமயத்தில் அதுபற்றிய அம்பேத்கரின் கருத்துகள் அதிக கவன ஈர்ப்பைப் பெற்றன. எல்லை வரையறைக் குழு ஒன்றை அமைக்க வேண்டும், இரண்டு கருத்துக் கணிப்புகள் நடத்த வேண்டும் என்பதுதான் அம்பேத்கரின் முக்கியமான ஆலோசனை.

பாகிஸ்தான் என்ற தனிதேசத்தை விரும்புகிறார்களா என்பதைக் கண்டறிய முதலில் ஒரு கருத்துக்கணிப்பை நடத்தவேண்டும். அடுத்து பாகிஸ்தான் பகுதியில் இருக்கும் முஸ்லிம் அல்லாதவர்கள் எங்கே வாழ விரும்புகிறார்கள் என்பதற்குத் தனியே ஒரு கருத்துக் கணிப்பை மேற்கொள்ள வேண்டும்.

அவர்கள் பாகிஸ்தானிலேயே வாழ முன்வந்தால் எல்லையில் எந்தவிதமான மாற்றத்தையும் செய்யவேண்டிய அவசியம் இல்லை. மறுப்பு தெரிவித்தால் இஸ்லாமியர்களின் எண்ணிக்கையைப் பொறுத்து எல்லைகளை வரையறை செய்துகொள்ள குழு ஒன்றை அமைக்கலாம். அதன்பிறகு இரண்டு ஆண்டுகள் கழித்து முஸ்லிம்கள் தனித்துப் போகும் முடிவில் உறுதியாக இருந்தால் பிரிவினை செய்யலாம் என்பதுதான் அம்பேத்கர் முன்வைத்த திட்டம்.

பாகிஸ்தான் வேண்டும் என்ற முஸ்லிம் லீகின் கோரிக்கைக்கு காந்தி சம்மதம் தெரிவித்தது அம்பேத்கருக்கு மகிழ்ச்சியைக் கொடுத்தது. காரணம், அதேபோன்றதொரு நிலைப்பாட்டையே தீண்டப்படாத மக்கள் விஷயத்திலும் காந்தி எடுப்பார் என்பது அம்பேத்கரின் நம்பிக்கை. உடனடியாக காந்திக்குக் கடிதம் ஒன்றை எழுதினார்.

'இந்தியா தன்னுடைய அரசியல் குறிக்கோளை அடைய வேண்டுமானால் இந்து - முஸ்லிம் மக்களுக்கு இடையேயான பிரச்னைகளுக்குத் தீர்வு கண்டது போலவே இந்துக்களுக்கும் தீண்டப்படாத மக்களுக்கும் இடையே நிலவும் பிரச்னைகளுக்குத் தீர்வு காணப்படவேண்டும். எந்த அடிப்படையில் அத்தகைய உடன்பாட்டை உருவாக்குவது என்று திட்டமிட நான் தயாராக இருக்கிறேன்.'

ஆனால் காந்தியோ அம்பேத்கரின் கோரிக்கையை தனக்கே உரிய சாதுரியமான வார்த்தைகளால் நிராகரித்தார். 'என்னைப் பொறுத்தவரை தீண்டப்படாத வகுப்பினரின் பிரச்னை என்பது

மதம் மற்றும் சமூக சீர்த்திருத்தத்துடன் தொடர்புடையது. உங்களுடைய திறமையை நான் நன்கு அறிவேன். நீங்கள் எனது கூட்டாளியாக இருக்கவேண்டும் என்று விரும்புகிறேன். நீங்கள் என்னுடன் இணைந்து பணியாற்றவேண்டும் என்று விரும்பு கிறேன். ஆனால் தீண்டப்படாத வகுப்பினர் தொடர்பான பிரச்னையில் நீங்களும் நானும் மாறுபட்ட கருத்தைக் கொண்டு இருக்கிறோம். இது என்னுடைய துரதிருஷ்டம் என்றுதான் சொல்லவேண்டும்.'

சென்னை வந்திருந்த அம்பேத்கர், நீதிக்கட்சித் தொண்டர்கள் மத்தியில் உரை நிகழ்த்தினார். அதன் தலைவர் ஈ.வெ.ராம சாமியைச் சந்தித்துப் பேசினார். 1762ல் ஆபிரஹாம் லிங்கன் கறுப்பர்களுக்கு விடுதலை வழங்கினார். ஒருங்கிணைந்த அமெரிக்காவே அவருடைய நோக்கம். கறுப்பர்களின் வாக்கு வங்கி அவருக்குப் பிரதானமாக இருந்தது. காந்தியும் அப்படித் தான். சதுர்வர்ணமும் சுதந்தரமுமே அவருடைய நோக்கங்கள். தலித் மக்களின் முன்னேற்றம் பற்றி அவர் அதிகம் அலட்டிக் கொள்ளவில்லை என்று பேசினார் அம்பேத்கர்.

# 18

## சட்டம் என் கையில்!

**1945** செப்டெம்பரில் இந்தியாவில் பொதுத்தேர்தல் நடத்தப் படும் என்று அறிவித்தார் வேவல் பிரபு. பிரதான அரசியல் கட்சியான காங்கிரஸ் ஆட்சியைக் கைப்பற்றும் நோக்கத்துடன் ஆரவாரமாகத் தேர்தலைச் சந்திக்கத் தயாரானது. இந்து மகா சபை, முஸ்லிம் லீக் என்று முக்கியக் கட்சிகள் அனைத்தும் தேர்தலுக்குத் தயாராகின.

ஆளுக்கொரு கோஷம். ஆளுக்கொரு கொள்கை. வெள்ளை யனே வெளியேறு என்றது காங்கிரஸ் கட்சி. அடைந்தால் பாகிஸ்தான். இல்லையேல் சுடுகாடு என்றது முஸ்லிம் லீக். இந்தியாவின் ஒற்றுமைதான் இந்தியாவின் சுதந்தரம் என்றது இந்து மகா சபை. தேர்தல் வேலைகள் களைகட்டத் தொடங்கின. ஆனால் அம்பேத்கரின் முகாமோ சுரத்தில்லாமல் இருந்தது. இடைப்பட்ட காலத்தில் தன்னுடைய தொழிலாளர் கட்சியைக் கலைத்துவிட்டு, தீண்டப்படாத சாதிகளின் பேரவையைத் தொடங்கியிருந்தார் அம்பேத்கர்.

கையில் பணமில்லை என்றாலும் கைவசம் பலம் பொருந்திய கொள்கைகள் இருக்கும் தைரியத்தில் தேர்தலை எதிர்கொள்ளத் தயாரானார் அம்பேத்கர். அவருடைய பேரவைத் தொண்டர்கள் தேர்தல் வேலைகளைத் தொடங்கினர். தேர்தல் பிரசாரத்தில் அம்பேத்கர் ஒரு விஷயத்தை அழுத்தந்திருத்தமாக வலியுறுத்தி

னார். 'ஒருவேளை நம்முடைய வேட்பாளர்களை நீங்கள் வெற்றி பெறச் செய்யவில்லை என்றால் நான் காங்கிரஸ் கட்சிக்குள் கரைவதைத்தவிர வேறு வழியில்லை. இந்தத் தேர்தல் தீண்டப் படாத மக்களுக்கு வாழ்வா? சாவா? என்பது போன்றது.'

அப்போது தீண்டப்படாத சாதியினர் பேரவையைச் சேர்ந்தவர்கள் தேர்தல் பிரசாரம் செய்வதை காங்கிரஸ் கட்சியினர் தடுப்பதாக செய்திகள் வந்தன. அம்பேத்கரிடம் வந்து முறையிட்டனர். எல் லோரையும் அமைதிப்படுத்திவிட்டு அம்பேத்கரே பேசினார்.

'காங்கிரஸ் கட்சியினர் கடைப்பிடிக்கும் அதே அணுகுமுறையை எங்களுக்கும் கடைப்பிடிக்கத் தெரியும். அது தேவையா என்பதை நீங்களே முடிவுசெய்துகொள்ளுங்கள்.'

தேர்தல்கள் முடிந்தன. அம்பேத்கர் தலைமையிலான பேர வைக்குக் கடும் தோல்வி. நேர்மாறாக காங்கிரஸ் கட்சி அபார வெற்றியை ஈட்டியிருந்தது. தெளிவான கொள்கைகள். நியாய மான கோரிக்கைகள். துல்லியமான திட்டங்கள். கடுமையான பிரசாரம். எதுவும் பலன் கொடுக்காமல் போனது அம்பேத்கரை சோர்வடையச் செய்திருந்தது.

●

பிரிட்டிஷ் பிரதமர் க்ளமெண்ட் அட்லி, இந்தியாவில் உள்ள தலைவர்களுடன் பேச்சுவார்த்தை நடத்த குழு ஒன்றை அமைத் தார். சர் ஸ்டாஃபர்ட் க்ரிப்ஸ் (முன்பு பார்த்த அதே கிரிப்ஸ்தான்), ஏ. வி. அலெக்சாண்டர் மற்றும் லார்ட் பெடிக் லாரன்ஸ் ஆகியோர் அந்தக் குழுவில் இடம்பெற்றனர். அந்தக் குழுவினர் காங்கிரஸ், முஸ்லிம் லீக், இந்து மகா சபை உள்ளிட்ட கட்சி களின் பிரதிநிதிகளுடன் பேச்சு நடத்தினர்.

பிறகு சிறுபான்மை மக்களின் பிரதிநிதிகள் என்ற முறையில் அம்பேத்கரையும் மாஸ்டர் தாராசிங்கையும் பேச்சுவார்த்தைக்கு அழைத்தனர். தீண்டப்படாத சாதியினரின் கோரிக்கைகளைப் பற்றி அவர்களிடம் விரிவாகப் பேசினார் அம்பேத்கர். ஆனால் அந்தக் குழு வெளியிட்ட அறிக்கையில் தீண்டப்படாதார் பற்றி எதுவும் இடம்பெறவில்லை. மீண்டும் ஏமாற்றம். மீண்டும் வலி.

தேர்தல்கள் முடிந்ததால் அதன் அடிப்படையில் இடைக்கால அமைச்சரவையை உருவாக்கும் எண்ணத்துக்கு வந்திருந்தார்

வைஸ்ராய். அதற்கு முன்னதாக வைஸ்ராயின் ஆலோசனைக் குழுவில் உறுப்பினர்களாக இருந்தவர்கள் பதவி விலக வேண்டும் என்று கோரப்பட்டனர். அம்பேத்கர் உடனடியாகப் பதவி விலகினார். தொழிலாளர் நல அமைச்சர் என்ற முறையில் தன்னால் பல காரியங்களைச் செய்ய முடிந்திருந்த போதிலும் மேலும் பல பணிகள் காத்திருப்பதை அவரால் உணரமுடிந்தது.

பதவி விலகிய அம்பேத்கருக்கு அப்போதைக்கு ஆறுதல் தரும் இடமாக அவர் உருவாக்கிய மக்கள் கல்விக் கழகம் இருந்தது. அதன் மூலம் சித்தார்த்தா கல்லூரி என்ற பெயரில் புதிய கல்லூரி ஒன்றைத் தொடங்கி, அதன் நிர்வாகத்தில் தன்னை ஈடுபடுத்திக் கொண்டார்.

இந்திய அரசியல் அடுத்த கட்டத்துக்கு நகரத் தொடங்கியது. ஒவ்வொரு மாகாணமும் தங்களுடைய அரசியலமைப்புச் சட்ட அவைக்கு உறுப்பினர்களைத் தேர்வு செய்யும் பணியில் ஈடு பட்டது. பம்பாயில் இருந்து தேர்வு செய்ய வாய்ப்பு இல்லாத தால் வங்காளத்தில் இருந்து போட்டியிட்டார் அம்பேத்கர். முஸ்லிம் லீக் கட்சியின் ஆதரவு கிடைத்தது. வெற்றி பெற்றார்.

அம்பேத்கருடைய போராட்ட முறைகள் வன்முறை அற்றதாக இருந்தாலும் தேச நலனுக்கு உகந்ததாக இல்லை என்ற விமரிசனத்தை காங்கிரஸ் தலைவர்கள் முன்வைத்தனர். அதற்கு பதிலளித்த அம்பேத்கர், 'ஒருவர் காங்கிரஸ் கட்சியின் உறுப்பின ராக இல்லாமலேயே தேச பக்தராகச் செயல்பட முடியும். எந்தவொரு காங்கிரஸ் தலைவரைக் காட்டிலும் நான் ஒரு சிறந்த தேச பக்தன். சிறந்த தேசியவாதி' என்றார்.

மத்தியில் இடைக்கால அமைச்சரவை அமைப்பது என முடி வானது. பலகட்டப் பேச்சுவார்த்தைகளுக்குப் பிறகு வைஸ்ராய் பதினான்கு நபர்களுக்கு இடைக்கால அரசில் பங்கேற்க வாருங்கள் என்று அழைப்பு விடுத்தார். அந்தப் பட்டியலில் காங்கிரஸ் கட்சியின் சார்பாக ஜவாஹர்லால் நேரு, வல்லபபாய் படேல், ராஜேந்திர பிரசாத், ராஜகோபாலாச்சாரி, ஹரி கிருஷ்ண மத்தாப் ஆகியோர் இடம்பெற்றனர்.

முஸ்லிம் லீக் சார்பாக முகமது அலி ஜின்னா, லியாகத் அலி கான், முகமது இஸ்மாயில் கான், க்வாஜா சர் நிஜாமுதீன், அப்துல் ரப் நிஷ்தார் ஆகியோரும் சீக்கியப் பிரதிநிதியாக சர்தார் பல்தேவ்

சிங்கும் தீண்டப்படாத சாதியினரின் பிரதிநிதியாக ஜெகஜீவன் ராமும் இடம்பெற்றிருந்தனர். ஆனால் காங்கிரஸ் கட்சியோ தங்களுக்கு ஒதுக்கப்பட்ட ஐந்து இடங்களில் ஒன்றை ஜாகீர் உசேனுக்குத் தரவேண்டும் என்று கோரியது. இதை ஜின்னா எதிர்த்தார். இடைக்கால அமைச்சரவையில் இடம்பெற முடியாது என்றும் அறிவித்துவிட்டார்.

பிறகு நேரு தலைமையில் இடைக்கால அரசு அமைக்கப்பட்டது. ஆகஸ்டு 25, 1946 அன்று பன்னிரண்டு பேர் கொண்ட அமைச்சரவை அறிவிக்கப்பட்டது. ஐந்து இந்துக்கள், மூன்று இஸ்லாமியர்கள் இடம்பெற்றனர். சீக்கியர்கள், கிறித்தவர்கள், பார்சிகள், தீண்டப்படாத சாதியினர் சார்பாக தலா ஒருவர் இடம்பெற்றனர்.

நடந்த அரசியல் மாற்றங்கள் ஒவ்வொன்றையும் உன்னிப்பாகக் கவனித்துக் கொண்டிருந்தார் அம்பேத்கர். அந்த அமைச்சரவையில் தீண்டப்படாத சாதியினருக்கு உரிய பிரதிநிதித்துவம் அளிக்கப்படவில்லை என்ற அதிருப்தி அவரைத் தாக்கியிருந்தது. காரணம், அப்போது ஜெகஜீவன் ராம் மட்டுமே தீண்டப்படாத சாதியைச் சேர்ந்தவராக இருந்தார்.

அக்டோபர் 26, 1946. இடைக்கால அமைச்சரவையில் முஸ்லிம் லீக் தன்னை இணைத்துக் கொண்டது. அதன் சார்பாக ஜோகேந்திர நாத் மண்டல் அமைச்சர் பதவியை ஏற்றுக்கொண்டார். இவர் தீண்டப்படாத சாதியைச் சேர்ந்தவர். இது அம்பேத்கருக்கு ஓரளவுக்கு மனதிருப்தியை உருவாக்கியது.

•

டிசம்பர் 9, 1946 அன்று அரசியல் சட்ட அமைப்புச் சபை கூடியது. அதன் தலைவராக ராஜேந்திர பிரசாத் தேர்ந்தெடுக்கப்பட்டார். சுதந்தரமான இறையாண்மை கொண்ட குடியரசாக இந்தியாவை நிறுவுவதே குறிக்கோள் என்ற தீர்மானத்தை நிறைவேற்ற வேண்டும் என்று பேசினார் நேரு. அதற்கு அவையில் பெருத்த ஆதரவு இருந்தது.

ஆனால் மூத்த தலைவர்களுள் ஒருவரான எம்.ஆர். ஜெயகர் மாற்றுக்கருத்து ஒன்றை வெளியிட்டார். அரசியலைப்புச் சட்ட சபையில் முஸ்லிம் லீகும் சமஸ்தானங்களும் இணையும்வரை

அந்தத் தீர்மானம் நிறைவேற்றப்படுவதைத் தள்ளிவைக்கலாம் என்றார் ஜெயகர். ஆனால் அவருடைய கருத்துக்கு அவையில் ஆதரவு இல்லை. எதிர்பாராத விதமாக அம்பேத்கர் ஜெயகரின் கருத்துக்கு ஆதரவு தெரிவித்து அனைவரையும் ஆச்சரியத்தில் ஆழ்த்தினார். அப்போது அம்பேத்கர் ஆற்றிய உரை அந்த அவையில் இருந்த அனைத்து வேறுபாடுகளையும் உடைத் தெறிந்தது.

'மத்திய அரசின் வலிமை மிக்க அதிகாரங்களைக் குறைத்துக் கொள்ள காங்கிரஸ் ஒப்புக்கொண்டது சரியான அணுகுமுறை அல்ல. ஒரு நாட்டு மக்களின் எதிர்காலத்தைத் தீர்மானிக்கும் முயற்சியில் தலைவர்களின் சிறப்பு அல்லது மற்றவர்களின் பெருமை அல்லது கட்சிகளின் உயர்வு ஆகியவை கணக்கில் எடுத்துக்கொள்ளப்படக் கூடாது.'

பிறகு, ஜனவரி 20, 1947 அன்று நேரு கொண்டுவந்த தீர்மானம் நாடாளுமன்றத்தில் நிறைவேற்றப்பட்டது.

வேவல் பிரபுவைத் திரும்ப அழைத்துக்கொண்டது பிரிட்டிஷ் நிர்வாகம். அவருக்குப் பதிலாக மௌண்ட்பேட்டன் பிரபு பிரிட்டிஷ் இந்தியாவின் வைஸ்ராயாகத் தேர்வு செய்யப் பட்டார். அதன்பிறகு இந்தியாவைப் பிரிக்கும் திட்டத்துக்கு காந்தியும் நேருவும் சம்மதம் தெரிவித்தனர்.

அதன்பிறகு அரசியலமைப்புச் சபை இந்தியாவுக்கான தேசியக் கொடியைத் தேர்வு செய்யும் பணியில் ஈடுபட்டது. அசோகச் சக்கரத்துடன் கூடிய மூவர்ணக் கொடியை வைத்துக் கொள்ள லாம் என்று முடிவு செய்யப்பட்டது. அதற்கு அம்பேத்கர் சம்மதம் தெரிவித்தார்.

உண்மையில் அசோகச் சக்கரத்துக்குப் பதிலாக கைராட்டையைப் பயன்படுத்தவேண்டும் என்று காந்தி விரும்பினார். ஆனால் அது ஏற்கப்படாதது அவரை அதிருப்தியடையச் செய்தது. தனக்கும் கொடிக்கும் எந்தவித தொடர்பும் இல்லை என்று பகிரங்கமாக அறிவித்தார் காந்தி.

ஜூலை 15, 1947. இந்தியாவுக்குச் சுதந்தரம் வழங்கும் மசோதாவை இங்கிலாந்து நாடாளுமன்றம் நிறைவேற்றியது. சுதந்தர இந்தியாவின் முதல் அமைச்சரவைப் பட்டியலில்

அம்பேத்கரும் இடம்பெறுவார் என்று பேசப்பட்டது. வல்லப பாய் பட்டேலும் எஸ்.கே. பாட்டீலும் அம்பேத்கரைச் சேர்த்துக் கொள்வதில் அதிக ஆர்வம் செலுத்தினர்.

உடனே நேரு, அம்பேத்கரை நேரில் அழைத்துப் பேசினார். சட்டத்துறை அமைச்சராக செயல்படவேண்டும் என்று கேட்டுக் கொண்டார். அம்பேத்கரும் அதற்குச் சம்மதம் தெரிவித்தார். அமைச்சரவையில் சர்தார் வல்லபபாய் படேல், மௌலானா அபுல் கலாம் ஆசாத், தமிழ்நாட்டைச் சேர்ந்த ஆர். கே. சண்முகம் செட்டியார் உள்ளிட்ட முக்கியஸ்தர்கள் பலர் இடம்பெற்றனர்.

இந்த இடத்தில் காங்கிரஸ் கட்சியின் நுணுக்கமான காய் நகர்த்தல்கள் முக்கியமானவை. அம்பேத்கர், காங்கிரஸ் கட்சிக்கு சிம்மசொப்பனமாக இருக்கிறார். அதனால்தான் பிரிட்டிஷார் வட்டமேஜை மகாநாடுகளில் அவருக்கு முக்கியத் துவம் கொடுத்தனர் என்பது காங்கிரஸ் தலைவரின் எண்ணம். ஆகவே, வலிமைமிக்க எதிரியைத் தன்பக்கம் வைத்துக் கொள்வதன் மூலம் எதிர்ப்புகள் எதுவும் இல்லாமல் பல காரியங்களைச் சாதிக்க முடியும் என்று கணக்கு போட்டது காங்கிரஸ்.

ஆகஸ்டு 15, 1947 அன்று வைஸ்ராய் மௌண்ட் பேட்டன் பிரபு கவர்னர் ஜெனரலாகப் பதவியேற்றுக்கொண்டார். அதன்பிறகு பிரதமர் ஜவாஹர்லால் நேரு, அமைச்சர் அம்பேத்கர் உள்ளிட் டோர் பதவிப் பிரமாணம் எடுத்துக்கொண்டனர். எங்கு பார்த் தாலும் உற்சாகம். கொண்டாட்டம். ஆனால் காந்தியோ எந்த விதமான கொண்டாட்டத்திலும் தன்னை ஈடுபடுத்திக்கொள்ள வில்லை. கல்கத்தாவுக்குச் சென்றிருந்தார்.

19

# ஐந்து காரணங்கள்

இரண்டு முக்கியப் பொறுப்புகள். மத்திய சட்ட அமைச்சர் மற்றும் அரசியலமைப்புச் சட்ட வரைவுக்குழுவின் தலைவர். அந்தக் குழுவில் டி.டி. கிருஷ்ணமாச்சாரி, என். மாதவராவ், அல்லாடி கிருஷ்ணசாமி, சையத் முகமது சாதுல்லா உள்ளிட்டோர் உறுப்பினர்களாக இருந்தனர். கடமைகள் காத்திருக்கும் அந்தப் பணி ஒப்படைக்கப்பட்டபோது அம்பேத்கரின் உடல் நிலை அத்தனை திருப்திகரமாக இல்லை.

வெளியே இந்து - முஸ்லிம் கலவரம் பெரிய அளவில் வெடித்துக் கொண்டிருந்தது. எங்கு பார்த்தாலும் கலவரம். வன்முறை. ரத்தம். கொலைகள். வன்புணர்ச்சிகள்.

இதற்கு எதிர்ப்பு தெரிவித்து ஜனவரி 13, 1948 அன்று உண்ணா விரதம் அறிவித்தார் காந்தி. அப்போது பிரிவினை சம்பிரதாயங்களின் ஒருபகுதியாகப் பாகிஸ்தானுக்குத் தரவேண்டிய ஐம்பத்தைந்து கோடி ரூபாயை உடனடியாகத் தந்துவிடவேண்டும் என்பது உள்ளிட்ட கோரிக்கைகளை காந்தி வலியுறுத்தினார். பாகிஸ்தானுக்குத் தரவேண்டிய பணம் உடனடியாகத் தரப்பட்டது.

ஜனவரி 30, 1948 அன்று நாதுராம் கோட்ஸே என்ற இந்துத் தீவிரவாதியால் துப்பாக்கியால் சுடப்பட்டு காந்தி கொல்லப்பட்டார்.

இது எரிந்து கொண்டிருந்த இந்து - முஸ்லிம் வன்முறைத் தீயை மேலும் அதிகப்படுத்தியது. அவருடைய மரணம் ஒட்டுமொத்த இந்தியாவையும் ஒருகணம் உலுக்கிப்போட்டுவிட்டது. காந்தியின் மறைவையொட்டி முக்கியத் தலைவர்கள் பலரும் இரங்கல் அறிக்கை வெளியிட்டனர். அம்பேத்கர் சோகம் கப்பிய முகத்துடன் காந்தியின் இறுதி ஊர்வலத்தில் கலந்து கொண்டார்.

அதன்பிறகு அரசியல் சட்ட நகலை வடிவமைப்பதில் தன்னை முழுமையாக ஈடுபடுத்திக் கொண்டார் அம்பேத்கர். வாழ்க்கையில் இத்தனை நெருக்கடியான தருணங்களை அம்பேத்கர் சந்தித்திருக்கவே மாட்டார். ஆயிரத்தெட்டு சிக்கல்கள். ஆயிரத்தெட்டு பிரச்னைகள். உரிமைப் பிரச்னைகள். கடமைப் பிரச்னைகள். சட்டக் குளறுபடிகள். போதாக்குறைக்கு வரைவுக்குழுவினரின் ஒத்துழைப்பு மந்தமாகவே இருந்தது.

தன்னுடைய வாழ்நாளின் பெரும்பகுதியை எந்த விஷயத்துக்காகப் போராடினாரோ அதற்குத் தீர்வு கொடுக்கவேண்டிய பணி அவர் வசம் ஒப்படைக்கப்பட்டிருந்தது. அந்தப் பொறுப்புணர்வு அவரைத் துவளாமல் பார்த்துக்கொண்டது. 1948 பிப்ரவரி மாதத்தில் அரசியல் அமைப்புச் சட்டத்தை எழுதி முடித்தார். அதை அரசியலமைப்புச் சட்ட அவையின் தலைவர் ராஜேந்திர பிரசாத்திடம் அளித்தார். உண்மையில் அதுவொரு நகல் சட்டம். ஆகவே, மக்கள் கருத்தை அறிந்து கொள்ள வெளியிடப்பட்டது.

அரசியல் சட்டத்தை வடிவமைக்கும் பணியை ஏற்றுக்கொள்வதற்கு முன்பிருந்தே அவருடைய உடல்நிலை கடுமையாகப் பாதிக்கப்பட்டிருந்தது. கால் வலி. தாங்கிக்கொள்ள முடியாமல் தவித்தார். சேர்ந்தாற்போல் பத்தடி நடக்கமுடியவில்லை. அவ்வப்போது மருத்துவர்களிடம் ஆலோசனை கேட்டார். மருந்துகளையும் உட்கொண்டார். பலனில்லை. வயதாகி விட்டது. உடல் கொஞ்சமும் ஒத்துழைக்கவில்லை. ஏதேனும் மாற்று ஏற்பாடு செய்யவேண்டும் என்று மனத்துக்குள் சொல்லிக் கொண்டார்.

•

பம்பாயில் உள்ள மருத்துவமனை ஒன்றில் பணியாற்றிக் கொண்டிருந்த டாக்டர் செல்வி சாரதா கபீர் என்பவரைச் சந்திக்கும் வாய்ப்பு ஏற்பட்டது. பழக்கம் நல்ல நட்பாகக் கனிந்

திருந்தது. தன்னுடைய அலைவரிசைக்கு சாரதா ஒத்துப்போவதாக நண்பர்களிடம் சொல்லிக்கொண்டிருந்தார் அம்பேத்கர்.

நரம்பில் வலி. இன்சுலின் மருந்தை உட்கொள்ள வேண்டிய கட்டாயம். தூக்கமின்மை. பலப்பலப் பிரச்னைகள் இருந்தன. என்னதான் வேலைக்காரர்கள் பணிவிடை செய்தபோதும் அம்பேத்கருக்குத் திருப்தி கிடைக்கவில்லை. சாரதாவைத் திருமணம் செய்துகொள்வதுதான் எல்லாப் பிரச்னைகளுக்கும் தீர்வு என்று மனப்பூர்வமாக நம்பினார் அம்பேத்கர்.

ஏப்ரல் 15, 1948. அம்பேத்கர், சாரதாவைத் திருமணம் செய்து கொண்டார். அப்போது அம்பேத்கருக்கு வயது 56. மறுமணம் செய்துகொள்வது என அம்பேத்கர் முடிவுசெய்த சமயத்தில் தனது மகன் யசுவந்தனுக்கு முப்பதாயிரம் ரொக்கமாகவும் எண்பதாயிரம் ரூபாய் மதிப்புள்ள வீட்டையும் கொடுத்திருந்தார்.

என்னதான் அமைச்சரவையில் பங்கேற்று இருந்தபோதும் அம்பேத்கருக்கு காங்கிரஸ் மீதான கோபமும் எண்ணமும் துளியும் மாற்றம் அடையவில்லை. 'காங்கிரஸ் கட்சி என்பது எரிந்துகொண்டிருக்கும் வீட்டுக்குச் சமம். கூடிய விரைவில் சாம்பலாகி விடுவதற்கும் வாய்ப்பிருக்கிறது. அது நடந்து விட்டால் நான் ஆச்சரியப்பட மாட்டேன். ஆகவே, தீண்டப் படாத சாதியினர் எந்தக் காரணத்தை முன்னிட்டும் காங்கிரஸ் கட்சியில் சேரவேண்டாம். ஒருவேளை நான் காங்கிரஸ் கட்சியில் சேர்ந்தால் கிணற்றில் போடப்பட்ட கல்லைப் போல அசையாமல் கிடப்பேன். ஆனால் நீங்கள் இணைவது கிணற்றுக்குள் விழும் மண்ணாங்கட்டி போல. அப்படியே கரைந்துபோய் விடுவீர்கள்.'

அம்பேத்கருடைய இந்தப் பேச்சு காங்கிரஸ் கட்சிக்குள் கடும் அதிர்வு அலைகளை ஏற்படுத்தியது. இதற்கு உடனடியாகக் கண்டனம் தெரிவிக்கவேண்டும் என்று பல தலைவர்களும் போர்க்கொடி தூக்கினர். நேரு, வல்லபபாய் பட்டேல் ஆகியோர் அம்பேத்கர் மீது கடும் அதிருப்தி அடைந்தனர். அம்பேத்கருடன் ஆத்திரம் பொங்க

வாதம் செய்தனர். அவர்களுக்கு அம்பேத்கர் சொன்ன பதில் இதுதான்:

'ஒருவேளை என்னுடைய கருத்துகள் உங்களை தர்மசங்கடத்தில் ஆழ்த்தினால் நான் என்னுடைய அமைச்சர் பதவியை ராஜினாமா செய்துவிடுகிறேன். நிபந்தனை எதுவும் இல்லாமல் அழைப்பு வந்த காரணத்தாலேயே நான் அமைச்சரவையில் இணைந்தேன். அமைச்சரவையில் சேர்வதன்மூலம் தீண்டப்படாத சாதி மக்களுக்கு மேலும் நல்ல முறையில் தொண்டுசெய்ய முடியும் என்று நினைத்தேன். எதிர்க்கவேண்டும் என்பதற்காக எல்லா வற்றையும் எதிர்ப்பவன் நான் அல்ல. அந்தக் குணத்தை நான் வெறுக்கிறேன்.'

•

மொழிவாரி மாகாணங்கள் அமைப்பது தொடர்பான விவாதங் கள் அப்போது எழத் தொடங்கின. இதுவிஷயமாக அம்பேத் கரின் கருத்து தொலைநோக்குப் பார்வையுடன் அமைந் திருந்தது. 'மொழிவாரி மாகாணத்தில் ஜனநாயக செயல் பாட்டுக்குத் தேவையான சமூக அமைப்பு இருக்கும். பலமொழி கள் பேசப்படும் மாகாணத்தைக் காட்டிலும் மொழிவாரி மாகாண அமைப்பில் ஜனநாயகம் செம்மையாக இயங்குவதற்கு வாய்ப்புகள் அதிகம். ஒருவேளை மொழிவாரி மாகாணங்களில் மாகாண மொழியை ஆட்சி மொழியாகக் கொண்டு இயங்கும் பட்சத்தில் ஆபத்துகள் அதிகம். அந்தந்த மாகாணத்துக் கலா சாரங்கள் உயர்த்திப் பிடிக்கப்படும். அதன்மூலம் இந்தியா ஒரே தேசமாக இயங்க முடியாத சூழல் உருவாகும்' என்றார் அம்பேத்கர்.

அரசியல் அமைப்புச் சட்ட நகல் பொதுமக்களின் பார்வைக்கு விடப்பட்டிருந்தது அல்லவா? ஆறுமாத காலக்கெடு முடி வடைய இருந்ததால் நவம்பர் 4, 1948 அன்று அரசியலமைப்புச் சட்ட அவையில் அதை அறிமுகம் செய்துவைத்தார் அம்பேத்கர்.

அது 315 விதிகளையும் 8 அட்டவணைகளையும் உள்ளடக்கி யிருந்தது. அப்போது அம்பேத்கர் ஆற்றிய உரையில் இருந்து சில முக்கியப் பகுதிகள் மட்டும் இங்கே:

'இந்திய அரசியலமைப்புச் சட்ட விதிகளின்படி குடியரசுத் தலைவர், இந்திய அரசின் தலைவராக இருப்பார். இது பிரிட் டிஷ் அரசியலமைப்புச் சட்டத்தின்படி மன்னர் அந்தஸ்து கொண்டது. அவர் இந்தியாவைப் பிரதிநிதித்துவப்படுத்துவார்.

ஆனால் இந்தியாவை ஆள்பவராக இருக்கமாட்டார். மத்திய - மாநில அரசுகள் என்ற இருவகைப்பட்ட அரசமைப்புகள் இருந்தபோதும் இந்தியா முழுமைக்கும் ஒரே குடியுரிமைதான். ஒரே நீதித்துறைதான்.

இந்த அரசியல் அமைப்புச் சட்டம் திறமையாகச் செயல்படும் தன்மை கொண்டது. நெகிழ்ந்து தரவல்லது. அமைதிக் காலத் திலும் யுத்த காலத்திலும் இந்த நாட்டின் ஒற்றுமையைக் காத் திடும் வல்லமை கொண்டது என்றே நான் கருதுகிறேன். புதிய அரசியல் சட்டத்தின்கீழ் தவறுகள் நடக்குமானால் அதற்கான காரணம், நாம் ஒரு மோசமான அரசியல் சட்டத்தைப் பெற்றிருக் கிறோம் என்பது அல்ல. அதைச் செயல்படுத்தும் நிலையில் இருக்கும் மனிதர்கள் செய்யும் தவறே காரணமாகும் என்றே நாம் சொல்ல வேண்டும்' என்றார் அம்பேத்கர்.

அப்போது அம்பேத்கர் மூன்று விதமான எச்சரிக்கைகளை விடுத்தார். 'எப்படியும் ரத்தப் புரட்சிக்கு இனி இடமில்லை. அதேபோல காந்திய முறைகளுக்கும் இடம் இருக்காது. சட்டமறுப்பு, ஒத்துழையாமை, சத்தியாகிரகம் போன்றவற்றை மக்கள் கைகழுவிவிடவேண்டும். சர்வாதிகார ஆட்சியில் அவற்றுக்கெல்லாம் நியாயம் இருக்கலாம். ஆனால் இப்போது இல்லை. சத்தியாகிரகமும் அதுபோன்ற பிறவும் அராஜகத்தின் இலக்கணமே தவிர வேறல்ல. அதை எவ்வளவு சிக்கிரம் ஒழித்துக் கட்டுகிறோமோ அவ்வளவுக்கு நல்லது.' - இது முதல் எச்சரிக்கை.

'சிந்திக்காமல், கண்மூடித்தனமாக ஒரு தலைவரது கவர்ச்சியில் மயங்கி அவரைப் பின்பற்றுவது கூடாது. இந்தியாவில் பக்தி அல்லது தலைவரைப் போற்றுவது என்பது உலகில் வேறெங்கும் இல்லாத அளவுக்கு அரசியலில் பெரும்பங்கு வகிக்கிறது. சமய நெறியில் பக்தி, ஆன்ம விடுதலைக்கு வழியாக இருக்கலாம். ஆனால் அரசியலில் பக்தி அல்லது தலைவரைப் போற்றுதல் என்பது நிச்சயமாக ஜனநாயக சாவுக்கு வழிவகுத்து, அதன் விளைவாக சர்வாதிகாரத்துக்கு அழைத்துச்சென்றுவிடும்' - இது இரண்டாவது எச்சரிக்கை.

'இந்தியர்கள் வெறும் அரசியல் ஜனநாயகத்தோடு திருப்தி அடைந்துவிடக்கூடாது. இந்தியா அந்நியர் ஆட்சியை அடி யோடு ஒழித்துவிட்டது. ஆனால் இன்னமும் ஏற்றத்தாழ்வு

முறைகள், சமத்துவமின்மை ஆகியவற்றால் பிளவுபட்டு இருக்கிறது. நீண்டகாலத்துக்கு சமத்துவத்தை மறுத்துவந்தால் நம்முடைய அரசியல் ஜனநாயகத்தை ஆபத்துக்கு உட்படுத்திவிடும்' - இது மூன்றாவது எச்சரிக்கை.

அம்பேத்கர் இந்திய அரசியல் அமைப்புச் சட்டத்தை முன் மொழிந்தபிறகு அவருக்கு அரசியல் அமைப்புச் சட்ட வரைவுக் குழு உறுப்பினர் டி.டி. கிருஷ்ணமாச்சாரி அளித்த பாராட்டுரை முக்கியமானது.

'அரசியல் அமைப்புச் சட்டத்தை வடிவமைக்க இந்த அவையால் நியமிக்கப்பட்ட ஏழு பேரில் ஒருவர் இந்த வரைவுக் குழுவில் இருந்தே விலகிவிட்டார். அதன்பிறகு இன்னொருவர் அந்த இடத்துக்குக் கொண்டுவரப்பட்டார். பிறகு இன்னொரு உறுப்பினர் மரணமடைந்துவிட்டார். அவருடைய இடத்துக்கு இன்னொருவர் நியமிக்கப்படவில்லை. இன்னொரு உறுப்பினர் அமெரிக்காவுக்குச் சென்றுவிட்டார். இன்னொரு உறுப்பினர் மாகாண இணைப்பு வேலைகளிலேயே தன்னை முழுமையாக ஈடுபடுத்திக்கொண்டார். மேலும் சில உறுப்பினர்கள் டெல்லியில் இருந்து வெகுதொலைவில் இருந்ததால் அரசியல் சட்ட வடிவமைப்புப் பணியில் தங்களை முழுமையாக ஈடுபடுத்திக் கொள்ளவில்லை. ஆகவே, ஒற்றை நபராக இருந்து அரசியல் சட்டத்தை வடிவமைக்குப் பணியில் ஈடுபட்டார் அம்பேத்கர். அவருக்கு இந்த அவை நன்றி செலுத்த வேண்டும்.'

அரசியல் அமைப்புச் சட்டத்தை முன் மொழிந்ததோடு கடமை முடிந்துவிடவில்லை. ஒவ்வொரு விதியையும் அறிமுகம் செய்துவைத்துப் பேசினார். கேள்விகள். துணைக் கேள்விகள். குறுக்கீடுகள். விளக்கங்கள். எதிர்விளக்கங்கள். பலத்த வாதப் பிரதிவாதங்கள் நடைபெற்றன. இறுதியாக நவம்பர் 26, 1949 அன்று இந்திய மக்களின் பெயரால் அரசியல் அமைப்புச் சட்டத்தை அரசியல் சட்ட அவை நிறைவேற்றியது.

அரசியல் அமைப்புச் சட்ட அவையின் தலைவர் டாக்டர் ராஜேந்திர பிரசாத் தனது முடிவுரையில் அம்பேத்கரின் பங்களிப்பை வெகுவாகப் பாராட்டினார்.

'அரசியல் சட்ட வடிவமைப்புக் குழு உறுப்பினர்களையும் நலிவுற்ற உடல்நிலையிலும் ஓய்வெடுக்காமல் பணியாற்றிய அதன் தலைவரான அம்பேத்கரைத் தவிர வேறு எவராலும்

இதை எழுதி முடித்திருக்க இயலாது. அம்பேத்கரை வரைவுக் குழுவில் இடம்பெறச் செய்ததுடன் அதன் தலைவராகவும் நாம் அமர்த்தியது போன்றதொரு முடிவை நாம் இதற்கு முன்பும் எடுத்ததில்லை. இனியும் எடுக்கப்போவதில்லை. அவ்வாறு அவரைத் தேர்ந்தெடுத்தது மிகவும் சரியே என்பதை மட்டுமே அவர் நிரூபித்துவிடவில்லை. அதற்கும் மேலாக அவரிடம் ஒப்படைத்த பணியைச் சிறப்பாக செய்து முடித்துள்ளார்.'

●

இந்துச் சட்டத் திருத்த மசோதாவை உருவாக்க இந்திய அரசு 1941ல் பி.என்.ராவ் தலைமையில் குழு ஒன்றை அமைத்திருந்தது. அந்தக் குழுவினர் நாடு முழுக்கப் பயணம் செய்து, பலதரப்பட்ட நபர்களிடமும் கருத்துகளைக் கேட்டறிந்தனர்.

இறுதியாக மசோதா தயார் செய்யப்பட்டது. அம்பேத்கருடைய கவனத்துக்கு அந்த மசோதா வந்தபோது அதை முழுமையாகப் படித்துப் பார்த்தார். முக்கியமான சில திருத்தங்களைச் செய்து அதன் வடிவத்தை மாற்றியமைத்தார். அவ்வளவுதான். வானத்துக்கும் பூமிக்குமாகக் குதிக்கத் தொடங்கிவிட்டனர் பழமைவாதிகள். அப்படி என்ன அதிமுக்கியத்துவம் வாய்ந்த திருத்தத்தை செய்துவிட்டார் அம்பேத்கர்?

கூட்டுக்குடும்பம் மற்றும் பெண்களின் சொத்துரிமை தொடர்பாக அவர் சில புதுமைக் கருத்துகளைப் புகுத்தியிருந்தார். உடனே, இந்து மதத்தின் மரபுகளையும் பழக்க வழக்கங்களையும் வேரோடு பிடுங்கும் முயற்சி என்று அம்பேத்கரை வசைபாடத் தொடங்கிவிட்டனர். வசைபாடல்கள் நடந்துகொண்டிருக்கும் போதே மே 25, 1950ல் அம்பேத்கர் தனது மனைவி சவிதா (பெயர் மாற்றப்பட்டிருந்தது) சகிதம் இலங்கைத் தலைநகர் கொழும்பு வுக்குச் சென்றார். புத்த மதம், அதன் சடங்குகள், சம்பிரதாயங்கள் பற்றித் தெரிந்துகொள்ளவே இலங்கை வந்திருப்பதாக செய்தி யாளர்களிடம் கூறினார் அம்பேத்கர்.

அங்கு நடந்த பௌத்த மாநாடுகளில் பேசிய அவர், பௌத்த சமயத்தை உலகம் முழுக்கப் பரப்புவதற்கு எந்தத் தியாகத்தையும் செய்யத் தயாராக இருக்கவேண்டும் என்று கேட்டுக்கொண்டு, இந்தியாவில் பௌத்த மதம் முற்றிலுமாக அழிந்து விடவில்லை என்றும் ஒரு ஆன்மிக சக்தியாக இன்னமும் இருந்துகொண்டிருக் கிறது என்றும் கூறினார்.

அந்த மேடைகளில் இந்தியாவில் பௌத்த மதம் சரிவைச் சந்தித்ததற்கான காரணங்களைத் தெளிவாக விளக்கினார் அம்பேத்கர். 'பௌத்த மதம் எந்தவிதமான நிலப்பகுதியையும் மையமாகக் கொண்டு இயங்கவில்லை. பரவுகின்ற நாடுகளில் இருக்கும் பூர்விக மதத்தையும் கொள்கைகளையும் அங்குள்ளவர்கள் வணங்கும் கடவுளர்களையும் புறக்கணித்தது பௌத்தம் செய்த மிகப்பெரிய தவறு. கண்மூடித்தனமான தலைவர் வழிபாட்டை புத்தர் எதிர்த்தார். ஆனால் புத்தரைப் பின்பற்றியவர்கள் அவரைக் கண்மூடித்தனமாகப் பின்பற்றத் தொடங்கியது சரிவுக்கான முக்கியக் காரணம். சம்பந்தப்பட்ட நாட்டில் இருக்கும் பெரும்பான்மை மதத்துடன் மோதலில் ஈடுபட்டது, பௌத்தமே உயர்ந்தது - அதன் கொள்கைகளே உயர்ந்தது என்று மூர்க்கத்தனத்துடன் மோதியது போன்றவை பிரச்னைகளுக்கு வழிவகுத்தன. அதுதான் பௌத்த மதம் சரிவுப் பாதையில் பயணம் செய்ததற்குக் காரணம்.'

இலங்கையில் இருந்து இந்தியா திரும்பிய பிறகு அம்பேத்கர் வெளியிட்ட அறிவிப்பு பலரையும் ஆச்சரியம் கொள்ளச்செய்தது. ஆம். அரசியல் வேலைகளில் இருந்து தன்னை விடுவித்துக் கொண்டு, சமயப் பணிக்குச் செல்ல விரும்புவதாக அறிவித்தார். பிறகு தன்னுடைய முடிவை மாற்றிக்கொண்டார்.

•

மீண்டும் இந்துச் சட்ட மசோதாவைத் திருத்தி அமைக்கும் பணியில் ஈடுபடத் தொடங்கினார். இந்து மத சாஸ்திரங்களை நுணுக்கமாகப் படித்தார். ஆராய்ந்தார்.

உடல்நிலை மோசமான நிலையில் இருந்தது. என்றாலும், மருத்துவர்களின் எச்சரிக்கையை மீறி படிக்கவும் எழுதவும் செய்தார். எல்லோருடைய கருத்துகளையும் எடுத்துக்கொண்டு, இந்து சட்டத்தில் செய்யப்பட வேண்டிய திருத்தங்கள் குறித்த குறுநூல் ஒன்றை தனிச்சுற்றாக வெளியிட்டார். அது நாடாளுமன்ற உறுப்பினர்கள் உள்ளிட்ட அனைவருக்கும் அனுப்பப்பட்டது. விரைவில் அந்த மசோதா விவாதத்துக்கு எடுத்துக் கொள்ளப்படும் என்று உறுதி கூறப்பட்டிருந்தது. ஆனால் செயல் வடிவம் பெறவில்லை. தன்னுடைய உழைப்பின் பலன் கிடப்பில் போடப்பட்டிருப்பது அம்பேத்கரை அதிருப்தியடைய வைத்தது.

இந்துச் சட்டத் திருத்த மசோதாவை நிறைவேற்றினால் இந்து சமூகம் சிதறிவிடும் என்று அம்பேத்கர் எதிர்ப்பாளர்கள் எதிர்க் குரல் எழுப்பிக்கொண்டிருந்தனர். காங்கிரஸ் கட்சிக்குள்ளும் அந்த மசோதா குறித்து கடுமையான கருத்துவேறுபாடுகள் இருந்தன. மசோதாவை நிறைவேற்றுவதில் அதிகம் ஆர்வம் செலுத்தினார் நேரு. ஆனால் வல்லபபாய் படேல், ராஜேந்திர பிரசாத் ஆகியோர் கடுமையான எதிர்ப்பு நிலையை எடுத்தனர்.

எல்லாவற்றையும் கடந்து பிப்ரவரி 5, 1951 அன்று நாடாளுமன்றத் தில் இந்து சட்டத்திருத்த மசோதாவை அறிமுகம் செய்துவைத் தார் அம்பேத்கர். எதிர்பார்த்தது போலவே மசோதா கடும் எதிர்ப்புகளைச் சந்தித்தது. ஒவ்வொரு எதிர்ப்புக்கும் விளக்கம் கொடுத்துக் கொண்டே வந்தார் அம்பேத்கர். மூன்று நாள் களுக்குத் தொடர்ந்து விவாதம் நடத்தப்பட்டது. அதன்பிறகு செப்டெம்பர் மாதத்தில் ஆய்வுக்கு எடுத்துக்கொள்ளலாம் என அறிவிக்கப்பட்டது.

1951 ஏப்ரல். அம்பேத்கர் பவனம் என்ற கட்டடத் திறப்பு விழா வில் கலந்துகொண்டு பேசினார் அம்பேத்கர். அரசியல் ரீதியாக மிகப்பெரிய முடிவை எடுக்கும் அளவுக்கு அமைந்துவிட்டது அந்தப் பேச்சு. 'தீண்டப்படாத சாதியினரின் நல்வாழ்வைப் பற்றியோ அவர்களுக்கான உரிமைகள் பற்றியோ மத்திய அரசு துளியும் அக்கறை இல்லாமல் இருக்கிறது.'

இது காங்கிரஸ் தலைவர்கள் மத்தியில் கடும் அதிர்வுகளை ஏற் படுத்தியது. இந்திய அரசின் அமைச்சர் ஒருவர் இப்படி பேசு வதைக் கொஞ்சமும் ஏற்றுக்கொள்ள முடியாது. அவர் தன்னிச்சையாகச் செயல்படுவதை அனுமதிக்கமுடியாது என்று காங்கிரஸ் தலைவர்கள் எதிர்ப்பு தெரிவித்தனர். ஆனால் அமைச் சரவையில் இருக்கிறார் என்ற ஒரே காரணத்துக்காக தன்னுடைய மக்களின் உரிமைகள் பற்றிப் பேசக்கூடாது என்று சொல்வது சர்வாதிகாரம் என்றனர் அம்பேத்கர் ஆதரவாளர்கள்.

நாடாளுமன்றத்தில் அவருடைய சட்டமசோதாவுக்கு முன்பைக் காட்டிலும் எதிர்ப்புகள் கூடுதலாக இருந்தன. குறிப்பாக, அம்பேத்கரைத் தனிப்பட்ட முறையில் குறிவைத்து விமரிசனம் செய்யத் தொடங்கினர். விரைவில் நடைபெற இருக்கும் பொதுத் தேர்தலை மனத்தில் கொண்டே அம்பேத்கர் செயல்படுகிறார். தீண்டப்படாத சாதியினர் மத்தியில் தன்னை ஒரு வெற்றியாள

ராகக் காட்டிக்கொள்ளவேண்டும் என்பதற்காக இந்து சட்டத் திருத்த மசோதாவை வடிவமைத்திருக்கிறார் என்று குற்றம் சாட்டினர். எதிர்ப்புகள் வலுத்துக் கொண்டே இருந்தன.

இத்தனை எதிர்ப்பை சந்தித்து வருகின்ற இந்து சட்ட மசோதா என்ன சொல்கிறது? அம்பேத்கர் சொல்கிறார்: 'இந்து சட்ட மசோதா என்ற பெயர் இருந்தபோதிலும் அது சீக்கியர்கள், பௌத்தர்கள், ஜைனர்கள் ஆகியோருக்கும் இந்து மதத்தில் உள்ள அனைத்து சாதியினர் மற்றும் அதன் உட்பிரிவினருக்கும் பொருந்தும். தொடர்ந்து சட்டச் சிக்கல்களால் வழக்கில் சிக்கி அவதிப்படும் மக்களுக்குச் சாதகமாக, உயர் நீதிமன்றங்கள் மற்றும் பிரைவி கவுன்சில் அளித்த தீர்ப்புகளில் சிதறிக் கிடந்த பல நல்ல அம்சங்களை உள்ளடக்கியதாக, இந்துச் சட்ட மசோதாவை இயற்றுவதே அரசின் நோக்கம்.'

அந்த மசோதாவின் குறிப்பிடத்தக்க அம்சங்கள் இதோ:

1. ஓர் இந்து ஆண் இறந்தால், அவரது ஆண் வாரிசுகளுக்கு மட்டுமே சொத்தில் பங்கு உண்டு என்று முன்னர் இருந்தது. இப்போது இதில் மாற்றம் செய்யப்படும். அவரது விதவை மனைவிக்கும் பெண் வாரிசுகளுக்கும்கூட சொத்தில் பங்குண்டு. அதேபோல இறந்துபோகும் இந்துப் பெண்ணின் சொத்து, அந்தப் பெண்ணின் விருப்பப்படி, எந்தக் கட்டுப்பாடுகளும் இல்லாமல், யாருக்கு வேண்டுமானாலும் போய் சேரலாம்.

2. கணவன் கொடும் வியாதிக்காரனாக இருந்தாலோ அல்லது கொடுமைக்காரனாக இருந்தாலோ, அவன் வைப்பாட்டி வைத்திருந்தாலோ மனைவி பிரிந்து தனியாக வாழ முடிவு செய்யலாம். அவளுக்குக் கணவன் ஜீவனாம்சம் அளிக்க வேண்டும்.

3. ஜாதி வேறுபாடுகள் கருதாமல் நடைபெறும் திருமணங்களில் மணமக்களில் யாராவது ஒருவரது இனத்தின் முறைப்படியும் சட்டரீதியாகவும் நடைபெறுகிற கலப்புத் திருமணங்கள் இப்போது ஏற்புடையதாகக் கருதப்படும்.

4. கணவன் - மனைவி ஒருவரை மற்றொருவர் கொடுமைப் படுத்துதல், நம்பிக்கைத் துரோகம், தீராத வியாதி முதலிய வற்றில் ஏதேனும் ஒரு காரணத்தால் விவகாரத்து கோரி, பெறலாம்.

5. ஒருவனுக்கு ஒருத்தி மற்றும் ஒருத்திக்கு ஒருவன் என்ற முறையில் ஒருதார மணம் கட்டாயமாக்கப்படும்.

6. வேறு சாதியில் இருந்தும் தத்தெடுத்துக்கொள்ளலாம்.

இந்த மசோதாவுக்குக் கடுமையான எதிர்ப்பாளராக அரசியலமைப்புச் சட்ட அவையின் தலைவர் ராஜேந்திர பிரசாத் இருந்தார். ஆனால் நேருவோ, 'நான் அதில் கண்டுள்ள கொள்கைகளில் முழுமையான உடன்பாடு கொண்டிருக்கிறேன். இப்போது மசோதாவைக் கைவிட்டால் காங்கிரஸ் என்பது பத்தாம்பசலித் தனமான பழைமையான அமைப்பு என்று வெளிநாட்டினர் கேலி பேசக்கூடும்' என்றார். பெரும்பான்மை இந்துக்களின் எண்ணத்தைக் காட்டிலும் வெளிநாட்டினரின் கருத்து முக்கியத்துவம் வாய்ந்தது அல்ல என்று ராஜேந்திர பிரசாத் பதிலடி கொடுத்தார்.

அம்பேத்கர் கொண்டுவந்திருக்கும் இந்து சட்ட மசோதா இந்து சமூகத்தின் மீது வீசப்பட்ட அணுகுண்டு என்றனர். ரௌலட் சட்டம் பிரிட்டிஷ் ஆட்சிக்கு முடிவுகட்டியது. இந்து சட்ட மசோதா நேரு ஆட்சிக்கு முடிவுகட்டப் போகிறது என்றனர். விளைவு, இந்துச் சட்டத் திருத்த மசோதா தொடர்ந்து தொங்கலில் இருந்தது.

காலம் செல்லச் செல்ல அம்பேத்கருக்கு ஆவேசம் அதிகரித்துக் கொண்டே இருந்தது. இனியும் பொறுமை காப்பதில் அர்த்தம் இல்லை என்று முடிவு செய்த அம்பேத்கர், பிரதமர் நேருவுக்குக் கடிதம் எழுதினார்.

'என்னுடைய உடல்நிலை எனக்கும் என்னுடைய மருத்துவர்களுக்கும் கவலை அளிப்பதாக உள்ளது. நான் சிகிச்சை எடுத்துக் கொள்வதற்கு முழுமையாக நேரத்தை ஒதுக்கவேண்டிய சூழல் வருவதற்கு முன்னால் இந்துச் சட்டத்திருத்த மசோதாவை நிறைவேற்ற வேண்டும் என்று நினைக்கிறேன். ஆகவே, அந்த மசோதாவுக்கு முன்னுரிமை கொடுத்து ஆகஸ்டு 16 அன்று நாடாளுமன்றத்தில் ஆய்வுக்கு எடுத்துக்கொள்ளவேண்டும்'

உடனடியாக பதில் எழுதினார் நேரு.

'இந்துச் சட்டத்திருத்த மசோதாவுக்கு நாடாளுமன்றத்துக்கு உள்ளேயும் எதிர்ப்பு. வெளியிலும் எதிர்ப்பு. ஆகவே, செப்டெம்பர் தொடக்கத்தில் ஆய்வுக்கு எடுத்துக்கொள்ள அமைச்சரவை முடிவு செய்துள்ளது.'

மாற்று ஏற்பாடாக செப்டெம்பர் 17 அன்று திருமணம் மற்றும் மணவிலக்கு தொடர்பான பிரிவைப் பற்றி ஆய்வுக்கு எடுத்துக் கொள்ளலாம் என்றும் சொத்துரிமை பற்றிப் பிறகு பேசலாம் என்றும் முடிவு செய்யப்பட்டது. விவாதம் தொடங்கியது. ஆனாலும் அந்த மசோதாவுக்கு சபையில் ஒத்த கருத்து ஏற்பட வில்லை. ஆளாளுக்கு விமரிசனம் செய்தனர்.

இந்து சமய வாழ்வை நகைப்புக்கு உரியதாக மாற்றும் முயற்சியே இந்த மசோதா என்றார் டாக்டர் சியாமா பிரசாத் முகர்ஜி. இது ஒரு மதமாற்றச் சட்டம் என்றார் சர்தார் போபேந்திர சிங் மான். அம்பேத்கரும் தன்னுடைய நிலையில் இருந்து கீழே இறங்கிவரத் தயாராக இல்லை. அந்த மசோதாவுக்குத் தொடர்ந்து ஆதரவளித்து வந்த பிரதமர் நேரு இப்போது தன்னுடைய பாதையை மாற்றிக் கொண்டார்.

திருமணம் மற்றும் மணவிலக்கு தொடர்பான பிரிவைத் தனி மசோதாவாக மாற்றிவிடலாம் என்று யோசனை கூறினார் நேரு. அதன்படியே மசோதா மாற்றியமைக்கப்பட்டது. ஆனாலும் எதிர்ப்புகள் அடங்கவில்லை. விளைவு, அந்த மசோதா நாடாளுமன்றத்தில் நிறைவேற்றப்படாமல் கைவிடப்பட்டது. இது அம்பேத்கருக்கு மிகப்பெரிய அதிருப்தியை ஏற்படுத்தியது. இந்து சட்டத்திருத்த மசோதா வேண்டுமென்றே படுகொலை செய்யப்பட்டு, புதைக்கப்பட்டுவிட்டதாக வருந்தினார்.

செப்டெம்பர் 27, 1951. இந்திய சட்ட அமைச்சர் பதவியில் இருந்து தான் ராஜினாமா செய்வதாக அறிவிப்பு வெளியிட்டார் அம்பேத்கர். அப்போது பிரதமர் நேருவுக்கு நீண்ட நெடிய கடிதம் ஒன்றை எழுதினார்.

‘அமைச்சர் பதவியை ராஜினாமா செய்யவேண்டும் என்று நீண்டகாலமாக நினைத்துக் கொண்டிருந்தேன். தற்போதைய நாடாளுமன்றத்தின் ஆயுள் முடிவடைவதற்குள் இந்து சட்டத் திருத்த மசோதாவை நிறைவேற்றிட முடியும் என்று நம்பி யிருந்தேன். அதனால்தான் பதவியை ராஜினாமா செய்யாமல் அமைதி காத்தேன். அதன் காரணமாகவே மசோதாவை திரு மணம் மற்றும் மணவிலக்கு பிரிவுகளைத் தனியாகப் பிரிக்கவும் சம்மதம் தெரிவித்தேன். ஆனால் மசோதாவின் அந்தப் பகுதி நிறைவேற்றப்படாமல் கைவிடப்பட்டது. இந்நிலையில் நான்

அமைச்சரவையில் தொடர்ந்து நீடிப்பதில் அர்த்தம் இல்லை. ஆகவே ராஜினாமா செய்கிறேன்.'

இந்தக் கடிதத்துக்குப் பதிலளித்த நேரு, நாடாளுமன்ற நடப்புக் கூட்டத் தொடரின் கடைசி நாளில் இருந்து அம்பேத்கரின் ராஜி னாமாவை ஏற்றுக்கொள்வதாகச் சொன்னார். நாடாளுமன்றத் தில் அம்பேத்கர் பேச இருக்கும் உரையின் நகலை முன்கூட்டியே தனக்கு அனுப்பினால் நன்றாக இருக்கும் என்றும் கேட்டுக் கொண்டிருந்தார். உடனே அம்பேத்கர், பேசுவதற்காக உரையை எழுத்து வடிவில் தயாரிக்கும் பட்சத்தில் அதை அவருக்கு அனுப்பிவைப்பதாகப் பதில் கூறினார்.

அக்டோபர் 11, 1951. தனக்கு முதலில் பேச வாய்ப்பளிக்க வேண்டும் என்று நாடாளுமன்றத் துணைத் தலைவரிடம் கேட்டார் அம்பேத்கர். ஆனால் அம்பேத்கர் பேச இருக்கும் உரை யின் நகல் தனக்கு முன்கூட்டியே தரப்பட்டிருந்தால் உடனே பேச அனுமதிக்க முடியும். அப்படித் தராததால் மாலை ஆறு மணிக்குத் தான் பேச அனுமதிக்க முடியும் என்று சொன்னார் துணைத்தலைவர்.

இது அம்பேத்கரை ஆத்திரப்படுத்தியது. சட்டென்று இருக்கையில் இருந்து எழுந்தவர், அவையில் நிலவும் சர்வாதிகாரப்போக்குக்கு நான் அடிபணியப் போவதில்லை என்று கூறிவிட்டு, அறிக்கை யைப் படிக்காமலேயே அவையை விட்டு வெளியேறினார். உடனடியாகத் தன்னுடைய அறிக்கை நகல்களைப் பத்திரிகை யாளர்களிடம் கொடுத்தார். அந்த அறிக்கையில் தன்னுடைய ராஜினாமாவுக்கு ஐந்து காரணங்களைக் கூறியிருந்தார்.

முதல் காரணம், அமைச்சர் பதவி தொடர்பானது. நேருவின் அமைச்சரவையில் முக்கியமான சட்டத்துறையைத் தனக்கு ஒதுக்கியிருந்தும் பல்வேறு அமைச்சரவைக் குழுவில் தன்னை வேண்டுமென்றே புறக்கணித்துவிட்டார்.

தீண்டப்படாத சாதியினரின் உரிமைகள் தொடர்பான விஷயத் தில் நேரு தலைமையிலான அரசு போதிய அக்கறை செலுத்த வில்லை என்பது இரண்டாவது காரணம்.

காஷ்மீர் பிரச்னையைத் தீர்ப்பதற்கு ஒரே வழி, காஷ்மீரைப் பிரிப்பதுதான் என்பது அம்பேத்கரின் கருத்து. இந்துக்களும் பௌத்தர்களும் இருக்கும் பகுதி இந்தியாவுடனும் முஸ்லிம்கள்

இருக்கும் பகுதி பாகிஸ்தானுடனும் இணைப்பதுதான் பிரச்னைக்கான தீர்வு. இது மூன்றாவது காரணம்.

நான்காவது காரணமாக அவர் சொன்னது இந்தியாவின் வெளி நாட்டுக் கொள்கை. இந்திய வருமானத்தின் பெரும்பகுதியை ராணுவத்துக்குச் செலவழிப்பது இந்தியாவின் வெளிநாட்டுக் கொள்கையின் பலவீனத்தால் விளைந்தது. எதிர்காலத்தில் நாட்டுக்கு ஏதேனும் அச்சுறுத்தல் ஏற்பட்டால் அக்கம் பக்கத்தில் இருந்து உதவிகள் கிடைக்காத வகையில் வெளிநாட்டுக் கொள்கைகள் இருக்கின்றன.

இந்து சட்டத் திருத்த மசோதாவை நாடாளுமன்றத்தில் நிறை வேற்ற பிரதமர் நேரு அக்கறை செலுத்தாமல் இருந்தது ஐந்தா வது காரணம்.

அமைச்சர் பதவியில் இருந்து நான் ராஜினாமா செய்ததற்கு மேற் கண்ட ஐந்து அம்சங்கள்தான் காரணமே தவிர உடல்நிலைக் குறைபாடு காரணம் அல்ல. உடல் நலனை முன்னிட்டு கடமை யைக் கைவிடுபவன் நான் அல்ல!

20

# புத்தம் சரணம்

சுதந்தர இந்தியாவின் முதல் நாடாளுமன்றத் தேர்தலுக்கான ஏற்பாடுகள் சூடுபிடிக்கத் தொடங்கின. சுகுமார் சென். முதல் தேர்தல் ஆணையர். தேசத்தின் முதல் தேர்தலை நடத்தும் சவாலான காரியத்தை எடுத்துக்கொண்டிருந்தார். 17.6 கோடி வாக்காளர்கள். எண்பத்தைந்து சதவீதம் பேருக்கு படிப்பின் வாசனையே தெரியாது. ஒவ்வொருவரையும் தனிப்பட்ட முறையில் அடையாளம் கண்டுபிடித்து, அவர்களுடைய பெயரைப் பட்டியலில் பதிவுசெய்து வாக்காளர் பட்டியலைத் தயார் செய்வதே பெரிய காரியம்.

அடுத்த சவால், வாக்காளர்களுக்கு ஒவ்வொரு கட்சியின் சின்னங்களையும் அறிமுகம் செய்து, அவர்களை வாக்களிப்பதற்குத் தயார்படுத்துவது. வாக்குச்சாவடிகளைத் தயார் செய்வது அல்லது தேர்ந்தெடுப்பது அடுத்த சவால். பிறகு தேர்தல் அதிகாரிகளை நியமிக்க வேண்டும். பலத்த முஸ்தீபுகளுடன் முதல் தேர்தலுக்கான பணிகள் நடந்துகொண்டு இருந்தன.

சோசலிஸ்ட் கட்சித் தலைவர்களான ஜெயப்ரகாஷ் நாராயணனும் அசோக் மேத்தாவும் தீண்டப்படாத சாதியினர் பேரவையுடன் தேர்தல் கூட்டணி வைப்பது தொடர்பாக அம்பேத்கருடன் பேசினர். தீண்டப்படாத சாதியினர் பேரவைக்காக தேர்தல் அறிக்கை ஒன்றைத் தயாரித்தார் அம்பேத்கர். காங்கிரஸ்,

இந்து மகாசபை, கம்யூனிஸ்டுகள் ஆகியோருடன் கூட்டணி இல்லை என்றும் அறிவிக்கப்பட்டது.

அமைச்சர் என்ற பாரத்தை இறக்கிவைத்துவிட்டதால் கூடுதல் தன்னம்பிக்கையுடன் அரசியலில் இறங்கினார் அம்பேத்கர். முஸ்லிம்களுக்கு எல்லாம் கிடைத்தால் போதும் என்றுதான் நேரு நினைக்கிறார். காங்கிரஸும் நினைக்கிறது. அவர்களுக்கு தீண்டப்படாத சாதியினர் பற்றித் துளியும் கவலை கிடையாது என்று அடுத்தடுத்து மேடைகளில் பேசினார்.

மேலும் தீண்டப்படாத சாதியினரைக் கண்டுகொள்ளாத காங்கிரஸ் கட்சிக்கு எதிராக மாற்று அணி ஒன்றை உருவாக்கி, அதற்கு கடும் நெருக்கடியைக் கொடுக்க விரும்பினார் அம்பேத்கர். அதற்காகவே சோஷலிஸ்ட் கட்சியுடன் இணைந்து தேர்தலைச் சந்தித்தார். அப்போது நடந்த தேர்தல் பிரச்சாரத்தின் போதுதான் இந்தியாவுக்கு சுதந்தரம் வாங்கிக் கொடுத்தது காந்தியும் அல்ல, காங்கிரஸும் அல்ல, சுபாஷ் சந்திர போஸே என்றார் அம்பேத்கர்.

காங்கிரஸ் கட்சியை எதிர்த்துக் கடுமையான பிரசாரத்தில் ஈடுபட்டார் அம்பேத்கர். சுதந்தரத்துக்குப் பிறகு காங்கிரஸ் கட்சி எந்தவித நோக்கமோ, கொள்கைகளோ இல்லாமல் முட்டாள்களுக்கும் பொய்யர்களுக்கும் நண்பர்களுக்கும் பகைவர்களுக்கும் மதவாதிகளுக்கும் மதச்சார்பற்றவர்களுக்கும் சீர்திருத்தவாதிகளுக்கும் பிற்போக்கு சிந்தனையாளர்களுக்கும் முதலாளிகளுக்கும் அவர்களுக்கு எதிரானவர்களுக்கும் இடம் கொடுக்கும் தர்ம சத்திரமாக தரம் தாழ்ந்துவிட்டது என்று விமரிசித்தார்.

ஆனால் அவருடைய பேச்சுகளை மக்கள் திரண்டு வந்து கேட்டனரே தவிர வாக்களிக்கும் சமயத்தில் அவற்றை மறந்துவிட்டது போலவே செயல்பட்டனர். 1952 பிப்ரவரி கடைசி வாரத்தில் வாக்குப்பதிவுகள் முடிவுக்கு வந்தன. நாடாளுமன்றத்தின் 489 இடங்களில் 364 இடங்களை அசுரபலம் கொண்ட காங்கிரஸ் கட்சி கைப்பற்றியது. எல்லோரையும் அதிர்ச்சியடையச் செய்யும் வகையில் அம்பேத்கர் காங்கிரஸ் வேட்பாளரிடம் தோல்வி அடைந்தார். அவரை எதிர்த்து வென்றவர் பால் பொருள் வியாபாரி கஜ்ரோல்கர்.

அந்தத் தேர்தலில் ‘மாபெரும் அரசியல் சிற்பி அம்பேத்கர் எங்கே? யாரும் அறியாத வெண்ணெய் வியாபாரி கஜ்ரோல்கர்

எங்கே' என்று அம்பேத்கர் ஆதரவாளர்கள் பிரசாரத்தின்போது கேட்டிருந்தனர். ஆனால் கஜ்ரோல்கருக்கு ஆதரவாக நேரு பிரசாரம் செய்தது நல்ல பலனைக் கொடுத்திருந்தது.

தீண்டப்படாத சாதியினர் பேரவை வேட்பாளர்களாக அம்பேத்கரால் களமிறக்கப்பட்ட ராஜ்போஜ் நாடாளுமன்றத்துக்கும் பி.சி. காம்ளே பம்பாய் மாகாண சட்டசபைக்கும் தேர்வு செய்யப்பட்டனர். அவர்கள் தவிர மற்ற அனைவருக்கும் தோல்வியே மிஞ்சியது.

சுதந்தர இந்தியாவில் நடைபெற்ற முதல் தேர்தலில் வெற்றி பெற்று மீண்டும் பிரதமரானார் ஜவாஹர்லால் நேரு.

நாடாளுமன்ற மக்களவைத் தேர்தலில் தோல்வி அடைந்திருந்த அம்பேத்கரை மாநிலங்களவைக்கு அனுப்பி வைக்கும் முயற்சிகள் தொடங்கின. முக்கியமாக அவருடைய மனைவி சவிதா(தனது பெயரை முன்னரே சவிதா என்று மாற்றியிருந்தார் சாரதா.) அம்பேத்கரின் அணுக்க நண்பரான கமலகாந்த் சித்ரேவுக்குக் கடிதம் ஒன்றை எழுதினார்.

'அம்பேத்கருக்கு அரசியல்தான் உயிர்மூச்சு. அரசியலே அவருடைய மனநலத்துக்கும் உடல் நலத்துக்கும் நல்லது. நாடாளுமன்றப் பணிகளில் ஈடுபடுவதுதான் அவருக்கு மகிழ்ச்சியை அளிக்கக்கூடியது. அவருடைய உடல் நலிவு என்பது அவருடைய மனத்தோடு தொடர்புடையது. அதனால் அவர் இந்தியாவின் பிரதமராகத் தேர்வு செய்யப்பட்டால், இப்போது நடப்பதற்கே சிரமப்படும் அவர் உடனடியாகத் துள்ளி எழுந்து விடுவார். இந்தியாவின் பிரதமராக வேண்டும் என்பது அவருடைய விருப்பம். ஒருநாள் அது நிறைவேறட்டும் என்று நாம் பிராத்தனை செய்வோம். தற்போது ஏற்பட்டுள்ள தோல்வியைத் தாங்கிகொண்டார் என்ற போதிலும் கடந்த கால அரசியல் நிகழ்வுகள் அவருடைய உடல் நலனை மிகவும் பாதித்து விட்டன. நாடாளுமன்றத்துக்குத் தேர்வு செய்யப்பட்டுச் சென்றதும் பலவற்றைச் செய்யவேண்டும் என்று திட்டமிட்டிருந்தார். உயர்ந்த திறமையும் தகுதியும் கொண்டுள்ள அவர் கட்டாயம் நாடாளுமன்றத்தில் இருக்கவேண்டியவர்.'

இதனையடுத்து 1952 மார்ச் மாதத்தில் பம்பாய் மாகாணத்தில் இருந்து மாநிலங்களவைக்குத் தேர்வு செய்து அனுப்பப்பட்டார் அம்பேத்கர். அப்போதும் இந்திய அரசின் வெளியுறவுக்

கொள்கை குறித்த தனது கருத்தை மாற்றிக்கொள்ளவில்லை. குறிப்பாக ராணுவத்துக்கான வரவு செலவுத் திட்டம் பற்றிப் பேசிய அவர், நாட்டின் வளர்ச்சிக்கு மிகப்பெரிய தடையாக இருப்பது ராணுவத்துக்கு ஒதுக்கப்படும் அபரிமிதமான நிதிதான் என்றார். இந்தியாவின் அயல்நாட்டுக் கொள்கை நட்பையும் அமைதியையும் நோக்கமாகக் கொண்டு இருக்குமானால் எதிரிகளுக்குப் பயந்து இத்தனை பெரிய ராணுவத்தை வைத்துக் கொள்ள வேண்டிய அவசியம் இல்லை. நாட்டு நலப்பணித் திட்டங்களுக்கான நிதியை பாதுகாப்பில் கொண்டுபோய் கொட்டவேண்டிய அவசியம் இல்லை என்று பேசினார்.

'அரசியலமைப்புச் சட்டத்தில் ஏதேனும் அதிருப்தியோ, குறை பாடோ, பிரச்னைகளோ, சந்தேகங்களோ இருந்தால் உடனே எல்லோரும் என்னை நோக்கி விமரிசனக் கணைகளைத் தொடுக் கின்றனர். நீங்கள் தானே சட்டங்களை உருவாக்கினீர்கள் என்று. அது தவறு. நான் ஒரு வாடகைக் குதிரை. அப்படித்தான் நான் பயன்படுத்தப்பட்டேன். என்னை என்ன செய்யச் சொன்னார் களோ, அதை என்னுடைய விருப்பத்துக்கு மாறாகவே செய் தேன். சட்டத்தை உருவாக்கியவன் நான் என்று சொல்பவர் களுக்குச் சொல்லிக் கொள்கிறேன். இந்த அரசியல் சட்டத்தைத் தீவைத்துக் கொளுத்தும் முதல் நபராக நானே இருப்பேன்' என்று ஆவேசமாகப் பேசினார் அம்பேத்கர்.

இப்போது அம்பேத்கருக்கு மக்களவைக்குச் செல்லவேண்டும் என்ற எண்ணம் வந்திருந்தது. பந்தாரா மக்களவைத் தொகுதிக்கு இடைத்தேர்தல் அறிவிக்கப்பட்டிருந்தது. இரட்டை உறுப்பினர் தொகுதியான அங்கு அம்பேத்கரும் சோஷலிஸ்ட் கட்சியின் அசோக் மேத்தாவும் நின்றனர்.

காங்கிரஸ் கட்சி அம்பேத்கரை எதிர்த்து நிறுத்திய தீண்டப்படாத சாதியைச் சேர்ந்தவர் அம்பேத்கரைத் தோற்கடித்தார். ஆனால் அசோக் மேத்தா வெற்றிபெற்று மக்களவைச் சென்றார். இருந் தாலும் தோல்வியைப் பற்றி அதிகம் அலட்டிக் கொள்ளாமல் அடுத்த பணிகளில் தன்னுடைய கவனத்தை செலுத்தத் தொடங்கினார் அம்பேத்கர்.

நில உச்ச வரம்பு, உப்புக்கு வரி ஆகிய விஷயங்களில் தன் னுடைய கருத்தை அழுத்தம் திருத்தமாக வலியுறுத்தினார். உப்பு வரியை மீண்டும் விதிக்கவேண்டும். அதன்மூலம் கிடைக்கும்

நிதியை தீண்டப்படாத சாதியினரின் நலன்களுக்குப் பயன்படுத்த வேண்டும். நில உச்சவரம்புச் சட்டத்தைக் கடுமையாக அமல் படுத்தி, கிடைக்கும் நிலங்களை தீண்டப்படாத மக்களுக்குக் கிடைக்கச் செய்யவேண்டும். அதற்கான நிதியை காந்தி அறக்கட்டளையிடம் இருந்து பெற்றுக்கொள்ளவேண்டும் என்றும் வலியுறுத்தினார்.

மேலும் அரசியலமைப்புச் சட்டம் அடிக்கடி திருத்தப்படுவது ஆரோக்கியமான விஷயம் அல்ல என்று சொன்ன அம்பேத்கர், ஆளுகின்ற அரசுக்குப் பெரும்பான்மை இருக்கிறது என்ற காரணத்துக்காக மக்களின் அனுமதியின்றி அடிக்கடி சட்டத்தைத் திருத்துவது ஆபத்தை விளைவிக்கும் என்று எச்சரித்தார்.

•

அம்பேத்கருக்கு பௌத்தம் தொடர்பான விஷயங்களில் ஆர்வம் கொஞ்சமும் குறையாமல் இருந்தது. 1954 டிசம்பரில் நடக்க இருந்த உலக பௌத்த மாநாட்டில் கலந்துகொள்வதற்காக ரங்கூன் சென்ற அம்பேத்கர், கூடவே தன்னுடைய மனைவி யையும் அழைத்துச் சென்றார். அந்த மாநாட்டில் பேசினார்.

'பௌத்த சமய விழாக்களில் அதிக அளவில் பணம் செல வழிக்கப்படுவது குறித்து மிகவும் கவலையாக இருக்கிறது. ஆடம்பர செலவுகளைக் குறைந்து, அந்தத் தொகையைக் கொண்டு மற்ற நாடுகளில் பௌத்த மதத்தைப் பரப்புவதற்கு ஆவன செய்ய வேண்டும் என்பதுதான் என்னுடைய விருப்பம். இந்தியாவில் பௌத்த மதத்தைப் பரப்பும் பணியில் நான் ஈடுபடப்போகிறேன்.'

பிறகு இந்தியா திரும்பிய அம்பேத்கர், பூனா அருகே பௌத்த மடாலயம் ஒன்றில்

ரங்கூனில் இருந்து கொண்டுவந்திருந்த புத்தர் சிலையை வைத்தார். அப்போது பேசிய அவர், பௌத்தம் பற்றிய விரிவான புத்தகம் ஒன்றைத் தான் எழுதிக் கொண்டிருப்பதாகவும் அந்தப் பணி முடிந்ததும் தான் பௌத்த மதத்தில் சேரப் போவதாகவும் அறிவித்தார்.

விரைவில் பௌத்த சமயப் பயிற்சிப் பள்ளி ஒன்றையும் தொடங்கப் போகிறேன். அந்தப் பயிற்சிப் பள்ளியில் கோயில்

களும் வகுப்பறைகளும் அமைக்கப்படும். ஒரு பெரிய நூலகமும் ஆசிரியர்களும் ஆராய்ச்சியாளர்களும் மாணவர்களும் தங்கு வதற்கான தங்கும் விடுதிகளும் ஏற்படுத்தப்படும். உலகம் முழு வதிலும் பௌத்தம் பற்றி எழுதும் பொறுப்பை ஏற்றுக்கொண்ட மிகச்சிறந்த அறிஞர்கள் எழுதிய நூல்களை அச்சிடுவதற்காக ஒரு அச்சகமும் நிறுவப்படும்' என்றார்.

ஆனால் 1955 மே மாதத்தில் அவருடைய உடல்நிலை மிகவும் மோசமடைந்தது. நிற்பதற்கு, நடப்பதற்கு என்று அனைத்துக் கும் அடுத்தவரின் உதவியை நாடவேண்டியிருந்தது. மூச்சுத் திணறல் ஏற்படும் சமயங்களில் எல்லாம் ஆக்சிஜன் சிலிண்டர் பயன்படுத்தப்பட்டது.

உடல்நிலை மிகவும் மோசமடைந்திருந்தபோதும் பௌத்தம் பற்றிய புத்தகப் பணியில் தொடர்ந்து ஈடுபட்டிருந்தார் அம்பேத்கர்.

பகல், இரவு வித்தியாசம் தெரியாமல் எழுதினார். கடுமையான உழைப்பை விழுங்கிய பிறகு அந்தப் புத்தகம் நிறைவடைந்தது. பிறகு அந்தப் புத்தகத்தை புத்தமும் அவருடைய தம்மமும் என்ற பெயரில் அச்சடிக்கும் பணிகள் தொடங்கின. பிழைத் திருத்தும் பணியையும் அம்பேத்கரே மேற்கொண்டார். அவ்வப்போது உள்ளடக்கத்தில் மாற்றங்களையும் திருத்தங்களையும் செய்து கொண்டே இருந்தார். தனது கனவுப் புத்தகத்தை உருவாக்க கடுமையான உழைப்பைக் கொட்டினார்.

திடீரென குடியரசுக் கட்சி என்ற பெயரில் புதிய கட்சி ஒன்றைத் தொடங்கப்போவதாக அறிவித்தார் அம்பேத்கர். ஆனால் அதற் கான முயற்சிகள் எதையும் செய்ய முடியாத அளவுக்கு அவ ருடைய உடல்நிலை மிகவும் பலவீனமாகி இருந்தது. கால்கள் நடக்க முடியாமல் போனது. அதற்காக வெளிநாட்டு மருத்துவர் ஒருவர் மின்காந்த சிகிச்சை செய்யவேண்டும் என்று சொன்ன போது அவருடைய மனைவி சவிதா மறுப்பு தெரிவித்து விட்டார். இதனால் அம்பேத்கருக்கு கடுமையான ஆத்திரம் வந்துவிட்டது.

'உங்களைப் போன்ற மருத்துவர்களால் என்னுடைய நோயைக் குணப்படுத்த முடியவில்லை. அவர்களாவது குணமாக் கட்டுமே. ஏன் தடுக்கிறீர்கள்?' என்று கடிந்துகொண்டார்.

அக்டோபர் 14, 1956. பௌத்த மதத்தில் சேர்வதற்காக அம்பேத்கர் குறித்து வைத்திருந்த தேதி. பௌத்த மதத் துறவிகளான நாகர்கள் வசித்த பகுதி நாகபுரி. ஆகவே, மதமாற்ற விழாவை அங்கே வைத்துக்கொள்ள வேண்டும் என்று விரும்பினார் அம்பேத்கர்.

அப்போது அருகில் இருந்தவர்களிடம் பேசிய அவர், 'மத மாற்றத்தில் இருக்கும் நடைமுறைச் சிக்கல்கள் குறித்து பல் வேறு கோணங்களில் சிந்தித்து வந்துள்ளேன். அதனால்தான் மதமாற்றத்தைத் தொடர்ந்து ஒத்திவைத்தேன். ஆனால் இனியும் தள்ளிப்போட விரும்பவில்லை. என்னுடைய உடல் மிகவும் பல வீனமடைந்துவிட்டது. ஆகவே, பௌத்தத்தைத் தழுவப் போகி றேன். என்னுடன் இணைந்து பௌத்தத்துக்கு வருபவர்கள் வரலாம். வராதவர்கள் இந்து மதத்திலேயே நீடிக்க அவர்களுக்கு உரிமை உள்ளது' என்றார்.

அம்பேத்கரின் அறிவிப்பை அடுத்து நாடு முழுவதிலும் இருந்து தீண்டப்படாத சாதியினர் நாகபுரியை நோக்கி திரளத் தொடங்கி னர். ரயில் மார்க்கமாக வர முடிந்தவர்கள் அதைப் பயன்படுத்தி னர். பேருந்துகள் மக்களைத் திணித்துக்கொண்டு நாகபுரியை அடைந்தன. வசதி இல்லாதவர்கள் புத்தம் சரணம் கச்சாமி, தம்மம் சரணம் கச்சாமி, சங்கம் சரணம் கச்சாமி என்ற கோஷத்தை உச்சரித்துக்கொண்டே நாகபுரியை நோக்கி நடக்கத் தொடங்கினர்.

பதினான்கு ஏக்கர் கொண்ட நிலப்பரப்பு மதமாற்ற விழாவுக் காகத் தயாராகிக் கொண்டிருந்தது. வெள்ளை நிற மேடை உருவாக்கப்பட்டது. அதில் சாஞ்சி ஸ்தூபியைப் போன்ற கம்பம் ஒன்று நடப்பட்டிருந்தது. ஆண்கள், பெண்கள் தனித்தனியே கலந்துகொள்ள தனித்தனி பந்தல்கள் உருவாக்கப்பட்டிருந்தன.

மூவண்ணக் கொடிகள் அந்தப் பகுதிகளில் பறந்துகொண்டிருந் தன. நீலம், சிவப்பு, பச்சை என்ற மூன்று வண்ணங்களைக் கொண்ட பௌத்தக் கொடிகள்.

அப்போது செய்தியாளர் ஒருவர் அம்பேத்கரிடம் கேள்வி ஒன்றைக் கேட்டு வைத்தார். வழக்கமான கேள்விதான். நீங்கள் ஏன் பௌத்தத்தைத் தழுவுகிறீர்கள்? அவ்வளவுதான். முகத்தில் கோபம் கொப்பளிக்கப் பதிலளிக்கத் தொடங்கினார்.

'நான் இந்து மதத்தை விட்டுவிட்டு பௌத்தத்தை ஏன் தழுவுகிறேன் என்று நீங்களே உங்களுக்குள் கேட்டுப் பாருங்கள்.

உங்களுடைய மூதாதையர்களிடம் இதைக் கேளுங்கள். என்னுடைய வகுப்பு மக்கள் தீண்டப்படாத சாதியினராக இருந்துகொண்டு இடஒதுக்கீடு போன்ற நன்மைகளைப் பெறுவதோடு நின்றுவிட வேண்டும் என்று நீங்கள் ஏன் கருதுகிறீர்கள்? அப்படியானால் இடஒதுக்கீடு போன்ற நன்மைகளைப் பெற்றுக்கொண்டு தீண்டப்படாதவர்களாக இருப்பதற்கு பார்ப்பனர்கள் சம்மதிப்பார்களா? நாங்கள் முழுமையான மனிதர்களாக ஆவதற்கு முயற்சி செய்கிறோம். இப்போது நான் பௌத்த மதத்தைத் தழுவுவதன்மூலம் இந்த நாட்டுக்கு பெரும் நன்மையை நல்குவதாகவே நினைக்கிறேன். ஏனெனில் பௌத்தம் பாரத நாட்டுக் கலாசாரத்தின் பிரிக்க முடியாத ஒரு கூறாக இருக்கிறது. என்னுடைய மதமாற்றத்தால் இந்த நாட்டின் கலாசார மரபுகளும் வரலாறும் பாதிக்கப்பட நான் அனுமதிக்க மாட்டேன். ஆகவே மிகுந்த எச்சரிக்கையுடன் செயல்பட்டுள்ளேன்' என்று பதிலளித்தார்.

அடுத்த பத்துப் பதினைந்து ஆண்டுகளில் பெரும் எண்ணிக்கையில் மக்கள் பௌத்த மதத்தைத் தழுவுவார்கள். இந்தியா ஒரு பௌத்த நாடாக மாறிவிடும்.

இறுதியாக பார்ப்பனர்கள் பௌத்ததத்தில் இணைவார்கள். என்னைப் பின்பற்றுபவர்கள் அறியாமையில் உள்ளவர்கள் என்பது உண்மை. எனது நூல்கள், மத போதனைகள் மூலம் பௌத்தக் கோட்பாடுகளைக் கற்றுக்கொடுப்பேன். எங்களுக்கு உணவைவிட மானமே முக்கியம். இருப்பினும் எங்கள் பொருளாதார நிலையை உயர்த்த தீவிரமாக முயற்சி செய்வோம் என்றார் அம்பேத்கர்.

அதன்பிறகு தூங்கச் சென்ற அம்பேத்கர் மறுநாள் அதிகாலையிலேயே எழுந்துவிட்டார். வெந்நீரில் குளித்து, வெள்ளைப் பட்டு வேட்டி, வெள்ளை கோட் அணிந்துகொண்டார். சவிதாவும் வெள்ளை ஆடையுடன் புறப்பட்டார். கைத்தடி உதவியுடன் மேடைக்கு வந்தார் அம்பேத்கர்.

புத்தருக்கு ஜே! அம்பேத்கருக்கு ஜே கோஷங்கள் அந்தப் பகுதியை அதிர வைத்தன. மராத்திய பாடலுடன் விழா தொடங்கியது. மதமாற்றச் சடங்குகள் தொடங்கின.

குசினாராவில் இருந்து மகாஸ்தவிர் சந்திராமணியும் அவருடைய சீடர்களும் அம்பேத்கருக்கும் அவருடைய மனைவிக்கும் பாலி மொழியில் உறுதிமொழி செய்துவைத்தனர்.

புத்தம் சரணம், தம்மம் சரணம், சங்கம் சரணம் என்ற மூன்று சரணங்களையும் கொல்லாமை, கல்லாமை, பொய்யாமை, களவுப்புணர்ச்சி விரும்பாமை, கள்ளுண்ணாமை ஆகிய ஐந்து நன்னெறிகளையும் மந்திரங்களாகப் பாலி மொழியில் சொல்லப் பட்டன. அதை மராத்திய மொழியில் சொல்லி உறுதிமொழி எடுத்துக்கொண்டார் அம்பேத்கர்.

பிறகு புத்தர் சிலைக்கு முன்னால் விழுந்து வணங்கினார். வெண் தாமரை மலர்களை புத்தருக்கு அபிஷேகம் செய்தார். அதன்பிறகு அம்பேத்கர் பௌத்த மதத்தில் சேர்ந்து விட்டதாக அதிகாரப் பூர்வமாக அறிவிக்கப்பட்டது.

'சமத்துவமின்மையையும் ஒழுக்கமின்மையையும் கொள்கை யாகக் கொண்டிருந்த என்னுடைய பழைய மதத்தைக் கை விட்டதன்மூலம் இன்று நான் புதுப்பிறவி எடுத்துள்ளேன். இனி நான் எந்தவொரு இந்துக் கடவுளுக்கோ அல்லது கடவுளச்சிக்கோ பக்தன் அல்ல. நான் என்னுடைய மூதாதையர்க்குத் திதி கொடுக்க மாட்டேன். புத்தரின் எட்டு நெறிகளை உறுதியுடன் பின்பற்று வேன். பௌத்தம் ஒரு உண்மையான மதம். நல்லறிவு, நன் னெறி, நற்கருணை என்னும் மூன்று கோட்பாடுகளின் வழி காட்டுதலின்படி என் வாழ்வில் நடப்பேன்.' என்று தன்னுடைய உரையில் குறிப்பிட்டார் அம்பேத்கர்.

அடுத்து அங்கே குழுமியிருந்த மக்களைப் பார்த்துப் பேசிய அவர், உங்களில் பௌத்த மதத்தைத் தழுவ விரும்புபவர்கள் எழுந்து நில்லுங்கள் என்று கேட்டுக்கொண்டார். திரண்டிருந்த மொத்த கூட்டமும் எழுந்து நின்றது. கிட்டத்தட்ட மூன்று லட்சம் பேர். மூன்று சரணங்கள், ஐந்து நன்னெறிகள் மற்றும் உறுதி மொழிகளை அத்தனை பேருக்கும் பிரமாணமாக செய்து வைத் தார் அம்பேத்கர்.

அம்பேத்கர் பௌத்தத்தைத் தழுவிய செய்தி நாடு முழுக்கப் பரவியது. உடனடியாகத் தங்களை பௌத்தத்தில் இணைத்துக் கொள்ள ஏராளமான மக்கள் நாகபுரியை நோக்கி வரத்தொடங்கி னர். அவர்களையும் வரவேற்று சடங்குகளை செய்துவைத்தார் அம்பேத்கர்.

அப்போது மக்கள் மத்தியில் பேசிய அம்பேத்கர், 'நான் இந்து வாகப் பிறந்தேன். ஆனால் நிச்சயமாக இந்துவாக சாக மாட் டேன் என்று 1935ல் கூறியிருந்தேன். அது இன்று உண்மையாகி

யிருக்கிறது. என்னுடைய வாழ்வின் இறுதி கட்டத்திலேனும் இந்து மதம் என்னும் நரகத்தில் இருந்து விடுதலை பெற்றதற்காக மனநிம்மதி அடைகிறேன். ஆனாலும் இந்த முடிவை நான் அவசர கோலத்தில் எடுத்துவிடவில்லை. கிட்டத்தட்ட இருபது ஆண்டுகள் உரத்த சிந்தனைக்குப் பிறகே எடுத்தேன்' என்றார்.

•

டிசம்பர் 5, 1956. இரவு படுக்கைக்குச் செல்வதற்கு முன்னால் தன்னுடைய உதவியாளர் ராட்டுவை அழைத்தார். புத்தமும் தம்மமும் நூலுக்கான முன்னுரை, அறிமுக உரை எல்லாம் தட்டச்சு செய்தாகிவிட்டதா என்று வினவினார். மேலும் ஆச்சாரியா அட்ரே மற்றும் எஸ்.எம். ஜோஷி ஆகியோருக்கான கடிதங்களைப் பற்றியும் விசாரித்தார். எல்லாவற்றையும் இரவு படிக்க இருப்பதால் அருகில் கொண்டுவந்து வைக்குமாறு கேட்டுக்கொண்டார். அதன்படியே கொண்டுவந்து வைத்து விட்டு ராட்டு வீட்டுக்குப் புறப்பட்டார்.

மறுநாள் காலை வழக்கம்போல தூக்கம் கலைந்து எழுந்த சவிதா, தோட்டத்தில் சில நிமிடங்கள் உலாவிவிட்டு அம்பேத்கரின் அறைக்கு வந்தார். எழுப்பினார். துளியும் அசைவற்றுப் படுத்திருந்தார் அம்பேத்கர். சவிதாவின் முகம் மாறியது. டிசம்பர் 6, 1956 அன்று தன்னுடைய உழைப்பை முடித்துக் கொண்டிருந்தார் அம்பேத்கர்.

## அம்பேத்கரின் பெயரால்...

அரசியல் என்பது அம்பேத்கரின் மூச்சு. தன்னுடைய மூச்சுக் காற்றைக் கொண்டு குடியரசுக் கட்சியை உருவாக்கி, தீண்டப் படாத மக்களுக்குத் தன்னால் ஆனதைச் செய்யவேண்டும் என்று விரும்பினார். ஆனால் அந்தக் கட்சியை முறைப்படி தொடங்கு வதற்குள் அம்பேத்கர் தனது மூச்சை நிறுத்தியிருந்தார்.

வெற்றிடம். சந்தேகமே இல்லாமல் மிகப்பெரிய வெற்றிடம். தீண்டப்படாத மக்களின் முன்னேற்றத்துக்கு, உரிமைப் போராட்டத்துக்கு என்னுடைய பங்களிப்பு எந்த அளவுக்குத் தேவையோ அதுவரை நான் உயிருடன் இருப்பேன்; உழைத்துக் கொண்டே இருப்பேன் என்று உடல் நலம் குன்றியிருந்த சமயத்திலும் உரத்த குரலில் பேசி நம்பிக்கை ஊட்டிய அம்பேத் கரின் இடத்தை இப்போது காற்று நிரப்பியிருக்கிறது.

அந்த இடத்தை நிரப்பும் பொறுப்பு கெய்க்வாட்டிடம் ஒப் படைக்கப்பட்டபோது அம்பேத்கரின் தொண்டர்களுக்கு இருவேறு கருத்துகள் இருந்தன. பொருத்தமான தேர்வு என்றார் கள் சிலர். அம்பேத்கரின் அணுக்கத் தொண்டராகவும் நண்ப ராகவும் இருந்தவர். அம்பேத்கரின் கொள்கைகள், செயல்முறை கள், உத்திகள், நுணுக்கங்கள் ஆகியவற்றை நன்கு அறிந்தவர். அருகில் இருந்து பார்த்தவர். தவிரவும், சுயமாக சிந்திக்கக் கூடியவர். நம்பிக்கையானவர். ஆகவே, கெய்வாட்டின் தலைமையை ஏற்றுக்கொள்ளலாம். இது ஒரு கட்சி.

தும்பைப்பூ நிறத்தில் வேட்டி. முழங்காலுக்குக் கீழும் நீண்டிருக்கும் குர்தா. இதுதான் கெய்க்வாட்டின் அடையாளம். பேச்சாலும் எழுத்தாலும் செயலாலும் தீண்டப்படாத மக்களின் நம்பிக்கை நட்சத்திரமாக, ஆதிக்க சக்திகளின் சிம்ம சொப்பனமாக இருந்த அம்பேத்கரின் இடத்தை நிரப்பும் பொறுப்பை கிராமத்து ஆசாமி தோற்றத்தில் இருக்கும் கெய்வாட்டால் நிறைவேற்றவே முடியாது என்று இன்னொரு பிரிவு வாதிட்டது. அம்பேத்கர் உயிருடன் இருக்கும்போது அவருடன் இணைந்து இயங்கியது வேறு. அவர் உயிருடன் இல்லாத சமயத்தில் அவர் மற்றவர்களை இயக்குவது என்பது வேறு என்றார்கள் இவர்கள்.

பொறுப்பை எடுத்துக்கொண்டார் கெய்க்வாட். அவர் முதலில் கவனிக்க விரும்பியது அம்பேத்கரின் அந்திமக் காலத்தில் உருவாகியிருந்த இந்தியக் குடியரசுக் கட்சி. 'நான் தொடங்க இருக்கும் புதிய அரசியல் கட்சி இது. இந்தக் கட்சி அடுத்து நடைபெற இருக்கும் பொதுத் தேர்தலில் களமிறங்கும். சுதந்தரம், சமத்துவம், சகோதரத்துவம் என்ற மூன்று கொள்கைகளை ஏற்றுக்கொள்ளும் எவரையும் குடியரசுக் கட்சியில் இணைத்துக்கொள்ளத் தயாராக இருக்கிறேன். எனக்கு வெற்றி வாய்ப்பு இருக்கும் தொகுதி ஒன்றில் போட்டியிட இருக்கிறேன்.'

புத்த மதத்தைத் தழுவுவதற்கு சில நாள்களுக்கு முன்னால் பத்திரிகையாளர்களை சந்தித்தபோது அம்பேத்கர் கூறியது இது. அப்போது உடன் இருந்தவர் கெய்க்வாட். ஆகவே, அந்தக் கட்சியை முறைப்படி நிர்மாணிக்கும் பணியில் தன்னுடைய தொண்டர்களை ஈடுபடுத்தினார். தீண்டப்படாத சாதியினர் மத்தியில் மெல்ல மெல்ல செல்வாக்கு பெறத் தொடங்கியது இந்திய குடியரசுக் கட்சி.

அரசியல் அதிகாரம் மூலம் தீண்டப்படாத சாதியினரின் தொடர் பிரச்னைகளுக்குத் தீர்வு காணலாம் என்று அம்பேத்கர் சொல்லி இருந்தார். நிலச் சீர்திருத்தம் செய்வதன் மூலமும் அதை சாதிக்க முடியும் என்றார் கெய்க்வாட். உண்மையில் அம்பேத்கருக்கும் அந்தச் சிந்தனை இருந்தது. அதற்கான திட்டமும் இருந்தது. மகாராஷ்ட்ராவில் அமலில் இருந்த நிலப்பிரபுத்துவ முறையான 'கோட்டி'யை எதிர்த்து போராட்டத்தில் அவர் ஈடுபட்டிருந்தார். போராட்டத்துக்கு நல்ல வரவேற்பு இருந்தது. ஆனாலும் நிலச் சீர்திருத்தம் தொடர்பாக அம்பேத்கர் தொடர்ந்து இயங்கவில்லை.

அவர் முழுமூச்சாக நம்பியது அரசியல் அதிகாரத்தை. ஆகவே, அவருடைய பாதை அதை நோக்கியே இருந்தது.

நிலச்சீர்திருத்தப் போராட்டங்களில் ஈடுபடவேண்டும் என்று தீண்டப்படாத சாதியினருக்கு அழைப்பு விடுத்தார் கெய்க்வாட்.

அதற்கு நல்ல ஆதரவு இருந்தது. மக்கள் மத்தியில் எழுச்சியும் இருந்தது. சாதி அடிப்படையிலான ஒடுக்குமுறைகளுக்காக மட்டுமே நேற்றுவரை போராடிக்கொண்டிருந்த தீண்டப்படாத மக்கள் தற்போது தங்களுக்கான பொருளாதாரப் பிரச்னை களுக்காகவும் போராடத் தயாராக இருந்தனர்.

வீட்டுக்குள் இருந்தவர்கள் சாலைக்கு வந்தனர். சிறைக்குச் செல்லவும் நேரிட்டது.

கிட்டத்தட்ட இதே காலத்தில்தான் தீண்டப்படாத மக்கள் இன்னொரு பிரச்னையை எதிர்கொள்ள வேண்டியிருந்தது. அது அம்பேத்கர் இறுதிக்காலத்தில் நடத்திய பௌத்த மதமாற்றத்தின் தொடர்ச்சி. அம்பேத்கரோடு இணைந்து ஏராளமான தீண்டப் படாத சாதியினர் மதம் மாறினர். அவருடைய மரணத்துக்குப் பிறகும் ஆங்காங்கே மதமாற்றங்கள் நடந்துகொண்டிருந்தன.

மகாராஷ்டிரத்தின் பல பகுதிகள் கொத்துக்கொத்தாக பௌத்த மதத்தைத் தழுவிக் கொண்டிருந்தன. இது சாதி இந்துக்கள் மத்தியில் பலத்த அதிர்வுகளை ஏற்படுத்தியது. எரிச்சலின் உச்சத் துக்குச் சென்ற அவர்கள் மதம் மாறிய தீண்டப்படாத சாதியினர் மீது கடும் தாக்குதல்களைத் தொடங்கினர்.

பம்பாய் மாநிலம் அகமதாபாத் மாவட்டத்தில் புத்தமதம் சார்ந்த திருமணி கோஷ்டியால் கிராம வாசல் வழியாக தங்களுடைய குடியிருப்புகளுக்குச் செல்லமுடியவில்லை. தடை விதிக்கப் பட்டிருந்தது. தடையை மீறுவதற்கு எத்தனித்தபோது கல் வீச்சுக்கு ஆளாகினர். கத்திக்குத்துகளும் அரங்கேறின. அதே போல ஔரங்காபாத் மாவட்டத்தில் மதம் மாறிய தீண்டப்படாத சாதியினரின் குடியிருப்புகளுக்குள் ஆயுதங்களுடன் அத்துமீறி நுழைந்து தாக்குதலில் ஈடுபட்டதோடு அங்கே நிறுவப்பட்டிருந்த புத்தர் சிலைகளை சில்லு சில்லுகளாகச் சிதறச் செய்தனர்.

மகாராஷ்டிரா வாசிகள் மட்டுமல்ல; அம்பேத்கரின் குரலுக்குத் தலையசைத்து மதம் மாறிய அத்தனை பேருக்கும் மிரட்டல்கள்

விடுக்கப்பட்டன. தாக்குதல்கள் தொடுக்கப்பட்டன. இத்தனை நடந்தபோதும் கெய்க்வாட் அழைப்பு விடுத்த நிலச் சீர்திருத்த போராட்டங்களுக்கு நல்ல ஆதரவு இருந்தது.

எழுச்சி தொடங்கிவிட்டதைப் புரிந்துகொண்டது ஆளும் வர்க்கம். கொஞ்சம் கண்டுகொள்ளாமல் இருந்தால் எழுச்சி விஸ்வரூபம் எடுத்துவிடும் என்று உஷாரானது. காய் நகர்த்தல் கள் தொடங்கின. காங்கிரஸ் கட்சியின் பிரசித்திபெற்ற உத்தி, எதிரியைத் தன்பக்கம் சேர்த்துக்கொள்வது. பிரிட்டிஷாரின் உத்தியான பிரித்தாளும் திட்டத்தையும் எதிரியைத் தன்பக்கம் திருப்பும் உத்தியையும் இரண்டறக் கலந்தனர்.

கெய்க்வாட் தலைமையில் இருந்த சில முக்கிய நபர்களைத் தங்கள் வலைக்குள் வீழ்த்தினர். அதன்பிறகு இந்திய குடியரசுக் கட்சிக்குள் பிளவுகள் தொடங்கிவிட்டன. அமைப்பு ரீதியாக சிலர் போர்க்குரல் எழுப்பினார்கள். கொள்கை ரீதியாக சிலர் கேள்வி எழுப்பினார்கள்.

கலகக் குரல் எழுப்பியவர்கள் கெய்க்வாட்டின் மீது வைத்த முக்கியமான விமரிசனம் மக்களைப் போராட்டத்துக்குத் தூண்டி னார் என்பதுதான். அம்பேத்கர் மக்களைப் போராட்டத்துக்குத் தூண்டவில்லை. அரசியலமைப்புச் சட்டத்தின்படி அமைக்கப் பட்டுள்ள அரசாங்கத்துக்கு எதிராக மக்களைப் போராட்டத் துக்குத் தூண்டுவது அராஜகமான காரியம் என்று சொல்லி கெய்க்வாட்டிடம் இருந்து தங்களை விடுவித்துக்கொண்டனர்.

இந்தியக் குடியரசுக் கட்சியில் ஏற்பட்ட பிளவுகள் கெய்க் வாட்டைக் கலவரப்படுத்தியது. அதே பதற்றத்துடன் 1962 பொதுத் தேர்தலைச் சந்தித்தது இந்திய குடியரசுக் கட்சி. படுதோல்வி. காரணம், கட்சியின் வாக்குகள் சிதறியிருந்தன. கட்சியில் இருந்து வெளியேறிய பலரும் குட்டித் தலைவர்களாக மாறி ஆளும் வர்க்கத்தின் பக்கம் சாய்ந்து விட்டனர்.

உண்மையில் சொந்த மாநிலமான மகாராஷ்டிராவில் ஒற்றைத் தொகுதியில்கூட வெற்றிபெற முடியவில்லை. ஆனால் உத்தர பிரதேசத்தில் ஓரளவுக்கு நல்ல வாக்குகளைப் பெற்றிருந்தது.

பிளவுகளால் மனமுடைந்த கெய்க்வாட்டுக்கு நேசக்கரம் நீட்டி னார் யஷ்வந்த் ராவ் சவாண். மகாராஷ்டிர அரசியலில் காங்கிரஸ் கட்சியின் நம்பிக்கைக்குரிய தளபதி.

முதலில் இருவரும் நண்பர்களாகத்தான் பழகினார்கள். பேசினார்கள். முக்கியமாக, அரசியல். எதிர்காலம். எறும்பு ஊறிக் கொண்டே இருந்தது. கெய்க்வாட் கரைந்துகொண்டே இருந்தார். வாருங்கள், தேர்தலைக் கூட்டாகச் சந்திக்கலாம் என்றார். மக்கள் போராளியாக இருந்த கெய்க்வாட் அரசியல் வாதியாக மாறத் தொடங்கியது அந்தப் புள்ளியில் இருந்துதான்.

காங்கிரஸ் - இந்திய குடியரசுக் கட்சி கூட்டணி உருவானது. கெய்க்வாட்டிடம் இருந்து சிலர் வெளியேறியபோது கெய்க் வாட்மீது குற்றம்சாட்ட அம்பேத்கரை சாட்சிக்கு அழைத்தனர்.

அதைப் போலவே காங்கிரஸ் கட்சியுடன் கூட்டணி வைத்ததற்கு அம்பேத்கரையே துணைக்கு அழைத்தார் கெய்க்வாட். எப்படி?

அம்பேத்கர் நேருவின் அமைச்சரவையில் பங்கேற்றது மிகச் சரியான முடிவு. அதைத்தான் நான் இப்போது எடுத்திருக் கிறேன். இது என்னுடைய முறை. நினைத்தது போலவே இந்தியக் குடியரசுக் கட்சியினர் காங்கிரஸ் ஆதரவுடன் சட்ட மன்றம் மற்றும் நாடாளுமன்றத்தில் நுழைந்தனர்.

உண்மையில் காங்கிரஸ் கட்சியுடன் எந்தக் காலத்திலும் அம்பேத்கர் கூட்டணி அமைக்கவில்லை. மாறாக, அந்தக் கட்சி தன்னுடைய சொந்தக் காரணங்களுக்காக அவருக்கு ஆதரவு தரும் பட்சத்தில் அதை ஏற்றுக்கொண்டார். நேருவின் அமைச் சரவையில் இணைந்தது உள்பட.

கெய்க்வாட் காங்கிரஸுடன் கைகுலுக்கியதைத் தங்களுக்குச் சாதகமாகப் பயன்படுத்திக்கொள்ள பல பிரிவினரும் முயற்சிகள் மேற்கொண்டனர். இந்தச் சமயத்தில்தான் தலித் பேந்தர்ஸ் என்ற புதிய இயக்கம் உருவானது. அமெரிக்காவில் இயங்கிய கருஞ்சிறுத்தைகள் என்ற இயக்கத்தின் சாயலில் உருவான இயக்கம் இது.

அமெரிக்காவில் நிலவிய கறுப்பர் பிரச்னைகளுக்கு விடிவு தேடிப் புறப்பட்ட இயக்கம் அது. அவர்கள் வகுத்த எழுபது அம்சத் திட்டம் உலகம் தழுவிய அளவில் பிரபலம். கருஞ் சிறுத்தைகளிடம் இருந்த போராட்ட முறைகள், உத்திகள், செயல்முறைகள், தத்துவங்கள் ஆகியவற்றில் இருந்து சில அம்சங்களை எடுத்துக்கொண்டு செயல்படத் தொடங்கியது தலித் சிறுத்தைகள் இயக்கம்.

அம்பேத்கரின் மனைவி சவீதா அம்பேத்கரின் ஆசியுடன் உரு வாக்கப்பட்ட இந்த இயக்கத்துக்கு தொடக்க காலத்தில் நல்ல செல்வாக்கு இருந்தது. இளைஞர்கள் அதிக அளவில் இயக்கத்தில் தங்களை இணைத்துக்கொண்டனர். அனல் தெறிக்கும் பேச்சுகள், போர்குணம் கொண்ட தொண்டர்கள் என்று தலித் சிறுத்தைகள் நம்பிக்கையை விதைத்துக்கொண்டிருந்தனர்.

இந்தியக் குடியரசுக் கட்சி, தலித் சிறுத்தைகள் என்று பல இயக்கங்கள் மகாராஷ்டிரத்தில் இயங்கியபோதும் பெரிய அளவில் விஸ்வரூபம் எடுத்து வளரமுடியவில்லை. கூட்டணி அரசியலில் இணைந்து எழுச்சி பெறுவதற்குப் பதிலாகக் கூட்டணிக் கரைசலில் கரைந்துபோய்விட்டன. ஆனால் இதற்கு நேர் எதிராக உத்தர பிரதேசத்தில் தீண்டப்படாத மக்களுக்கான அரசியல் இயக்கங்கள் மெல்ல மெல்ல எழுச்சிபெற்றுக் கொண்டிருந்தன. அந்த எழுச்சியை முன்னின்று நடத்தியவர் கன்ஷிராம்.

பஞ்சாப் மாநிலத்தில் இருக்கும் தலித் குடும்பத்தில் பிறந்தவர் கன்ஷிராம். கொஞ்சம் கொஞ்சமாகப் படித்து, அரசு அலுவலகத்தில் வேலை பார்த்துக்கொண்டிருந்தார். மாதச் சம்பளக் காரராக இருந்தாலும் அரசியல் ஆர்வம் அவருக்குள் இருந்தது. அரசு மற்றும் தனியார் நிறுவனங்களில் பணியாற்றும் தீண்டப்படாத சாதியைச் சேர்ந்தவர்கள் பாதிக்கப்படுவதையும், அவர்களுடைய உரிமைகள் கண்மூடித்தனமாக ஒடுக்கப்படுவதையும் தடுத்து நிறுத்த ஏதேனும் செய்யவேண்டும் என்று விரும்பினார். அந்த ஆர்வத்தில் உருவானதுதான் Scheduled Castes, Scheduled Tribes, Other Backward Classes and Minorities Employees Welfare Association.

பூனா நகரம்தான் கன்ஷிராமின் மையப்புள்ளி. அங்கிருந்தபடியே தன்னுடைய இயக்க வேலைகளில் ஈடுபட்டார். உத்தர பிரதேசத்துக்காக மட்டுமே இயங்காமல் தன்னுடைய எல்லையை மேலும் கொஞ்சம் விரிவுபடுத்த விரும்பினார். அப்போது தன்னுடைய இயக்கத்தின் பெயரை மாற்றினார். அதுதான் பாம்செஃப். Backward And Minority Community Employees Federation. அது 1971ல் உருவாக்கப்பட்டது.

அரசியல் சார்பற்ற இயக்கமாக மட்டுமே செயல்படவேண்டும் என்று நினைத்தார் கன்ஷிராம். தீண்டப்படாத சாதியைச் சேர்ந்த

அரசு மற்றும் தனியார் அலுவலர்களின் நலன்களை மையமாக வைத்து இயக்கத்தின் நடவடிக்கைகள் அமைந்தன. இயக்கத்தை மேலும் வலுப்படுத்த விரும்பிய சமயத்தில் அவருக்கு ஓர் இளம்பெண் அறிமுகம் ஆனார். அவர் மாயாவதி என்கிற ஆசிரியர்.

பல மாநிலங்களிலும் தன்னுடைய பாம்செஃப்க்கு ஆதரவு தேடிக்கொண்டிருந்தார் கன்ஷிராம். அவர் இந்தியா முழுக்க சுற்றுப்பயணம் சென்றபோது உத்தர பிரதேசத்தில் பாம் செஃபைப் பார்த்துக்கொண்டார் மாயாவதி. பாம்செஃப் தொடங்கி பத்து ஆண்டுகள் கழித்து புதிய இயக்கத்தைத் தொடங்கினார் கன்ஷிராம்.

பாம்செஃப் என்பது முழுக்க முழுக்க தொழிலாளர்களுக்கான அமைப்பாக இருந்துவந்தது. டி.எஸ்.4 என்ற அமைப்பு எல்லா தரப்பினருக்குமான இயக்கமாக ஆரம்பிக்கப்பட்டது. Dalit Shoshit Samaj Sangharsh Samiti. இதுதான் கன்ஷிராம் தொடங்கிய புதிய இயக்கத்தின் பெயர்.

தொழிலாளர் இயக்கத் தலைவர் என்ற அடையாளத்தில் இருந்து தன்னை விடுவித்துக்கொண்ட கன்ஷிராம் இப்போது மக்கள் இயக்கத்தின் தலைவராக உருமாறியிருந்தார். தேர்தலை வெறுமனே பார்வையாளராக இருந்து கண்காணித்த கன்ஷிராம் தனது கட்சியினரை சுயேச்சைகளாகக் களமிறக்கினார். குறிப்பாக, 1982 மற்றும் 1983 தேர்தலில் டி.எஸ்.4 ஆதரவாளர்கள் தேர்தல் களத்தில் இறங்கினர். ஆனால் பிரமாதமான வெற்றி எதுவும் கிடைக்கவில்லை.

அப்போது கன்ஷிராம் மக்களுக்கு நெருக்கமான பெயர் ஒன்றைத் தன்னுடைய கட்சிக்கு வைக்க விரும்பினார். பகுஜன் என்றால் மக்கள். சமாஜ் என்றால் சங்கம் அல்லது கட்சி. ஏப்ரல் 14, 1984. பகுஜன் சமாஜ் கட்சி உருவானது. அதே வேகத்தில் தேர்தலையும் எதிர்கொண்டது பகுஜன் சமாஜ். ஆனால் இந்திரா காந்தி அனுதாப அலையில் கட்சிக்கு பலத்த ஏமாற்றமே கிட்டியது. தன்னுடைய பலத்தைத் தெரிந்துகொள்வதற்கு அதற்கு சந்தர்ப்பமே கிடைக்காமல் போனது. எல்லா வாக்குகளையும் காங்கிரஸ் சுருட்டிக் கொண்டது.

1989 தேர்தலில் நல்ல முன்னேற்றம் இருந்தது. பகுஜன் சமாஜ் கட்சி சார்பில் நாடாளுமன்றத்தில் நுழையும் வாய்ப்பு

கிடைத்தது. மாயாவதி எம்.பி.யானார். அந்த உற்சாகத்தில் கன்ஷிராமும் மாயாவதியும் இணைந்து தீண்டப்படாத மக்கள் மத்தியில் தமது ஆதரவுத் தளத்தை பலப்படுத்திக்கொண்டே இருந்தனர். 1991 தேர்தலில் மீண்டும் தோல்வி. இந்தமுறை ராஜிவ் அனுதாப அலை அவர்களை ஓட்டைப்படகாக மாற்றி யிருந்தது.

1993ல் கொஞ்சம் பெரிய அளவில் வெற்றி கிடைத்தது. 1995ல் ஏற்பட்ட அரசியல் மாற்றம் காரணமாக பகுஜன் சமாஜ் கட்சியின் மாயாவதி உத்தர பிரதேச மாநில முதல்வராகத் தேர்வு செய்யப் பட்டார். அதன்பிறகு தேர்தல் அரசியலில் பல மாற்றங்கள் நிகழ்ந்தன.

தீண்டப்படாத மக்களின் நலனைப் பாதுகாக்கும் கட்சியாகத் தன்னை அடையாளப்படுத்திக் கொண்ட பகுஜன் சமாஜ் கட்சி, தற்போது கொள்கை ரீதியாக பல மாற்றங்களை மேற் கொண்டுள்ளது. அம்பேத்கரின் ஒற்றை எதிரியாகக் கருதப்பட்ட பிராமணர்களுடன் கூட்டணி அமைத்து தற்போது தனிப்பெரும் பான்மையுடன் ஆட்சியில் இருக்கிறார் மாயாவதி.

தன் பெயரால் நடத்தப்படும் அத்தனை கூத்துகளையும் மூலைக்கு மூலை சிலையாக நின்று பார்த்துக்கொண்டிருக்கிறார் அம்பேத்கர்!

# பின்னிணைப்பு

*காலவரிசை*

1891     (ஏப்ரல் 14) பீமாராவ் அம்பேத்கர் பிறந்தார். தந்தை ராம்ஜி சக்பால். தாயார் பிமாபாய். உடன் பிறந்தவர்கள் பதிமூன்று பேர்.

1907     மெட்ரிகுலேஷன் தேர்வில் வெற்றி பெற்றார் அம்பேத்கர். கேலூஸ்கர் போன்ற பெரிய மனிதர்களின் அறிமுகம் அம்பேத்கருக்குக் கிடைத்தது.

பிக்கு வலங்கர் என்ற சுமைதூக்கும் தொழிலாளியின் மகள் ராமியைத் திருமணம் செய்துகொண்டார். பிறகு அவருடைய பெயர் ரமாபாய் என்று மாற்றப்பட்டது.

1908     கேலூஸ்கரின் உதவியுடன் பரோடா மன்னர் சாயா ஜிராவ் கெய்க்வாட்டைச் சந்திக்கும் வாய்ப்பு கிடைத்தது. அவர் கொடுத்த உதவித் தொகையுடன் மேல் படிப்பைத் தொடர்ந்தார்.

1912     பட்டதாரி ஆனார்.

1913     (பிப்ரவரி 2) அம்பேத்கரின் தந்தை ராம்ஜி சக்பால் மரணம் அடைந்தார். குடும்பப் பொறுப்பு அம்பேத்கர் வசம் வந்தது.

(ஜூன் 4) பரோடா மன்னருடன் ஒப்பந்தத்தில் கையெழுத்திட்டார். அவர் கொடுத்த உதவித்தொகை யுடன் அமெரிக்காவின் கொலம்பியா பல்கலைக்

கழகத்தில் மேல்படிப்பு படிக்கச் சென்றார். படிப்பு முடிந்ததும் பத்து ஆண்டுகள் பரோடா சமஸ்தானத்தில் வேலைபார்க்கவேண்டும் என்பதுதான் ஒப்பந்தம்.

1915 புராதன இந்தியாவில் வர்த்தகம் என்ற தலைப்பில் எழுதிய ஆய்வுக் கட்டுரைக்காக முதுகலைப் பட்டம் பெற்றார்.

1916 சட்டப்படிப்புக்காக லண்டன் சென்றார்.

1917 பரோடா மன்னரின் உத்தரவுக்கு இணங்க சட்டப் படிப்பைப் பாதியிலேயே நிறுத்திவிட்டு இந்தியா திரும்பினார். படிப்பைத் தொடர்வதற்கான காலக் கெடுவையும் கைவசம் வாங்கி வந்திருந்தார்.

பரோடா சமஸ்தானத்தில் மன்னரின் ராணுவ செயலாளர் வேலை கிடைத்தது. ஆனால் அவரைப் பணியாற்ற விடாமல், தங்கிக்கொள்ள விடாமல் தீண்டாமைக் கொடுமை அவரை வாட்டி வதைத்தது. சமாளிக்கவே முடியாமல் பரோடாவில் இருந்து வெளியேறினார்.

1920 (ஜனவரி 31) மூக் நாயக் பத்திரிகையைத் தொடங்கினார். தீண்டப்படாத சாதியினரின் பிரசார பீரங்கியாக, உரிமைக்குரலாக ஒலித்தது அந்தப் பத்திரிகை. அவற்றில் அம்பேத்கர் எழுதிய தலையங்கங்களும் கட்டுரைகளும் வெளியாகின.

செப்டெம்பரில் நண்பர்கள், கோலாப்பூர் மன்னர் ஆகியோரின் உதவியுடன் லண்டன் புறப்பட்டார். பாதியில் விடப்பட்டிருந்த சட்டப்படிப்பைத் தொடர்ந்து படித்தார்.

1921 பிரிட்டிஷ் இந்தியாவில் பேரரசின் நிதியை மாகாணங்களுக்குப் பிரித்தளித்தல் என்ற தலைப்பில் ஆய்வுக் கட்டுரை ஒன்றை எழுதினார். அதற்காக எம்.எஸ் பட்டம் அவருக்கு வழங்கப்பட்டது.

1923 இந்தியாவில் வழக்கறிஞராகத் தன்னுடைய பணியைத் தொடங்கினார். ஆனால் தீண்டாமைக் கொடுமை

அவருக்கு வழக்குகள் கிடைப்பதில் பெரும் பாதிப்பை ஏற்படுத்தியது.

1924 (ஜுலை 20) பகிஷ்காரத் ஹித்தகாரிணி சபா உருவானது. புறக்கணிக்கப்பட்டவர்களின் கருத்துருவாக்க இயக்கம் என்ற அந்தச் சபையின் நிர்வாகக் குழுத் தலைவரானார் அம்பேத்கர்.

1927 பம்பாய் மாகாண சட்டமன்ற உறுப்பினராக நியமனம் செய்யப்பட்டார்.

மார்ச் மாதத்தில் மஹத் நகராட்சியில் இருக்கும் சௌதாகர் குளத்தில் தீண்டப்படாத சாதியினர் நீர் எடுக்கத் தடை விதிக்கப்பட்டிருந்தது. அதற்கு எதிராக போராட்டத்தைத் தொடங்கினார்.

(ஏப்ரல் 3) பகிஷ்கார பாரதம் என்ற புதிய பத்திரிகையைத் தொடங்கினார். ஆலய நுழைவு, பொதுக்குளங்களில் நீர் எடுத்தல் போன்ற பிரச்னைகள் பற்றிய கட்டுரைகள் வெளியாகின.

1928 பிரிட்டிஷ் ஆட்சியின் நன்மை, தீமைகள் பற்றி ஆராய்ச்சி செய்து, திருத்தங்களை மேற்கொள்ளும் நோக்கத்துடன் சர் ஜான் சைமன் தலைமையில் பிரிட்டிஷ் குழு ஒன்று இந்தியா வந்தது. இந்தியப் பிரதிநிதிகளுடன் பேச்சுவார்த்தை நடத்த விரும்பியது. பல தலைவர்களுக்கும் அழைப்பு விடுத்தது.

இந்தியர்கள் இடம்பெறாத காரணத்தால் சைமன் கமிஷனைப் புறக்கணித்தது காங்கிரஸ். ஆனால் அம்பேத்கர் சைமன் கமிஷனை இருகரம் நீட்டி வரவேற்றார். தீண்டப்படாத சாதியினரின் பிரச்னைகள் குறித்து ஆர்வத்துடன் சாட்சியங்கள் அளித்தார். இதனால் காங்கிரஸாரின் கடும் கண்டனத்துக்கு ஆளானார் அம்பேத்கர்.

பம்பாய் நெசவுத் தொழிலாளர்கள் பிரச்னை வெடித்தது. போராட்டம் தொடர்ச்சியாக நடந்தது. முதன் முறையாக தொழிலாளர் பிரச்னையில் தலையிட்டார் அம்பேத்கர். இடதுசாரிகளின் உறுதியற்ற தலைமை

போராட்டத்தை வெற்றிபெறச் செய்யாது என்பதால் தீண்டப்படாத சாதியினர் போராட்டத்தில் இருந்து விலகிக்கொள்ளுமாறு அழைப்புவிடுத்தார். அதில் கணிசமான வெற்றியையும் பெற்றார்.

ஜூன் மாதத்தில் பகிஷ்காரத் ஹித்தகாரணி சபையைக் கலைத்துவிட்டு ஒடுக்கப்பட்ட வகுப்புகள் கல்விக் கழகம் என்ற புதிய அமைப்பைத் தொடங்கினார்.

**1930** செப்டெம்பரில் முதல் வட்டமேஜை மகாநாட்டில் கலந்துகொள்ள அழைக்கப்பட்டார். காங்கிரஸ் அந்த மகாநாட்டைப் புறக்கணித்துவிட்டது.

நவம்பரில் நடைபெற்ற மகாநாட்டில் அம்பேத்கர் கலந்துகொண்டு தீண்டப்படாத சாதியினரின் பிரச்னை கள் உள்ளிட்ட பல்வேறு விஷயங்கள் குறித்து பேசினார்.

மகாநாடு குறிப்பிடத்தக்க முடிவு எதையும் எடுக்க வில்லை. ஆனாலும் தீண்டப்படாத சாதியினரின் முன்னேற்றத்துக்கு அடிக்கல் நாட்டப்பட்டுள்ளது என்றார் அம்பேத்கர்.

**1931** (ஆகஸ்டு 14) இரண்டாவது வட்டமேஜை மகாநாடு தொடர்பாக காந்தி - அம்பேத்கர் இடையே முக்கியச் சந்திப்பு நடந்தது. தீண்டப்படாத சாதியினர் நலன்கள் பற்றி இருவருக்கும் இடையே காரசார விவாதம் நடந்தது.

(செப்டெம்பர் 7) லண்டனில் இரண்டாவது வட்ட மேஜை மகாநாடு தொடங்கியது.

காந்தியும் அம்பேத்கரும் பரஸ்பரம் கருத்து மோதலில் ஈடுபட்டனர். இந்தியப்பிரதிநிதிகளுக்கு இடையே கருத்து ஒற்றுமை ஏற்படாததால் மாநாடு ஒத்திவைக்கப் பட்டது.

**1932** சாதிவாரித் தீர்ப்பை வழங்கினார் பிரிட்டிஷ் பிரதமர் ராம்சே மெக்டொனால்டு. அதை ஏற்க மறுத்த காந்தி உண்ணாவிரதத்தைத் தொடங்கினார்.

(செப்டெம்பர் 24)சிறைக்கு சென்று காந்தியிடம் பேச்சு வார்த்தை நடத்தினார் அம்பேத்கர். பகீரத முயற்சிகளுக்குப் பிறகு பூனா ஒப்பந்தம் கையெழுத்தானது.

மூன்றாவது வட்டமேஜை மகாநாட்டில் கலந்து கொண்டார்.

1935 அம்பேத்கரின் மனைவி ரமாபாய் மரணம் அடைந்தார்.

மதம் மாறப்போகிறார் அம்பேத்கர் என்ற செய்தி பரபரப்பை ஏற்படுத்தியது. இஸ்லாமிய, கிறித்தவ, சீக்கிய, பௌத்த பிரதிநிதிகள் அடிக்கடி அம்பேத்கரை சந்தித்து தங்கள் மதத்தில் இணையவேண்டும் என்று கேட்டுக்கொண்டனர்.

1936 சுதந்தர தொழிலாளர்கள் கட்சி என்ற புதிய அரசியல் கட்சியைத் தொடங்கினார். உடனடியாகத் தேர்தலை எதிர்கொண்டது அந்தக் கட்சி. அதில் அம்பேத்கர் உள்ளிட்ட அவர் நிறுத்திய வேட்பாளர்கள் பெரும்பாலானோர் வெற்றிபெற்றனர். சட்டமன்றத்தில் எதிர்கட்சி வரிசையில் அமர்ந்தார் அம்பேத்கர்.

1940 பிரிவினை கோஷம் எழுந்தது. பிரிட்டிஷ் இந்தியாவில் இருந்து பாகிஸ்தானை ஏன் பிரிக்கவேண்டும் என்பதை ஆதாரப்பூர்வமாக நிரூபிக்கும் வகையில் நீண்ட கட்டுரையை எழுதினார் அம்பேத்கர். அதுவே பின்னாளில் புத்தகமாக வெளியானது.

1942 கிரிப்ஸ் தூதுக்குழு இந்தியா வந்தது. போர் முடிந்த பிறகு ஓர் அரசியல் அமைப்புச் சபையைக் கூட்ட வேண்டும். அது இந்திய சமஸ்தானங்களில் ஒத்துழைப்புடன் அரசியல் அமைப்புச் சட்டத்தை வடிவமைக்க வேண்டும். ஆனால் இந்திய யூனியனில் சமஸ்தானங்கள் சேர்வதா, வேண்டாமா என்பது சமஸ்தானங்களின் உரிமை என்றது கிரிப்ஸ் திட்டம். அதை அம்பேத்கர் உள்ளிட்டோர் ஏற்கவில்லை.

(ஜூலை 2) வைஸ்ராய்க்கான நிர்வாகக் குழுவில் அம்பேத்கர் சேர்த்துக்கொள்ளப்பட்டார். தொழிலாளர் நலத்துறை அமைச்சகம் அவருடைய பொறுப்பில் விடப்பட்டது.

1945 சுதந்தரத் தொழிலாளர்கள் கட்சியைக் கலைத்துவிட்டு தீண்டப்படாத சாதியினர் பேரவையைத் தொடங்கினார் அம்பேத்கர். அந்தப் பேரவை அம்பேத்கர் தலைமையில் தேர்தலைச் சந்தித்தது. ஆனால் தோல்வியே மிஞ்சியது.

1947 சுதந்தர இந்தியாவின் இடைக்கால அமைச்சரவையில் அம்பேத்கர் இடம்பெற்றார். சட்ட அமைச்சகம் அவருக்கு வழங்கப்பட்டது.

அரசியல் சட்ட வரைவுக் குழுவின் தலைவராக அம்பேத்கர் தேர்வுசெய்யப்பட்டார். சுதந்தர இந்தியாவுக்கான அதிகாரப்பூர்வ அரசியலமைப்புச் சட்டத்தை வடிவமைக்கும் பொறுப்பு வாய்ந்த பதவி அது.

1948 *(ஜனவரி 30)* காந்தியை இந்துத் தீவிரவாதி நாதுராம் விநாயக் கோட்ஸே சுட்டுக்கொன்றான்.

பிப்ரவரி மாதத்தில் அரசியல் அமைப்புச் சட்டத்தை எழுதி முடித்தார் அம்பேத்கர்.

*(ஏப்ரல் 15)* அம்பேத்கர் தன்னுடைய மருத்துவ நண்பர் சாரதாவைத் திருமணம் செய்துகொண்டார். பிறகு அவருடைய பெயர் சவிதா என்று மாற்றப்பட்டது. அப்போது அம்பேத்கருக்கு வயது 56.

*(நவம்பர் 4)* அரசியலமைப்புச் சட்டத்தை அவையில் அறிமுகம் செய்துவைத்தார் அம்பேத்கர்.

*(நவம்பர் 26)* அரசியலமைப்புச் சட்டம் நிறைவேற்றப்பட்டது. அரசியலமைப்புச் சட்டத் தலைவர் டாக்டர் ராஜேந்திர பிரசாத் உள்ளிட்ட முக்கியத் தலைவர்கள் அம்பேத்கரின் உழைப்பைப் பாராட்டிப் பேசினர்.

1951 இந்துச் சட்டத்திருத்த மசோதாவை நாடாளுமன்றத்தில் அறிமுகம் செய்துவைத்தார் அம்பேத்கர். அதற்கு வல்லபபாய் படேல், ராஜேந்திர பிரசாத் உள்ளிட்ட தலைவர்கள் கடும் எதிர்ப்பு தெரிவித்தனர். ஆனால் நேருவோ அம்பேத்கருக்குப் பக்கபலமாக இருந்தார். திடீரென நேரு பின்வாங்கியதால் மசோதா கைவிடப்பட்டது.

(செப்டெம்பர் 27) இந்திய சட்ட அமைச்சர் பதவியில் இருந்து விலகிக்கொள்வதாக அறிவித்த அம்பேத்கர், அதற்கு ஐந்து காரணங்களையும் பட்டியலிட்டார்.

1952 சுதந்தர இந்தியாவின் முதல் தேர்தலில் போட்டியிட்ட அம்பேத்கர் தோல்வியடைந்தார். காங்கிரஸ் கட்சி வெற்றிபெற்று நேரு மீண்டும் பிரதமரானார். மார்ச் மாதத்தில் நாடாளுமன்ற மேலவைக்குத் தேர்வு செய்யப்பட்டார்.

1954 உலக பௌத்த மாநாட்டில் கலந்துகொள்ள தனது மனைவி சவிதாவுடன் ரங்கூன் சென்றார்.

1956 அக்டோபர் 14. பௌத்த மதத்தைத் தழுவப் போவதாக அறிவித்தார். முறைப்படி அந்த மதத்தில் சேர்ந்தார். அவருடன் சேர்ந்து ஏராளமான அம்பேத்கர் ஆதர வாளர்கள் பௌத்தத்தைத் தழுவினர்.

1956 டிசம்பர் 6. அம்பேத்கர் மரணம்.

## உதவிய புத்தகங்கள்

Ambedkar - A Critical Study - by W.N. Kuber - South Asia Books

Ambedkar, Politics and Scheduled Castes - by Prem Prakash - South Asia Books

Dr. Ambedkar : Life and Mission - by Dhananjay Keer - Popular Prakashan

Gandhi - Ambedkar Dispute - by A.K. Vakil - Ashish Publishing House

Manu, Gandhi and Ambedkar and other essays - by Madhu Limaye - Gyan Publishing House

Dr. Ambedkar and the Dalit Future - by V.R. Krishna Iyer - B.R. Publishing Corporation

Waiting For a Visa - by Dr. Ambedkar

Pakistan or The Partition of India - by Dr. Ambedkar

Annihilation of Caste with A Reply to Mahatma Gandhi - by Dr. Ambedkar

What Congress and Gandhi have done to the Untouchables - by Dr. Ambedkar

Worshipping False Gods - by Arun Shourie - ASA Publishers

Dr. Babasaheb Ambedkar - by Vasant Moon - Translated By Asha Damle

Speeches and Writings of Dr Ambedkar in 16 volumes - Published by the Government of Maharashtra.

Essential Writings of Dr Ambedkar - Valerine Rodrigues - Oxford University Press, New Delhi.

*டாக்டர் பி.ஆர்.அம்பேத்கர் வாழ்க்கை வரலாறு - ஆங்கில மூலம்: தனஞ்சய் கீர், தமிழாக்கம்: க.முகிலன் - மார்க்சிய-பெரியாரியப் பொதுவுடைமைக் கட்சி வெளியீடு*

*அம்பேத்கரும் தலித் மனித உரிமைப் போராட்டமும் - பேராசிரியர் சி.என்.குமாரசாமி*

*டாக்டர் அம்பேத்கர் பேச்சும் எழுத்தும்*

*பம்பாய் சட்டமன்றத்தில் டாக்டர் அம்பேத்கர்*

*டாக்டர் அம்பேத்கர் சைமன் குழுவுடன்*

*வட்டமேசை மாநாடுகளில் டாக்டர் அம்பேத்கர்*

*இந்தியப் பிரிவினை*

*தீண்டப்படாதவர்களுக்கு காங்கிரஸும் காந்தியும் சாதித்தது என்ன?*

*பாபாசாகேப் டாக்டர் அம்பேத்கர் அரசியல் நிர்ணய சபை விவாதங்கள்*

*லண்டனில் நடைபெற்ற வட்டமேசை மாநாட்டில் ஆற்றிய பங்கு மற்றும் புனா ஒப்பந்தம் சம்பந்தப்பட்ட ஆவணங்கள்*